ரோலக்ஸ் வாட்ச்

சரவணன் சந்திரன்

சரவணக்குமார் என்கிற இயற்பெயரைக் கொண்ட, தொழில்முறை ஹாக்கி விளையாட்டு வீரரான இவர் சென்னை கிறித்துவக் கல்லூரியில் இளங்கலை தமிழ் படித்தவர். மதுரை, தேனி, கோவில்பட்டி எனப் பல ஊர்களைச் சொந்த ஊராகக் கொண்ட இவர் தற்போது சென்னையில் வசிக்கிறார். ஆறாம் திணை, மின்தமிழ், காலச்சுவடு, இந்தியா டுடே போன்ற அச்சு மற்றும் மின் ஊடகங்களில் பணிபுரிந்த இவர் கடந்த பத்தாண்டுகளுக்கும் மேலாக காட்சி ஊடகத்தில் பணிபுரிந்திருக்கிறார்.

விஜய் டீவி, ஜீ தமிழ் போன்ற காட்சி ஊடகங்களில் பல்வேறு நிகழ்ச்சிகளில் பல்வேறு பொறுப்புகளில் இருந்திருக்கிறார். ஜீ தமிழில் ஒளிபரப்பாகி வரும் 'சொல்வதெல்லாம் உண்மை' நிகழ்ச்சியைத் துவக்கியவரும் இவரே. அதன் இயக்குநர் பொறுப்பில் இருந்த இவர், தமிழ் தி ஹிந்து, உயிர்மை, ஆனந்த விகடன், மின்னம்பலம் உள்ளிட்ட பல்வேறு பத்திரிகைகளுக்கு கட்டுரைகளும் எழுதி வருகிறார். அச்சு ஊடகம், மின் ஊடகம், காட்சி ஊடகம் என ஊடகங்களின் பல்வேறு வகைகளிலும் இவரது பங்களிப்பு இருந்திருக்கிறது என்பது குறிப்பிடத்தக்கது.

சென்னையில் நவநாகரிக மீன் அங்காடியகம் ஒன்றையும் கடந்த பத்தாண்டுகளாக நடத்திவருகிறார். வேளாண்மையைத் தொழில் முறையாகச் செய்துகொண்டிருக்கிறார்.

ஆசிரியரின் நூல்கள்

ஐந்து முதலைகளின் கதை

ரோலக்ஸ் வாட்ச்

வெண்ணிற ஆடை

அஜ்வா

மதிகெட்டான் சோலை

பாவத்தின் சம்பளம்

பார்பி

எக்ஸ்டஸி

ரோலக்ஸ் வாட்ச்

சரவணன் சந்திரன்

கிழக்கு

ரோலக்ஸ் வாட்ச்
Rolex Watch
Saravanan Chandran ©

First Edition: December 2017
168 Pages
Printed in India.

ISBN 978-81-8493-837-1
Kizhakku - 1065

Kizhakku Pathippagam
177/103, First Floor,
Ambal's Building, Lloyds Road,
Royapettah, Chennai 600 014.
Ph: +91-44-4200-9603

Email : support@nhm.in
Website : www.nhm.in

Author's Email: saravanamcc@yahoo.com

Cover Design: Santhosh Narayanan

Cover Photograph: Prabhu Kalidas

Kizhakku Pathippagam is an imprint of New Horizon Media Private Limited.

பவித்ராவிற்கு...

முன்னுரை

21ஆம் நூற்றாண்டின் கதை!

இருக்கிற பணத்தைப் பத்திரப்படுத்துவது ஒரு வகை சாமர்த்தியம். இல்லாத பணத்தை வரவழைப்பது சதுரங்க வேட்டை. அதை அரசியல் சாதுர்யத்தோடு செய்வது சகுனித்தனம். முதல் வரி ஆசாமிகள் சாதாரண மக்கள். இரண்டாம் மூன்றாம் வரிகளுக்கானவர்கள் சொல்ல வேண்டியதே இல்லை; வில்லங்கமானவர்கள். அரசியல் சதுரங்கத்தில் தாயம் உருட்டும் நிழல் மனிதர்களைக் கதாபாத்திரம் ஆக்கியிருக்கிறார் சரவணன் சந்திரன். அவருடைய அரசியல், பத்திரிகை அனுபவமும் தொழில் அனுபவமும் அவருக்குக் கற்பித்த பாடம் வரிக்கு வரி தெரிகிறது. வரிகளுக்கு இடையேயும் அறிய முடிகிறது. அசலாக 21ஆம் நூற்றாண்டின் கதையை சரணவன் சந்திரன் சொல்கிறார். தாய்ப் பாசம், சகோதரப் பாசம், பாச மலர், பாகப் பிரிவினை எல்லாம் தொலை தூரத்துக்குப் போய் விட்டது. அந்தக் கதைகளின் தொடர்ச்சியான கதையை இவர் சொல்லவில்லை. மாறாக, தொடர்ச்சியற்ற வேறொரு கதையைச் சொல்கிறார். சந்திரனும் மாதங்கியும் சாஸ்திரத்துக்குத் தொக்கி நிற்கிற சில நல்லவர்கள். கதாநாயகன், திவ்யா, தனசேகர் என தினுசு தினுசாக வில்லர்கள் கூட்டம் அணிவகுக்கிறது.

வில்லன் என்பது ஒரு பொது புத்தியின் வெளிப்பாடு என சரவணன் சந்திரன் சொல்லக்கூடும். யார் நல்லவன், யார்

கெட்டவன் என்பதில் அதீத வேறுபாடுகள் காட்டிப் பழக்கப்பட்டோம். லட்சியவாத நாயகர்கள், தாமரைப் பூ போன்ற பாதங்களை உடைய கண்ணியமான பேராசிரியர்கள் தமிழ் நாவல் உலகில் வலம் வந்தனர். வில்லன்கள்கூட ஒரு வகையான லட்சிய வெறியோடு இருந்தார்கள். கோடு கிழித்து அவர்களை வேறுபடுத்துவது கடினமாகதான் இருந்தது. எம்.ஜி.ஆர். படங்களில் நம்பியாரைக் கெட்டவர் என்பதைக் காட்ட, அவர் புகை பிடித்துக்கொண்டே பேசுவதாகக் காட்சிப்படுத்துவார்கள். அவர்தான் வில்லன் என்பது உடனே புரிந்துவிடும். சிவாஜி வந்தார். அவர் நம்பியாரைவிட அதிகமாகப் புகை பிடித்தார். சிகரெட் பிடிப்பவன் வில்லனா, ஹீரோவா? 60களில் நிலவிய இந்த மகத்தான குழப்பத்தை நாம் கடந்து வந்தோம். வில்லன்கள் கையில் மதுக் கோப்பையையோ, அரை உடை மாதுவையோ திணித்தனர். இப்படி கொஞ்ச காலம் ஓடியது. இன்றைய படங்களில் கதாநாயகர்கள் பெரும் பகுதி காட்சிகளின் வில்லன்களின் கையில் இருந்த அந்த இரண்டையும் பிடுங்கிக் கொண்டார்கள். வில்லன்களின் பரிதாபக் கையறு நிலை அவர்களுக்கு வேறு ஒரு வேடத்தைக் கொடுத்தது. அவர்கள் இப்போது நல்லவர்களுக்கான எல்லா அடையாளங்களைத் தமதாக்கிக் கொண்டார்கள். வெள்ளை உடை, நெற்றியில் சந்தனம், கழுத்திலே ருத்ராட்சக் கொட்டை, வசதியான கார், அதிர்ந்து பேசாத நாகரிகமான பாவனைகள்... இப்படி ஒருவரை இப்போது சினிமாவில் வில்லனாகக் காட்டலாம். காட்டியும் வருகிறார்கள். அவர்கள் நல்லவர்களா, கெட்டவர்களா என கருத்து சொல்வது ஊழலை ஒழிப்பதை விட கஷ்டம்.

ரோலக்ஸ் வாட்ச்சில் யாரும் டூப்ளிகேட் செய்வது இல்லை. அப்படியே இருந்தாலும் அதை யாரும் கண்டுபிடிக்க முடிவதில்லை. நம்முடைய கதாநாயகன் அப்படிதான். அவன் அப்படி ஒன்றும் கெட்டவன் இல்லை. அவன் நல்லவனா என்பதையும் யாரும் கண்டுபிடிக்கவும் முடியாது. சரவணன் சந்திரன் காட்டுவது யதார்த்தமாக நம்மை உரசிச் செல்கிற இன்னொரு உலகம். சாப்பாடு கட்டிக்கொண்டு ஒன்பது மணி அலுவலக ஓட்டம், பஸ் இடிபாடுகள், ரொம்ப வசதியாக இருந்தால் ஷேர் ஆட்டோ, மகாலட்சுமி தியேட்டரில் பாப்கார்ன், பெண்ணுக்குக் கல்யாணம், பி.எஃப்.பில் லோன்... என வாழ்கிற மனிதக் கூட்டத்துக்கு இந்தப் புத்தம் புதிய காப்பி. இது அவர்கள் அல்லாத... சரியாகச் சொல்ல வேண்டுமானால் அவர்களை நம்பியிருக்கிற இன்னொரு கூட்டத்தைப் பற்றியது. அவர்களும் நம்முடன் வாழ்கிறவர்கள்தான். தண்ணீரில் எண்ணெய்போல நம்முடன் இருக்கிறார்கள். தேவர் அனையர் கயவர்... அல்லது மக்களே போல்வர் கள்வர். எந்த வேலைக்கும் செல்லாமல் எல்லோரையும் விட வசதியாக இருப்பார்கள். அந்த நிழல்

உலகம் நாம் அறியாதது. அறியாதது எல்லாமே ஆபத்தானது என ஒதுங்கிக் கொள்கிற சாமானியர்களுக்கு இந்தக் கறுப்பு உலகம் புரியாது. கஞ்சா, குடி, சூதாட்டம், பெண் சகவாசம், லஞ்சம், ஊழல், கமிஷன்... சொல்லும்போதே பல்லெல்லாம் கூசும். அதை நெருங்கிப் பார்த்து, அதைக் களமாக்குவதில் வெற்றி பெற்றிருக்கிறார் சரவணன் சந்திரன்.

நல்லவனுக்கும் கெட்டவனுக்கும் இடையே ஒரு மெல்லிய கோடு அல்லது கனமான சுவர் ஒன்று இருக்கிறது. சுலபமாகக் கடக்கிறவர்களுக்குக் கோடு. கஷ்டப்பட்டுக் கடக்கிறவர்களுக்குச் சுவர். அதை மனதளவில் மீறுகிறவர்கள், ரகசியமாக மீறுகிறவர்கள், துணிந்து மீறுகிறவர்கள் என மூன்று வகையினர் உண்டு. சரவணன் சந்திரன் காட்டுவது மூன்றாமவர்களை. இழப்பதற்கு இனி எதுவும் இல்லை என்ற நிலையில் இருப்பவன், குடும்ப மானத்தை எந்த நிலைக்கும் போய் காப்பாற்றுவான். குடும்ப மானத்தை முதலில் பந்தயத்தில் வைப்பான். 100 நாள் வேலைத் திட்டத்தில் பணியாற்றும் அம்மாவின் மகன், அரசியல் புரோக்கர் ஆகிறான். காரியம் சாதிப்பான். சாதுர்யம், அவனுடைய மூலதனம். அவன் வகுப்பதுதான் இலக்கணம். பிறன் மனை நோக்குவது அவனுக்குப் பேராண்மை. நாயகனும் திவ்யாவும் பிரதானமாக உலவுகிற இந்த நாவலில் சந்திரனும் மாதங்கியும் துணைப் பாத்திரங்களாக வருகிறார்கள். கதையில் குற்ற உணர்வே இல்லாத ஒரு சூழலைச் சொல்லிச் செல்கிறார். எதுதான் நாயகனையும் நாயகியையும் சேர்த்து வைத்தது? எவ்வளவு அந்தரங்கப் பகிர்தலோடு இருந்த அவர்களின் பழக்கம் ஒரு ஜென்டில்மென் அக்ரிமென்ட்போல விலகுவது. த்ரிஷா இல்லேன்னா நயன்தாரா ஒப்பந்தம். ஒரு விருந்தின் போது துணைப் பாத்திரங்களுக்குக் கிடைக்கும் மரியாதை நாயகனுக்குக் கிடைக்கவில்லை. சுமை சுடுகிறது. பதறுகிறான். செல்வத்தின் வலிமையால் கௌரவத்தை மீட்க நினைக்கிறான். அவனாக நாளை நான் ஒரு பி.எம்.டபிள்யூ கார் வாங்கப் போகிறேன் என்று எல்லோரின் கவனத்தையும் தன் மீது திருப்பப் பார்க்கிறான்.

கதை முழுதும் துணைப் பாத்திரமாக வந்த சந்திரன்தான் நாயகன் என்பது எப்போதும் தெரிகிறது. கதை முழுதும் வருவதாலேயே ஒருவன் கதாநாயகன் ஆகிவிடுவது இல்லை. சந்திரன் சாதித்தது என்ன என்பது சொல்லப்படவில்லை. நாயகன் செய்கிற எந்த விஷயத்தையும் விரும்பாதவன் என்பதுதான் அவனுக்கான அடையாளம். சபையில் சந்திரனுக்குக் கிடைக்கும் அங்கீகாரம் நாயகனுக்குக் கிடைப்பதைவிட கௌரவமானது. நாயகன் தோற்றுப் போனானா? நிச்சயம் இல்லை, அவன், அவன் பாணியில் ஜெயிக்கிறான். அவரவர் வெற்றி அவரவருக்கு. ‘அவன் ஓர் இடத்தில் சரண்டர் ஆகிறான் என்றால் அந்த

சந்தர்ப்பத்தை வசமாகப் பயன்படுத்திக் கொண்டான் என்று அர்த்தம்' என நாவலில் ஒரு வரி உண்டு. சந்திரனிடம் அடங்கிப் போவதும்கூட அவனுடைய சூட்சுமம்தான். அப்படியானால் வெற்றி யாருக்கு? ரோலக்ஸ் வாட்ச்சில் ஒரிஜினல் டூப்ளிகேட் வித்தியாசம் தெரிவது இல்லை.

02.11.2015 அன்புடன்,
அதிகாலை 3.32 **தமிழ்மகன்**

என்னுரை

எல்லோரும் சபித்த அந்தப் பெருமழை வெள்ளத்தின் போது அதிகாரம் மிக்கவர்களான அமைச்சர்கள், நீதி வழங்கும் அமைப்பைச் சேர்ந்தவர்கள் வசிக்கும் சென்னை, க்ரீன்வேஸ் சாலைக்கு இருபது மீட்டர் தொலைவில் உள்ள நாராயணத் தோட்டம் என்கிற சிறு கிராமத்திலும் மின்சாரம் இரண்டு மூன்று நாட்களுக்குத் துண்டித்துப் போனது. பால் கிடைக்கவில்லை. மெழுகுவர்த்தி கிடைக்கவில்லை. ப்ரெட் கிடைக்க வில்லை. இந்தக் கிராமத்திற்கு அருகில்தான் ஜிட்டு க்ருஷ்ணமூர்த்தி ஃபவுண்டேஷனும் இருக்கிறது. சரியான கலவைதான். தம்பி ஸ்ரீதரனை எண்ணற்ற மெழுகுவர்த்திகளை வாங்கி வரச் சொன்னேன். அவன் தேடித் தேடிச் சேகரித்து வந்தவை உமிழ்ந்த வெளிச்சத்தினூடாகதான் இந்த என்னுரையை எழுதி முடித்தேன்.

அடிப்படையில் ஹாக்கி விளையாட்டு வீரனாக இருந்தாலும், ஜமைக்காவின் தடகள வீரரான உலகின் அதிவேக மனிதர் உசேன் போல்ட்தான் எனக்கு ஆதர்சம். எனக்கு வேகமாக ஓடுவது பிடிக்கும். சின்ன வயதில் இருந்தே ஓடிக்கொண்டே இருந்திருக்கிறேன். வாழ்க்கை முழுக்க சிறு, குறு, பெரும் ஓட்டங்கள். நின்று நிதானமாக யோசித்துப் பார்த்தால் எழுத்தை மட்டும் விடாமல் கக்கத்தில் இறுக்கி வைத்து ஓடியிருக்கிறேன். நான் இது வரை இருந்த துறைகளில் எல்லாம் வேகமாக தடுக்கி விழுந்து எழுந்து நின்று ஓடியிருக்கிறேன். தொலைக்காட்சியில் தடமும் பதித்திருக்கிறேன்.

வணிகத்தில் மட்டும் தந்தியடிப்பதாக பவித்ரா குற்றம் சாட்டும் போதெல்லாம் மனதின் ஓரத்தில் மெல்லிய குற்றவுணர்வு ஒன்று எட்டிப் பார்க்கும். அதேபோல் எழுத்து விஷயத்தில் என் அடியாழத்தில் ஒரு குற்றவுணர்வு இருந்தபடி இருந்தது.

அச்சில் இருந்து தொலைக்காட்சிக்குப் போனாலும் அச்சில் இதுவரை என் பெயரில் புத்தகங்கள் வரவில்லை என்கிற குற்றவுணர்வு இருந்து கொண்டே இருந்தது. பார்க்கும் போதெல்லாம் மனுஷ்ய புத்திரன் சார் அந்தக் குற்றவுணர்வை ஊதிப் பெருக்கியபடியே இருப்பார். நண்பர்களும் இதையே ஒரு கேள்வியாகக் கண்களால் கேட்பார்கள் என்பதால், பத்தாண்டுகளுக்கும் மேலாக புத்தகக் கண்காட்சிகளுக்குப் போகாமலே இருந்தேன். கடந்த வருடம் 2015ல் ‘சொல்வதெல்லாம் உண்மை’ கோதாவைக் காட்டலாம் என புத்தகக் கண்காட்சிக்குப் போனேன். வேறு எங்கும் செல்ல தைரியம் இல்லாததால் உயிர்மை அரங்கில் தலைமறைவாக நின்று கொண்டிருந்தேன். தமிழ் மகன் சார் மட்டும் கட்டியணைத்து வருகிறவர்கள் போகிறவர்களிடமெல்லாம் ஒரு தந்தையைப்போல என்னை அறிமுகம் செய்து வைத்துக் கொண்டிருந்தார். ஒன்றுமே செய்யவில்லை. அனேக தன்னம்பிக்கைக் குறைவோடு தமிழ் மகன் சாரின் முதுகிற்குப் பின்னால் ஒளிந்து கொண்டிருந்தேன். அவருக்கு நான் எப்படியிருந்தாலும் சந்தோஷம். நாவலில் நாயகன் மனக் குழப்பத்தில் இருந்தால்கூட, என்ன சாரா ஏதாவது பிரச்சினையா என இணைப்பில் வரக்கூடியவர். அவர் ரோலக்ஸ் வாட்ச்சிற்கு முன்னுரை எழுதித் தந்து என் கனவை நிறைவேற்றித் தந்திருக்கிறார். எனக்கு எல்லாமுமான நண்பர்களிடம் காட்டுவதற்கு என்னிடம் எழுத்தாளன் என்கிற விசிட்டிங் கார்டு இருக்கிறது. அதில் ஐந்து முதலைகளின் கதை, ரோலக்ஸ் வாட்ச், இப்போது எழுதிக் கொண்டிருக்கும் ஒரு வாழ்வியல் சித்திரம் என மூன்று பெயர்கள் குறிப்பிடப்பட்டிருக்கின்றன. எனக்கு அந்த அடையாளத்தைப் பெற்றுக் கொடுத்தவர் மனுஷ்ய புத்திரன். அவர் கண்டெடுத்தவன் நான்.

குதித்தவுடன் விரிகிற பாராசூட் தியரியும் எனக்கு ரொம்பப் பிடிக்கும். அதை நான் சம்பந்தப்பட்ட எல்லாத் துறைகளிலும் பரிசோதனை செய்து பார்த்துக்கொண்டே இருப்பேன். அந்த வகையில் என்னுடைய முதல் நாவலான ஐந்து முதலைகளின் கதை நாவல் குதித்தவுடன் விரிந்தது. பரவலான வாசக கவனத்தைப் பெற்றபடியே இருக்கிறது. சூதாடிகளும் நாடோடிகளும் அந்த நாவலைத் தூக்கி வைத்துக் கொஞ்சினார்கள். கொஞ்சுவார்கள். ‘‘நல்ல சாதிக் குதிரை ஒன்றிற்கு மிதமான சரக்கு கொடுத்து, போதையில் ஓடும் அதன் மீது அமர்ந்து

சவாரி செய்தது மாதிரி இருக்கிறது'' என்கிற நெல்லை க்ருஷி சாரின் வார்த்தைகள் புன்னகைக்க வைத்தன. தனக்கு நாவல் மிகவும் பிடித்திருப்பதாகவும் கிரிஸ்டல்போல தெளிவாக இருப்பதாகவும் சொன்னார் மூத்த எழுத்தாளர் இமையம் அண்ணன். அடுத்து எழுதப் போகும் நாவலுக்கான வரைபடத்தைப் போட்டுவிட்டாய் என அவர் பாணியில் சொன்னார் கோணங்கி அண்ணன். எனது இரண்டாவது நாவலான ரோலக்ஸ் வாட்ச்சைப் படித்துவிட்டு நாவலின் ஒட்டு மொத்தத் தன்மைகளையே மாற்றும்படியான நிறையத் திருத்தங்களைப் போட்டுத் தந்தார் மனுஷ்ய புத்திரன். ரோலக்ஸ் வாட்ச்சை முதன்முதலாகப் படித்துவிட்டு ஜெனே - மாப்பசனுக்கான கூறுகள் என்றெல்லாம் சுட்டிக் காட்டிச் சொன்னதோடு நிறைய விஷயங்களை எடிட் செய்து கொடுத்தார் அப்பணசாமி சார். நான் இவர்களிடமிருந்து நிறை குறை என எல்லா விஷயங்களையும் எடுத்துக் கொள்கிறேன். அவர்கள் ஆசிரியர்கள். தங்களுடைய மாணவனைத் தட்டிக் கொடுத்து வேலை வாங்குகிறார்கள்.

முதல் நாவல் பெற்ற கவனம் என்கிற போர்வைக்குள் இரண்டாவது நாவல் நிச்சயமாக ஒளிந்து கொள்ளாது. எதிர்த்துக் கேள்விகள் கேட்கும். 'எப்போதும் பெரிய கார்களுக்கு சின்னக் கார்கள் மட்டுமே வழி விடவேண்டுமா என்ன' என்று காவல் துறை உயரதிகாரியை நோக்கி ஒரு பெண் கேள்வி கேட்கும் விளம்பரத்தைப் பார்த்திருப்பீர்கள். அதே கேள்வியைதான் இந்த நாவலும் எழுப்பியிருக்கிறது. சமூகம், சாதி, அரசியல், மதம், அதிகாரத்தை நோக்கி கேள்விகள் பலவற்றை ரோலக்ஸ் வாட்ச் எழுப்பியிருக்கிறது. இந்த விஷயத்தில் நான் சொல்வதைவிட, என் நண்பர்களாகிய நீங்கள் படித்துக் கருத்து சொல்வதுதான் சரியாக இருக்கும். இதுவரை கிடைத்தது எல்லாம் அந்தப் பேராண்மையின் அருளால்தான் கிடைத்தது என்கிற புரிதலும் இருக்கிறது.

இந்த நாவல் எழுதும்போது எல்லா வகைகளிலும் உதவியாக இருந்த தம்பி மகராஜ பாண்டியன், ஆவுடையப்பன், எல்லோருக்கும் நன்றி. முதல் நாவல் குறித்து எழுதி உற்சாகப்படுத்திய ந. முருகேச பாண்டியன் சார், அ. இராமசாமி சார், இளங்கோ கல்லாணை அண்ணன், கே.என். சிவராமன், விநாயகமுருகன், யுவகிருஷ்ணா, கார்த்திக் புகழேந்தி, விஜய பாஸ்கர் விஜய், செந்தில் முகன், சுந்தரபுத்தன் அண்ணன், நந்தகுமார், மனோஜ் சார், கார்த்திக் வெங்கட்ராமன் உள்ளிட்ட பலருக்கும் நன்றி. தலையில் வழக்கம்போல கொட்டி இரண்டாவது நாவலான ரோலக்ஸ் வாட்ச்சைப் பலமுறை அழகுபடுத்த வைத்த அழகரசன் சாருக்குச் சிறப்பு நன்றி. அப்படியே நண்பர்கள் 'நீயா

நானா' ஆண்டனிக்கும் சாய்ராமிற்கும்கூட சிறப்பு நன்றி. ஏனென்று அவர்களிருவரும் நாவலைப் படிக்கும்போது அவர்களே புரிந்து கொள்வார்கள். கடந்த நாவலிலேயே ராஜன் பாபு மாமாவிற்கும் செஞ்சி டைட்டஸிற்கும் லட்சுமி சுப்பிரமணியனுக்கும் நன்றி சொல்ல மறந்துவிட்டேன். எப்போதும்போல எனது பால்ய நண்பர்களாகிய அந்த மூவருக்கும் நன்றி. இரண்டாவது நாவலுக்கும் அட்டைப் படம் போட்டுக் கொடுத்த சந்தோஷ நாராயணன், தூர நின்று கண்காணித்துக் கொண்டிருக்கும் ஆனந்த் செல்லையா, உயிர்மை நிர்வாக ஆசிரியர் செல்வி ராமச்சந்திரன் ஆகியோர்தான் அந்த மூவர்.

இந்த நாவல் எழுதுவதற்கு நேரடியாகவும் மறைமுகமாகவும் எனக்குத் தோள் கொடுத்த நண்பர்கள், ராஜ்மோகன், சிங்கப்பூர் ராம், கோவில்பட்டி காளிமுத்து, பாண்டிய ராஜா, அரவிந்தன் சார், ஷாஜகான் முபாரக், சந்திரமோகன் வெற்றிவேல், தம்பி ஷ்யாம், வழக்கறிஞர் அழகர்சாமி, கோவை சரவணன், பிரசன்னா ஆகியோருக்கும் ஜார்ஜ் ஆண்டனி, இயக்குநர் ஆண்டனி சார்லஸ், கோசல்ராம், எம்.சி. ராஜன், செந்தில்குமார், குணசேகரன், தம்பி ப. கலாநிதி, நியாஸ் அகமது, கண்ணா எட்வர்டு, ருக்மாங்கதன் ஆகியோருக்கும் நன்றி. நண்பர்களின் ஆதரவோடு இரண்டாவது நாவலும் வெற்றி பெற அந்தப் பேருண்மையை நோக்கி இறைஞ்சுகிறேன். நாராயணத் தோட்டத்தில் அந்தப் பேருண்மையின் கரங்களில்.

சரவணன் சந்திரன்

1

‘நண்டானுக்கு இடம் கொடேல்’ என்றொரு பழமொழி உண்டு. அது இந்த லக்னத்தைச் சேர்ந்தவர்களை நினைத்து உருவாக்கப்பட்டதுதான். ஏனெனில், மெதுவாகத் தன்னை நுழைத்துக்கொண்டு, முழுவதுமாக ஆக்கிரமிக்கும் கெட்டிக்காரர்கள் இவர்கள். அதிலும் நண்டையே லக்னமாகப் பெற்றவர்களுக்கு இன்னும் அதிகமாக இந்தப் பழமொழி பொருந்தும். இவர்களது லக்னாதிபதியாக சந்திரன் வருகிறார். இரண்டரை நாட்களில் ஒரு ராசியைக் கடந்து செல்வதால், சகல செயல்களையும் துரிதமாக நடத்தவே விரும்புவார்கள். ‘நண்டு கொழுத்தால் வளையில் தங்காது’ என்பார்கள். இவர்கள் வளர வளர இடம் பெயர்ந்துகொண்டே இருப்பார்கள். ஐந்து நிமிடப் பேச்சிலேயே ஆளை எடை போடும் சாமர்த்தியம் இவர்களிடம் இருக்கும். சந்திரனைப் போன்றே இந்த லக்னத்தில் பிறந்த இவர்கள் வசீகரமாகவும், ஈர்ப்பு சக்தியோடு வளைய வருவார்கள், ஆக்கவும் அழிக்கவும் இவர்களால் முடியும். காம ஆசையால், பணத்தாசையால், சூதாட்டத்தால் பொருளை இழந்திருப்பார்கள். இந்த லக்னத்தில் பிறந்த வருக்கு வேறு பெண்கள் பேரில் நாட்டம் இருக்கும் என்று சொல்லலாம். செல்வங்கள் இவர்களை வந்தடையும். இந்த லக்னம் என்பது பெரிய ஆசைகளைத் தன்னகத்தே கொண்டது. அதே சமயம் முட்டாள்தனமாக நடந்துகொண்டு வாழ்க்கையைத் தொலைத்துக்

கொள்பவர்களும் ஏராளம். கண்ணாடிக் குடுவையை உடைப்பதுபோல வாழ்க்கையை அடிக்கடி தூக்கிப் போட்டு உடைத்துக்கொண்டே இருப்பார்கள். யாராவது ஒருவரின் வழிகாட்டலின் பேரில் நடந்தால் இந்த லக்னத்தார் தொடர்ந்து வாழ்க்கையில் முன்னேறுவர்.

சுந்தர் அண்ணாவிடம் என்னுடைய மனக் குழப்பங்கள் குறித்து நிறைய சம்பவங்களைக் கத்தரித்துவிட்டு சொன்னபோது அவர் என்னிடம் லக்னப்படி என்னுடைய இயல்புகளாய் சொன்னது இதுதான். நான் சுந்தர் அண்ணாவை ஜோதிடத்திற்காகச் சென்று சந்திக்கவில்லை. அதில் எனக்கு நம்பிக்கையும் இல்லை. என் வாழ்வின் இக்கட்டான தருணங்களில் எனக்கு உதவி செய்தவர் அவர். என்னுடைய குழப்பங் களைக் காது கொடுத்துக் கேட்ட சுந்தர் அண்ணா என்னுடைய நட்சத்திரம், லக்னம், ராசி எல்லாம் கேட்டுவிட்டு, என்னுடைய பொதுவான குணநலன்கள் என்று குறிப்பிட்டு இதைத்தான் சொன்னார். நான் அவரிடமும் என்னுடைய ராசி, நட்சத்திரத் தகவல்களைச் சொல்வதற்குத் தயங்கியபோது, சும்மா எனக்காகச் சொல் தம்பி என கேட்டுக் கொண்டதால்தான் சொன்னேன். அவர் வைத்திருந்த ஜோதிட நூலொன்றில் இருந்து இதை எனக்கு வாசித்துக் காட்டினார். நான் பொதுவாகவே இதுபோல பேசுபவர்களை நம்புவதில்லை. அதிகமும் சரடு விடுவார்கள் என்பதை என்னுடைய அனுபவத்தில் தெரிந்து வைத்திருந்தேன். ஆனால், சுந்தர் அண்ணா விஷயத்தில் இது மாதிரி எந்த முன் முடிவும் வைத்துக் கொள்ளவில்லை. அவர் விஷயத்தில் எனக்கு அவரைப் பற்றி என் மரியாதைக்குரிய சிலர் சொன்ன நல்ல விதமான சம்பவங்கள் குறித்துக் குழப்பமும் சந்தேகமும் கூட இருக்கிறது. ஆனால், அவர் மீதான மரியாதையின் காரணமாக இது குறித்த ஆராய்ச்சிகள் எதிலும் இறங்கவில்லை. பொதுவாகவே அவர் வலுக்கட்டாயமாகப் போய் யாருக்கும் ஜோதிடம் பார்ப்பதில்லை. ஆனால், அவர் இந்திய அளவில் ஒரு புகழ் பெற்ற ஜோதிடர். பெரிய பெரிய அரசியல்வாதிகள் எல்லாம் அவருடைய நேரத்தைப் பெற்றுவிடத் துடித்துக் கொண்டிருக்கிறார்கள். ஆனால், என்னோடு அமர்ந்து சரக்கடித்துக் கொண்டிருக்கிறார். என்னுடன் இருக்கும் இந்த நேரத்தை யாருக்காவது கொடுத்திருந்தால் குறைந்தது ஐந்து லட்சம் ரூபாயாவது சம்பாதித்து இருந்திருப்பார். நான் ஜோதிடத்தைக் கிண்டல் செய்வதெல்லாம் அவருக்கு நன்றாகத் தெரியும். இருந்தும் என்னைச் சீராட்டுகிறார் என்றால், அதற்குக் காரணம் என்னுடைய தன்னம்பிக்கை. என்னுடைய தன்னம்பிக்கையை எப்போதும் எல்லா இடங்களிலும் முகத்திற்கு நேராகவே சிலாகிப்பார். தவிர லொட லொடவென்று எதைப் பற்றியாவது நான் பேசிக் கொண்டிருப்பது அவருக்கு மிகவும் பிடிக்கும்.

வழக்கமாக உற்சாகமான மன நிலையில் பேசுகிற நான் அன்று தீவிரமான மன நிலையில் பேச முற்பட்டதால், அவரும் தீவிரத் தன்மையை அவருக்குள் ஏற்றிக்கொண்டார். நான் விளையாட்டாய்தான் இந்தச் சூழ்நிலையைக் கடந்து போக விரும்பினேன். என்னுடைய மன இறுக்கத்தைத் தளர்த்துவதற்காகதான் அவரைச் சந்திக்க வந்தேன். ஆனால், அன்றைய சூழ்நிலை மேலும் தீவிரமானதாக மாறியது. அண்ணன் வழக்கமாக அவர் கடந்து போகும் என்னுடைய கிண்டல்களைக் கண்டு அன்று சீண்டப்பட்டார். அவர் வழக்கமாக இதையெல்லாம் 'ஓ நைஸ்' என சித்தன் போக்கில் எடுத்துக் கொள்வார். ஆனால், அன்றைக்குத் தன்னகங்காரத்தால் பழுத்த பழம் போலவே இருந்தார். அவர் முதன்முதலாக என்னுடன் தத்துவார்த்தமாகப் பேசிக் கொண்டிருந்தார். போதையின் துவக்கத்தில் சிறு பொறியாய் ஆரம்பித்த உரையாடல் போதையின் மையத்தில் பெருந்தீயாய்ப் பற்றிக் கொண்டது. எல்லாவற்றுக்கும் காரண காரியம் இருக்கிறது. ஏற்கெனவே தீர்மானிக்கப்பட்ட வடிவமைப்பில்தான் வாழ்க்கை செல்கிறது என்றெல்லாம் தன்னுடைய ஜோதிட ஆராய்ச்சிகளின் வழி நிறுவ முற்பட்டிருந்தார் அண்ணன். நான் எதிராக நின்று வாதிட்டுக் கொண்டிருந்தேன். வாதங்களை அடுக்கிக்கொண்டே வந்த அண்ணன் என்னுடைய பொது குண நலன்களைப் பட்டியலிட்டு தான் சொன்னது சரியா என்று கேட்டார். நான் யோசிக்க ஆரம்பிப்பதற்குள் அண்ணன் தீவிரமான குரலில்,

''ஒரு மோசமான கண்டம் ஒன்று இப்போது உன் அமைப்புப்படி உருவாகி இருக்கிறது. அந்தக் கண்டத்தை நீ தாண்டிவிட்டால், அதற்கடுத்து சக்ரவர்த்திக்கு நிகரானவனாக மாறிப் போவாய்'' என்றார் பல்வேறு ஜோதிடக் கணக்குகளைச் சொல்லிவிட்டு.

''சுந்தர் அண்ணா, நான் இதையெல்லாம் நம்புகிற ஆள் இல்லை என்பது உங்களுக்கு தெரியும்தானே? தவிர, உங்கள் வாதப்படியே வைத்துக் கொண்டாலும் கண்டம் என்று இருந்தால் அதைத் தவிர்க்க முடியாதே? உங்களைப் புண்படுத்தக் கூடாது என்பதற்காகவே நீங்கள் சொல்வதை யெல்லாம் கேட்டுக் கொண்டிருக்கிறேன்'' என்றேன், தெளிவான ஆங்கிலத்தில். அண்ணனும் எனக்குப் பதில் சொல்வதற்கு அதே மொழியைத் தேர்ந்தெடுத்தார். என்னைப் பயமுறுத்தும் தொனியில் பேச ஆரம்பித்தார்.

''இதை நம்பு என்று உன்னிடம் ஒருபோதும் சொல்லவில்லை. இதைப் பற்றியும் யோசி என்றுதான் சொல்கிறேன். நான் சொல்கிறபடி கேட்டால் இந்த மோசமான கண்டத்தைத் தாண்டிவிடலாம்'' என்றார். பதில் சொல்லாமல் அமைதியாக வெறித்துப் பார்த்துக்

கொண்டிருந்தேன். கண்டத்தைத் தாண்டுவதை எல்லாம் விடுங்கள். வேறொரு விஷயத்தில் நான் அசந்து போயிருந்தேன். இந்த மனிதனிடம் இது வரை நான் முழுவதுமாக என்னுடைய கதையைச் சொன்ன தில்லை. நான் இப்போது ஈடுபட்டிருக்கும் ஒரு சாகசம் குறித்து எதுவும் அவருக்குத் தெரியாது. அந்தச் சாகசத்தால் உருவான சிக்கல் குறித்து எதுவும் தெரியாது. ஆனாலும் ஒரு முடிச்சை அது போடப்பட்டிருக்கிற இடத்திலேயே போய் நின்று சுட்டிக் காட்டிக் கொண்டிருக்கிறார் என்று பட்டது. தற்செயலானதாகக் கூட அது இருக்கலாம். ஆனால், அந்த மன நிலையில் அது எனக்குத் தீவிரமானதாகத் தோன்றியது. நான் அவர் குறித்து மறுபடி சிந்திக்கலாம் என்று முடிவெடுத்து அதைப் பற்றி யோசித்துக் கொண்டிருந்தேன். அந்த இடைப்பட்ட நேரத்தில் அவர் சொல்ல ஆரம்பித்தார்.

''நான் சொன்னதையும் உன் வாழ்க்கையில் நடந்ததையும் ஒப்பிட்டுப் பார். பழமையான ஜோதிட நூல்கள் உன்னை மாதிரியான லக்னத்தை நட்சத்திரத்தைக் கொண்டவர்களை இப்படிதான் வகைப்படுத்துகிறது. அது சரியாக இருந்தால் என்னைத் தேடி வா. நான் உன் எதிர்காலத்தைச் சொல்கிறேன்'' என்றார் சுந்தர் அண்ணா. இதைச் சொல்லும்போது அவரது கண்கள் சிவந்து அருள் வந்தது மாதிரி இருந்தார். அவரே ஜோதிடம் பற்றித் தொடர்ந்து பேசினார். நான் இடைமறித்து, ''எல்லாமே தீர்மானிக்கப்பட்டதா?'' என்றேன்.

''ஆமாம். நடந்தது எல்லாம் ஏற்கெனவே தீர்மானிக்கப்பட்டதுதான். நடக்கப் போவதும் தீர்மானிக்கப்பட்டதுதான்'' என்றார் தெய்வீகமான குரலில்.

''அப்போது என்னுடைய பங்கு அதில் என்ன?'' என்றேன். அவர் பதில் ஏதும் பேசவில்லை. ''என்னுடைய எண்ணங்கள்தான் என்னை வழி நடத்துகின்றன. என்னுடைய செயல்கள்தான் எல்லாவற்றுக்கும் காரணம்'' என்றேன். அப்போதும் அவர் எதையும் பேசவில்லை. விஸ்கியை எடுத்து எனக்கும் அவருக்கும் ஒரு ரிபீட்டை நிரப்பினார். பின்னர் மெதுவாகச் சொன்னார்: ''எண்ணங்களை காலம் தீர்மானிக்கிறது. பிறகு செயல்கள் மூலம் வழி நடத்துகிறது.'' அவர் சொன்ன பதிலில் உள்ள தத்துவம் எனக்கு உறைத்தது. ஆனால், அது உண்மையா என்கிற குழப்பத்தில் ஆழ்ந்தேன்.

அவர் சொல்கிறபடியே வைத்துக் கொண்டாலும், ஏற்கெனவே தீர்மானிக்கப்பட்ட ஆட்டத்தில் எதையும் மாற்ற முடியாது. அந்தக் கண்டத்தையும் எதையும் செய்ய முடியாது என்பது என்னுடைய அறிவிற்குத் தெரிந்ததும் எந்தப் புள்ளியில் சுந்தர் அண்ணாவிடம் வீழ்ந்தேன் என்றுதான் தெரியவில்லை. சுந்தர் அண்ணாவிடம்

கேள்விகள் கேட்பதை மறந்து அவரை நான் பின்தொடர ஆரம்பித்தேன். அவர் தன்னுடைய 30 ஆண்டு கால ஜோதிட ஆராய்ச்சி முழுவதையும் என் கண் முன்னர் விரித்துக் காட்டிக் கொண்டிருந்தார். ஆனால், எனக்குள் இன்னொருவன் அமர்ந்து எனக்கான கேள்விகளை சுந்தர் அண்ணாவிடம் கேட்கச் சொல்லி என்னிடம் கேட்டுக் கொண்டிருந்தான். சுந்தர் அண்ணா சொன்னது உண்மைதானா, என் பங்கில்லாமல் இங்கே ஒரு ஆட்டம் நடந்து முடிந்ததா, நடக்கப் போகிறதா என்பதையெல்லாம் நீங்களும் தெரிந்து கொள்வதற்காகதான் இந்தக் கதையை நான் உங்களிடம் சொல்லப் போகிறேன். எனக்கு சுந்தர் அண்ணாவின் மீது மரியாதை இருக்கிறது. அவர் இதுவரை யாரையும் ஏமாற்றி நான் பார்த்ததில்லை. அவரது அலுவலகத்தின் வாசலில் வந்து நின்று என்னை ஏமாற்றிவிட்டார் என எவரும் புலம்பியதில்லை. என்னிடம் இருந்து எதையும் பெற்றுக் கொள்ளும் நிலையிலும் அவர் இல்லை. நான்தான் அவரை அண்டிப் பிழைக்க வேண்டிய சூழல் ஏற்படுமே தவிர, அவருக்கு ஒருபோதும் அந்நிலை வராது. ஒரு முறை இந்தோனேசியா பக்கத்தில் இருக்கும் தீவுகளெல்லாம் என்ன விலையிருக்கும் என சாதாரணமாகக் கேட்டுக் கொண்டிருந்தார். அவர் எதற்காக திடீரென என்னைக் குறி வைத்திருக்கிறார் என்பதும் தெரியவில்லை. பெரிய பெரிய அரசியல் தலைவர்களே அவருக்காகக் காத்திருக்கும் சூழலில், எனக்காக எதற்கு அவர் காத்திருக்கிறார்? அவர் என்னைக் குறித்து கணிப்பதெல்லாம் உண்மைதானா என்கிற கேள்வி எனக்குள் முளைத்தபடியே இருந்தது. அது குறித்து நான் ஆழமாக என் வாழ்நாளில் முதன்முறையாகச் சிந்திக்க ஆரம்பித்தேன். அந்த ஆழமான சிந்தனை போதையைத் தந்தது. ஒரு வேளை இந்த போதைக்காகதான் எல்லோரும் இப்படி ஆழமாகச் சிந்தித்தபடி அலைகின்றனரோ என்றுகூட தோன்றியது. மெதுவாக ஊர்ந்து கொண்டிருந்த போதையை உச்ச நிலைக்கு உயர்த்தும் குரல்.

''என் பேச்சைக் கேட்காமல் போனால், உன் கையில் கொடுக்கப் பட்டிருக்கிற கண்ணாடிக் குடுவையை நீ உடைத்து விடுவாய்'' என்றார் சுந்தர் அண்ணன், தீவிரமான குரலில். ''மாட்டேன்'' என்றேன் அதை விடத் தீவிரமான குரலில். நான் சுந்தர் அண்ணாவிடமிருந்து விடுபட்டேன். நான் சீண்டப்பட்டதாக உணர்ந்தேன்.

என் கையில் கொடுக்கப்பட்டிருக்கிற கண்ணாடிக் குடுவையைப் பத்திரமாக வைத்துக் கொள்ளவேண்டும் என்ற கவனத்தில்தான் நான் எப்போதும் இருப்பேன் என்பது இவ்வளவு மேட்டிமையுடைய சுந்தர் அண்ணாவிற்கு எப்படித் தெரியாமல் போனது என்பதில் எனக்கு வியப்புதான் என நக்கலான தொனியில் வார்த்தைகளை அடுக்கிச்

சொன்னேன். என் வாழ்க்கையைக் கட்டங்கள் தீர்மானிக்க முடியாது என்று சுந்தர் அண்ணாவைப் பார்த்துத் தீவிரமாகச் சொன்னபோது அவர் அமைதியாக, அதே சமயம் மெல்லிய கிண்டலுடன் சிரித்தார். அந்தச் சிரிப்பிற்கு நீ வீழ்ந்து விடுவாய் என்று அர்த்தம் என்பது அவருக்கும் தெரியும். பலூனை மேலும் மேலும் ஊதி உடைக்கும் குழந்தையல்ல, கண்டங்களைத் தாண்டுபவன் நான் என்பதை சுந்தர் அண்ணாவிற்கும் உங்களுக்கும் எப்படிச் சொல்லிப் புரிய வைப்பது? அந்தப் பலூனை என்னுடைய எண்ணங்கள் கொண்டுதான் ஊதுகிறேன். நான் கிளம்பும்போது ''அந்த கண்டத்தைப் பற்றி தெரிந்துகொள்ள விரும்பு கிறாயா?'' என்றார் அண்ணன். ''தேவையில்லை, அதை சந்தித்துக் கொள்கிறேன். அப்படி ஒன்று இருக்குமானால் அதை மாற்றவும் முயல்கிறேன். அதுவும் ஒரு அனுபவம்'' என்றேன். பாசமாய்ச் சிரித்தபடி அண்ணன் என்னை இழுத்து அருகில் அமர வைத்து, இன்னொரு ட்ரிங்க்கை எனக்காக ஊற்ற ஆரம்பித்தார்.

உங்களில் பலரும் கூட இதே லக்னத்தில் பிறந்திருக்கலாம் என்பதால் உங்களுக்கும் கூட இதே கவலை இருக்கலாம். சுந்தர் அண்ணாவிடம் மட்டுமல்ல, உங்களிடமும் நான் சொல்ல விரும்புவது இதுதான். என் வாழ்க்கை என் கையில். நான் தற்செயலானவன். தற்செயல்களை வைத்து நான் ஆடும் ஆடு புலியாட்டம் அது. செயல்களும் சம்பவங்களும் என் கைகளில்தான் இருக்கின்றன. அந்த ஆடு புலி ஆட்டத்தில் நான் எப்படி ஆடினேன், ஆடுகிறேன், ஆடுவேன் என்பதைப் பற்றி நீங்களே சொல்லுங்களேன். நான் என்னுடைய கதையை ஒளிவு மறைவு இல்லாமல் உங்களிடம் சொல்லலாம் என முடிவெடுத்து விட்டேன்.

2

டென்டவுனிங்கில் அன்று எங்களுக்கு ஒத்து வர வில்லை. ஏதோ நெருடல் இருந்துகொண்டே இருந்தது. எங்களைச் சுற்றிப் பத்துப் பதினைந்து கண்கள் உற்றுப் பார்ப்பது போலவே இருந்தது. ஜாகையை மாற்றலாம் என நான்தான் திட்டத்தை முன்மொழிந்தேன். ஏன் எதற்கு என்று கேட்காமல் எல்லோரும் சரி என்றார்கள். எல்லோருக்கும் என் மீது ஒரு மரியாதை. என்னை அவர்களுடன் ஒப்பிடுகையில், பணம் என்னிடம் சுத்தமாகக் கிடையாது. கார் கிடையாது. வீடு கிடையாது. மேன்சனில்தான் ஒண்டிக் கொண்டிருந்தேன். ஆனாலும் மரியாதை அங்கு கிடைத்ததென்றால், அதற்குக் காரணம் என் உயிர் நண்பன் சந்திரன். அவன்தான் இந்த உலகத்தை எனக்குத் திறந்து காட்டினான். எனக்குக் கிடைப்பதாகச் சொல்லிக் கொண்டிருக்கிறேன். அந்தப் பாழாய்ப் போன மரியாதை அது எனக்கானதில்லை. அது அவர்கள் சந்திரனுக்குக் கொடுக்கிற மரியாதை.

டென்டவுனிங்கில் இருந்து கிளம்பி பார்க் ஹோட்டலுக்குப் போகலாம் என முடிவு செய்தோம். இளம் நடிகன் விக்னேஷ் என்னுடன் இருந்த மத்திய அமைச்சர் ஒருவரின் பையனுக்கு விடாமல் வேறு ஃபோன் செய்து கொண்டிருந்தான். நாங்கள் போன போது, விக்னேஷ் கார் பார்க்கிங்கில் எங்களுக்காக இருட்டில் மறைந்து நின்றபடி காத்துக்

கொண்டிருந்தான். என்னைப் பார்த்ததும், ''அண்ணே...'' என ஓடி வந்து கட்டியணைத்துக் கொண்டான். அப்போது விக்னேஷின் பெயர் மீடியாவில் நாறிக் கொண்டிருந்தது. உடன் நடித்த இளம் நடிகை ஒருத்தி பாத்ரூமில் குளிப்பதை வீடியோ எடுத்து இணையத்தில் உலவ விட்டது அவன்தான் என்கிற மாதிரி பேச்சு அடிபட்டுக் கொண்டிருந்தது.

நான் பலமுறை அவனோடு சேர்ந்து குடித்திருக்கிறேன். அப்போ தெல்லாம் இது பற்றி அவனிடம் கேட்கத் தோன்றியதில்லை. ஆனால், அன்றைக்கு என்னுடைய போதை அவனிடம் கேட்கத் தூண்டியது. ஏனெனில், அதை அவன் அப்போது தீவிரமாகப் பொது வெளியில் மறைத்துக் கொண்டிருந்தான். ''என்ன தம்பி, நான் கேள்விப்பட்டது உண்மைதானா?'' என இயல்பாக நான் பேச்சை ஆரம்பித்து அடுத்த கட்டத்திற்கு நகர்த்துவதற்குள், ''ஆமாண்ணே, நீங்க கேள்விப்பட்டது உண்மைதான்'' என்றான் வெளிப்படையாக. அவன் இவ்வளவு வெளிப்படையாகப் பேசுவான் என்பதை நான் நினைத்துக் கூட பார்த்ததில்லை.

''என்னண்ணே செய்யிறது... நான் பிஞ்சிலேயே பழுத்திட்டேன். பிறந்தப்பருந்து எல்லா விஷயங்களும் கிடைச்சிருச்சு. வேற என்ன, வேற என்னன்னு மனசு தேடிக்கிட்டே இருக்க, அன்னைக்கு வீடியோ எடுக்கணும்னு தோணுச்சு. எடுத்தேன். நெட்ல போடணும்னு தோணுச்சு, போட்டேன். போட்டது தப்புதான்னு எத்தனை நாள் அழுதிருக்கேன் தெரியுமா?'' இதை அவன் சொன்னபோது, உண்மையிலேயே கலங்கிப் போயிருந்தான். அவனைச் சமாதானப் படுத்தும் விதமாக, ''கூல்... சியர்ஸ் ப்ரோ'' என்றேன்.

நாங்கள் மெதுவாக வேறு விஷயங்களுக்கு நகர்ந்தோம். அவன்தான் அப்போது ஒத்துக் கொண்டிருந்த புதுப் படங்களைப் பற்றிச் சொன்னான். அதன் இயக்குநர்கள் பற்றிச் சொன்னான். போய் வந்த இடங்களைப் பற்றிச் சொன்னான். ஆனால், மறந்தும்கூட அந்தப் படங்களில் நடிக்கப் போகும் நடிகைகள் குறித்து அவன் தன் வாயைத் திறக்கவேயில்லை. அது அவனது இயல்பில்லை என்பது எனக்கு நன்றாகத் தெரியும். என்னிடம் அவன் கவனமாகப் பேசத் துவங்கி விட்டான் என்று தோன்றியது. என்னை அவனும் மரியாதையான இடத்தில் வைத்திருக்கிறான் என்பது எனக்குத் தெரியும். நான் அந்தக் கேள்வியை அவனிடம் கேட்டிருக்கவே கூடாது.

நானும் அவனும் பேசிக் கொண்டிருந்தபோது, தூரத்தில் ஏதோ சண்டை நடப்பதுபோல சத்தம் கேட்டது. நிமிர்ந்து பார்த்தோம். தூரத்தில் அவர்களுக்கிடையே தள்ளு முள்ளு நடந்து கொண்டிருந்தது. அவன்

தலைதெறிக்க சண்டை போடும் இடத்தை நோக்கி ஓடினான். நானும் அவனைப் பின்தொடர்ந்து ஓடினேன். அரசியல் அதிகாரத்தைச் சேர்ந்த என்னுடைய நண்பர்கள் தங்களுக்குள் மாறி மாறி அடித்துக்கொண்டு சட்டையைக் கிழித்துக் கொண்டிருந்தனர். விக்னேஷ் அவர்களது கைகளைப் பிடித்துக் கெஞ்சிக் கொண்டிருந்த காட்சி மனதைப் பிசைந்தது. அவன் எல்லோரையும் சமாதானம் செய்து தோற்றுப் போய்க் கொண்டிருந்தபோது, நான் விடாப்பிடியாக என் வழக்கத்தை மீறி சண்டைக்குள் புகுந்தேன். நான் அப்போது சொன்னேனே அந்தப் பாழாய்ப் போன மரியாதை, இங்கே வேலை செய்தது. எல்லோரும் அமைதியானார்கள். அந்தச் சண்டையை அப்படியே விட்டிருந்தால், அது தமிழ்நாட்டு அரசியலில் மிகப் பெரிய மாற்றத்தை ஏற்படுத்தி இருக்கும். இந்தப் பக்கமும் அந்தப் பக்கமும் லட்சக்கணக்கான வர்களுக்குப் பாதிப்பை உண்டு பண்ணியிருக்கும். தமிழ்நாட்டின் அரசியல் கூட்டணி தலைவிதியையே அது மாற்றியிருக்கும். வரப் போகும் தலைமுறையைப் பாதிக்கும். அரசியல் மாற்றத்தை அந்தச் சிறு சண்டை உண்டு பண்ணியிருக்கும். உங்களுக்குத் தெரியாதது அல்ல. தமிழ்நாட்டின் அரசியல் சண்டைகளை உற்றுப் பாருங்கள், அதில் ஒரு சின்னத்தனம் சேர்ந்தே இருக்கும். இதற்காகவா இவர்கள் சேர்ந்தார்கள் அல்லது பிரிந்தார்கள் என்கிற கேள்வி துருத்திக்கொண்டே நிற்கும். அதுவும் மிகப் பெரிய அரசியல் அதிகார மட்டத்தைச் சேர்ந்தவர்களின் பையன்கள் அடித்துக்கொண்டால் என்ன நடக்கும்? அடுத்த பல மாதங்களுக்குப் பத்திரிகைகளுக்கு இந்தச் சண்டைதான் தீனியாக இருக்கும்.

சண்டைக்கான காரணத்தை நான் கேட்காமலேயே சொன்னார்கள். இப்போது அதிகாரத்தில் இருப்பவரின் பையன், அதிகாரம் காலா வதியாகிப் போனவரின் பையனிடம் அப்படிச் சொல்லியிருக்கிறான். ''உன்னுடைய அப்பாவும், உன் குடும்பமும் முதன்முதலாக வயிறார கறிச் சோறு சாப்பிட்டதே எங்கள் வீட்டில்தான்.'' அது உண்மையா என்று எனக்குத் தெரியவில்லை. கொஞ்சம் மிகைப்படுத்திச் சொல்கிற மாதிரிதான் இருந்தது. இருந்தாலும் இதில் உள்ள நக்கலை நான் ரசித்தேன். ஒரு வேளை உண்மையாகக் கூட இருக்கலாம். யார் கண்டது? நான் அரசியலில் யாருக்கும் நிரந்தர ஓய்வு என்பதே கிடையாது என்பதை எடுத்துச் சொன்னேன். பகடைக் காய்களைச் சரியாக உருட்டினால், என்ன வேண்டுமானாலும் நடக்கும் என்பதை எடுத்துச் சொன்னேன். எங்களோடு நட்பாக இருக்கும் எங்களுடன் சென்னையில் படித்த நண்பன் ஒருவனின் தந்தையின் கதையை விலாவாரியாகச் சொன்னேன். அவனுடைய தந்தை பக்கத்து மாநிலத்தில் செல்வாக்கான அரசியல் பிரமுகர். அவரிடம் இல்லாத

அதிகாரங்களே இல்லை. அவர் அந்த வயதில் அடையாத உயரங்களே இல்லை. ஒரு பெரிய சாம்ராஜ்யத்தையே தனது விரல் அசைவில் வைத்திருந்தார். ஆனால், அவருக்கு என்ன நடந்தது தெரியுமா? ஒரு விழாவிற்குப் போனவர் மோசமான வானிலை காரணமாகவும், மோசமான அவருடைய கால நிலை காரணமாகவும் ஹெலிகாப்ட ரோடு காணாமல் போனார். கழுகுகள் தின்று மிச்சம் வைத்த உடலைதான் கண்டுபிடிக்க முடிந்தது. அப்போது அந்த அதிகாரம் எங்கே போனது? அவருடைய உயர்மட்டத் தொடர்புகள் எங்கே போயின? அதிகாரம் நிரந்தரமானது இல்லை என்பதை அவர்களுக்குப் புரிந்த இந்த உதாரணத்தின் வழியாக உணர்த்தினேன். எல்லோரும் அமைதியாகக் கேட்டார்கள். அரசியலில் நிரந்தர ஓய்வு என்பதே கிடையாது. ஓய்வு என்பதே அடுத்தகட்ட பாய்ச்சலுக்குக் காத்திருப்பது தான் என்பதை விளக்கிச் சொன்னபோது அவர்கள் புரிந்த மாதிரி தலையாட்டினர். என்ன இருந்தாலும் நீங்களெல்லாம் ஒரு கொடியில் பூத்த இரு மலர்கள்தானே என்று சொன்னதும், ‘அது என்ன ப்ராவெர்பா ப்ரோ?’ என்று ஒருவன் தயக்கத்துடன் கேட்டான். அவனை மாதிரியான ஆட்கள்தான் தமிழகத்தின் தலைவிதியை நிர்ணயிக்கிறார்கள். என்ன செய்வது?

தங்களுக்குள் கொஞ்ச நேரத்திற்கு முன்னர் அடித்துக் கொண்டவர்கள் என் முன்னால் பள்ளிச் சிறுவர்களைப்போல நின்று கொண்டிருந் தார்கள். அப்போதுதான் எனக்குப் புரிந்தது. இவர்களுக்கு என்னைப் போல ஒரு ஆள் தேவையாக இருக்கிறது. அவர்களை வழிநடத்த நல்ல ஒரு மேய்ப்பன் தேவை. அந்த மேய்ப்பன் புத்திசாலியாக இருக்க வேண்டும். ஆனால், அதிகாரம் மிக்கவனாக இருந்துவிடக் கூடாது. அதற்காகதான் என்னைப் போன்றவர்களுக்கு மரியாதையான இடத்தை மட்டும் கொடுத்து அழகு பார்க்கிறார்கள். நான் அவர்களது மேல் அடுக்குகளில் மட்டுமே நடமாட வேண்டும். உள் அடுக்குகளில் அத்து மீறி பிரவேசித்தால், தயவு தாட்சண்யமில்லாமல் என்னைத் தூக்கி எறிந்துவிடுவார்கள்.

டென்டவுனிங்கில் மொய்த்த கழுகுக் கண்கள் குறித்து அவர்களுக்கு நான் விளக்கிச் சொன்னதை அனைவரும் அமைதியாகக் கேட்டனர். எல்லோரும் சேர்ந்து இந்தக் கழுகுக் கண்களை எதிர்கொள்வது எப்படி என திட்டமிடத் துவங்கினோம். வேறு ஒன்றுமில்லை. நண்பன் ஒருத்தன் பார்ட்டி ஒன்றில் இன்னொருத்தன் காதலியை போதையில் கட்டிப் பிடித்துவிட்டான். அந்தக் கோபத்திலே அவனை அடிக்க வேண்டுமென திட்டமிட்டுச் சுற்றிக் கொண்டிருந்தார்கள். நான் இந்தக் களேபரங்களுக்கு மத்தியில், சந்திரனுக்கு ஃபோன் செய்ததை

மறந்துவிட்டேன். நாங்கள் இங்கேதான் இருப்போம் என்பதை யூகித்த சந்திரன், நேரடியாக நாங்கள் இருந்த இடத்திற்கே கிளம்பி வந்தான். அவனுடைய சட்டை கசங்கியிருந்தது. கண்கள் ரத்தச் சிவப்பாக இருந்தன. நகரத்துப் புழுதியில் நாள் முழுவதும் சுற்றியிருந்திருப்பான் என்பதைப் பார்க்கும்போதே உணர முடிந்தது. அவன் வந்திறங்கிய சில நொடிகளில் எல்லோரும் அவனை மொய்த்தார்கள். நான் தனித்து விடப்பட்டேன். அப்படி அவனிடம் என்னதான் இருக்கிறது என்கிற கேள்வி எழுந்து அடங்கியது. இருக்கத்தான் செய்கிறது என்று உள்மனம் சொன்னது. எல்லாம் இருந்தும் அதை விடாப்பிடியாகப் பயன் படுத்தாமல் இருக்கும் அவனது நேர்மைதான் அவனுடைய சொத்து என உடனடியாகத் தோன்றியது. மனைவிக்குப் பொது இடத்தில் கிடைக்கிற அங்கீகாரத்தை சின்ன வீடு தள்ளி நின்று வெறுப்பதைப் போல என் நிலைமை இருந்தது. வேறு வழியில்லை. தப்பித்தும் ஓட முடியாது. எனக்கு சங்கடமாக இருந்தது. சந்திரனுடன் பேசுவதைத் தவிர்த்து, நான் அமைதியாகவே அந்த இரவை எதிர்கொண்டேன். வழக்கமாக இது போன்ற சந்தர்ப்பங்களில் குடிக்காத சந்திரனும் அன்று குடித்தது ஏனென்று தெரியவில்லை.

திவ்யா மட்டுமே என்னைச் சுற்றிச் சுற்றி வந்தாள். அவள் அன்று அளவு கடந்த போதையில் இருந்தாள். என் மேல் வந்து விழுந்தவளை மெதுவாக விலக்கியபடியே இருந்ததை, சந்திரன் கவனித்தபடியே இருந்தான். திவ்யா என்னுடன் ரொமான்ஸ் செய்து கொண்டிருந்ததை வேறு யாரும் கவனிக்கவேயில்லை. அத்தனை பேரும் வெவ்வேறு வேலைகளில் கவனமாக இருந்தார்கள். அவள் என்னை அப்படியே அள்ளியெடுத்து ரெஸ்ட் ரூமிற்குக் கொண்டுசென்று விடுவாளோ என்கிற பயம் எட்டிப் பார்த்தது. போகலாம்தான். சந்திரன் இருக்கிறானே? அந்தக் கணத்தில் சந்திரனின் இருப்பு என் உலகத்தில் ஆழ ஊன்றி இருப்பதை நான் வெறுத்தேன். பார்ட்டியின் இறுதியில் வேண்டா வெறுப்பாக அவனுடைய பைக்கில் ஏறி அமர்ந்து அவனுடன் அவனது வீட்டிற்குக் கிளம்பினேன். எனக்கு நிற்கக் கூட இயலாத போதை. இல்லாவிட்டால், நான் அவனுடன் போயிருக்கவே மாட்டேன்.

3

சந்திரன் கல்லூரியில் எனக்கு சீனியர். ஆரம்பத்தில் அவனை அண்ணன் என்றுதான் அழைத்துக்கொண்டு இருந்தேன். அவன்தான் என்னை வற்புறுத்திப் பெயர் சொல்லி அழைக்கச் சொன்னான். வசதியான வீட்டுப் பிள்ளை. ஆனால், தனது தேவைக்கு மேல் ஒரு பைசா கூட அவன் வீட்டிலிருந்து வாங்குவதில்லை என்பதில் விடாப்பிடியான உறுதியோடு இருந்தான். என் வறுமையைப் பற்றியெல்லாம் அவனுக்கு நன்றாகத் தெரியும். ஆறு மாதங்களுக்கு மேலே எனக்கான மெஸ் பில் அத்தனையையும் அவன்தான் கட்டினான். அவனது வகுப்புத் தோழிதான் மாதங்கி. மாதங்கியின் தோழி சஞ்சனா. இரண்டு பேரும் ஒருயிர் ஈருடல் என்கிற மாதிரி. மாதங்கி அப்படியே நித்யா மேனன் மாதிரியே இருப்பாள். சந்திரனும் மாதங்கியும் கல்லூரிக் காலத்திலிருந்து இன்று வரை தீவிரமாகக் காதலித்துக் கொண்டிருக்கிறார்கள். ஏதாவது ஒரு தொழிலை வெற்றிகரமாக நடத்தும்போதுதான் திருமணம் என்பதில் சந்திரன் உறுதியாக இருக்கிறான். அந்த உறுதியை இப்போது வரை அவன் காப்பாற்றி வருவதை நினைக்கையில் ஆச்சர்யமாகவும் இருக்கிறது.

சந்திரன் ஒரு முறை என் ஊருக்கு வந்திருந்தான். எங்கள் ஓட்டு வீட்டின் மேற்சுவரில் மாட்டப்பட்டிருந்த அப்பாவின் படத்தைப் பார்த்துவிட்டு ஒட்டுமொத்தச்

சூழலையும் புரிந்துகொண்டான். நாங்கள் திரும்பவும் கிளம்புகையில், அம்மா வெகு நேரமாய் அவனது கையைப் பிடித்துக்கொண்டு எதற்காகவோ அழுதது. அதன் பிறகு சந்திரன் எப்போதும் எனது தந்தை விட்டுச் சென்ற வெற்றிடத்தை நிரப்பியபடியே இருந்தான். வசதியான வீட்டுப் பின்புலத்தில் இருந்து வந்த மாதங்கியும் என் கஷ்டம் தெரியாமல் என்னைப் பார்த்துக் கொண்டாள். மாதங்கிதான் என் சிநேகிதி. அம்மா எல்லாமும். கல்லூரிக் காலத்திலிருந்து எனக்கான உணவு, உடை சமாசாரங்களையெல்லாம் மாதங்கிதான் கவனித்துக் கொண்டிருக்கிறாள். சந்திரன் அதை மேற்பார்வை செய்து கொண்டிருக் கிறான். இப்போது இருக்கிற சூழ்நிலையில், கொண்டிருக்கிறானா, கொண்டிருந்தானா என்பதைக் காலம்தான் தீர்மானிக்க வேண்டும்.

எங்கள் கல்லூரியில் இருந்து அவர்களிருவரும் மேற்படிப்பு படிக்கப் போனார்கள். நான் என்னுடைய கடைசி வருடத்தை முடித்த பிறகு என்னையும் அழைத்தார்கள். ஆனால், நான் ஒத்துக் கொள்ளவில்லை. இளங்கலைக்கு அடுத்து ஒருவன் முதுகலை படிக்கப் போவது நேரத்தை விரயமாக்கும் செயல் என்பதில் உறுதியான எண்ணம் கொண்டிருந்தேன். முதுகலை படித்தாலும் இளங்கலை படித்தாலும் ஒரே இடத்தில் இருந்துதான் படித்து முடித்த பிறகு ஆரம்பிக்க வேண்டும். பணக் கொழுப்பில் முதுகலை என்ன, கடைசிக் கயிறுவரை படித்துக்கொண்டே இருப்பவர்களையும் என்னுடைய கல்லூரிச் சூழலில் பார்த்திருக்கிறேன். என்னைப் பொறுத்தவரை மாட்டிற்கு நடை பழகவேண்டும். அவ்வளவுதான். அதற்கடுத்து திராணியிருந் தால் புறப்பட்டுப் புகுந்து வந்துவிடும்.

மாதங்கி அவளுடைய தொடர்புகளைப் பயன்படுத்தி எனக்கு நல்ல நிறுவனத்தில் வேலை வாங்கிக் கொடுத்தாள். அந்த வேலையையும் பாதியில் விட்டுவிட்டேன். அவர்களது இன்னொரு கல்லூரி நண்பர்கள் தான் என்னுடைய இப்போதைய நண்பர்கள். மேல் தட்டு வர்க்கத்தின் செல்லக் குட்டிகள். சந்திரனுடன் படித்த தோழிதான் திவ்யா. திவ்யாவிற்கும் எனக்குமான உறவு ஒரு சாதாரணப் புள்ளியில் இருந்துதான் ஆரம்பித்தது.

எங்கள் நண்பன் ஒருவனின் பிறந்த நாளை ஒட்டி பார்ட்டி ஒன்று அவனது பண்ணைத் தோட்டத்தில் நடந்தது. அங்கே நான் ஒரு சந்தர்ப்பத்தில் நல்ல போதையில் கடைக் கோடியில் இருந்த ரெஸ்ட் ரூம் ஒன்றைத் திறக்கையில் உள்ளே திவ்யா இருந்தாள். கதவைத் திறந்ததற்கு அவள் பதறவெல்லாம் இல்லை. குடித்திருந்தாள். இயல்பாக அந்தச் சூழ்நிலையை எதிர்கொண்டாள். மெதுவாகப் பேச ஆரம்பித்தோம். பிறகு கதவை மூடிவிட்டுப் பேச ஆரம்பித்தோம்.

''நீ தேடுவது சீக்கிரமே கிடைத்துவிடும்'' என்றாள்.

''தேங்க்ஸ்'' என்றேன் நான்.

''இவன்களுடன் எப்படித்தான் உன்னால் குப்பை கொட்ட முடிகிறதோ? உன்னைப்போல பொறுமையாய் என்னால் ஒரு நாள் கூட இருக்க முடியாது'' — இதை அவள் தெளிவான ஆங்கிலத்தில் என்னிடம் சொன்னாள். இயல்பாக நெருங்கி வந்து என் கைகளை இறுகப் பற்றிக்கொண்டாள். கை ஜோதிடம் பார்ப்பதுபோல என் உள்ளங்கைகளை அவளது விரல்களால் வருடிவிட்டாள். அவள் நெருங்கி வந்து, என்னை மார்போடு ஒட்டி அணைத்து, என் உதட்டருகே அவளது உதடுகளைக் கொண்டுவந்து, ''முத்தமிட்டுக் கொள்ளலாமா?'' என்றாள். நான் பதில் சொல்லாமல் புன்னகைத்த போது அவள் என் உதடுகளைக் கவ்வினாள். நான் அவளது உடலெங்கும் என்னுடைய கைகளை கௌரவமாக நகர்த்தினேன். இரண்டு நிமிடம் அப்படியே மெய்மறந்து கிடந்தோம்.

உதடுகளை அவள்தான் விடுவித்தாள். நாங்கள் அந்த இடத்திலிருந்து வெளியேறினோம். நாங்கள் பார்ட்டி நடந்த மையத்தை நோக்கி நடக்கையில், அவளது இடுப்பைச் சுற்றி நான் கைகளைப் போட்ட போது அவள் மெல்ல விலக்கிவிட்டாள். நான் அங்கிருந்து நகர்ந்து ஒரு ஓரத்தைப் பிடித்து அமர்ந்து, அந்தப் பார்ட்டி முடிகிற வரை அவளையே உற்றுப் பார்த்துக் கொண்டிருந்தேன். அவள் ஒரு சிறு பார்வையைக் கூட அதற்கடுத்து என் மீது வீசவில்லை.

அதற்கடுத்து இந்த உறவை விடாப்பிடியாகத் துவங்கியது அவள்தான். ''விரும்பினதை விட்டால் பாவம். விரும்பாததைத் தொட்டால் பாவம்'' என இப்படி ஒரு முறை சிரித்துக்கொண்டே தமிழில் சொன்னாள். ஏன் தமிழிலேயே என்னிடம் பேசலாம் இல்லையா என்று கேட்டபோது, இந்த உறவிற்கு ஆங்கிலம் தோதானதாக இருக்கிறது என்றாள். எனக்கும் அவள் பாவம் குறித்துச் சொன்னதில் உள்ள நியாயம் பிடித்திருந்தது. என்னால் அவளுடன் அறிவார்த்தமாகப் பேச முடிந்தது. அவள் என்னைச் சரியாகப் புரிந்து கொண்டாள். நான் என்னவெல்லாம் செய்வேன் என்பதைக்கூட சரியாகக் கணித்தாள். அவளிடம் என்ன வேண்டுமானாலும் என்னால் பேச முடியும். ஒரு முறை படுக்கையில் கிசுகிசுப்பான குரலில் மேலே இருந்து ஆரம்பிக்கவா, கீழே இருந்து ஆரம்பிக்கவா என்று கேட்டேன். அவள் தயங்குவாள் என்றுதான் எதிர்பார்த்தேன். அவளோ உரத்த குரலில் மேலே இருந்து என்றாள். இந்த உலகத்தில் அவள்தான் என்னை வழி நடத்தினாள். எனக்குச் சத்தம் வராமல் சாப்பிடக் கற்றுத் தந்தாள். ஸ்பூன்களை நளினமாகப் பிடிக்கக்

கற்றுத் தந்தாள். அவளது இன்னொரு உலகத்திற்கு என்னைத் தயார் செய்து கொண்டிருக்கிறாளோ என எனக்கு அவ்வப்போது தோன்றும்.

சந்திரனிடம் நான் எதையும் மறைத்ததில்லை. திவ்யாவின் விஷயத்தை மட்டும்தான் நான் அவனிடமிருந்து மறைத்துக் கொண்டிருக்கிறேன். திவ்யாவின் விஷயம் தெரிந்தால் சந்திரன் கொதித்துப் போவான். அவன் பார்ட்டிகளுக்கு வந்துவிடக் கூடாது என்று வேண்டிக்கொள்வேன். என் எதிர்பார்ப்பை மீறி அன்றைய பார்ட்டிக்கு வந்துவிட்டான். அவனுடன் கிளம்பிப் போயே ஆகவேண்டிய சூழலும் வாய்த்துவிட்டது. அவன் முதுகில் சாய்ந்தபடி தூங்கிக் கொண்டிருந்தேன். திடீரென அன்றைய இரவு சந்திரனின் பிறந்த நாள் என்பது எனக்கு நினைவிற்கு வந்தது. கல்லூரிக் காலத்தில் அவனுக்காக நாங்கள் கொண்டாடிய வெடிகுண்டு பிறந்த நாளும் ஞாபகத்திற்கு வந்தது. தூங்குவதற்கு முன்பு ஊதுபத்தி பொருத்தி கமகம என்று வாசனையை அறையில் பரவ விடுவான். இரும்புக் கட்டிலுக்கு அடியில், கொசுவர்த்திச் சுருளைப் பொருத்தி வருவான். பிறகு வெற்றுடம்புடன் வெறும் துண்டை மட்டும் கட்டியபடி, பாத்ரூம் சென்று முகம் கழுவி விட்டுப் படுக்கப் போவான். இதை அவன் நாள் தவறாமல் செய்வான்.

என்னுடைய ஜூனியர் இருவரும் நானும் சேர்ந்து சிவகாசி அணுகுண்டு ஒன்றை எடுத்துக்கொண்டு போய் அதன் திரியை கொசுவர்த்தியின் எரிந்து முடிக்காத விளிம்பில் வைத்துவிட்டுக் காத்திருந்தோம். ஜூனியர் ஒருத்தன் அவன் அறையிலிருந்து எல்லோருக்கும் டீ கொண்டுவந்து கொடுத்தான். நந்தவனத்தில் நாற்காலிகளைப் போட்டு நாங்கள் டீ குடித்தபடியே காத்துக் கொண்டிருந்தபோது, நள்ளிரவு ஒரு மணி ஆனபோது அந்த அணுகுண்டு பெரும் சத்தத்துடன் வெடித்தது. புகை மண்டலத்திற்குள் இருந்து கோபமாக வெளியே வந்தான் சந்திரன். ''ஹேப்பி பெர்த் டே சீனியர்'' என எல்லோரும் சேர்ந்த கூவியபடி கைகளில் இருந்த முட்டைகளை அவன் மீது வீசியடித்தபோது, அவன் சந்தோஷமாக சிரித்தபடி இருந்தான்.

தோளில் சாய்ந்து படுத்தபடி பயணம் செய்துகொண்டிருந்த நான் தலையை நிமிர்த்தி, ''ஹேப்பி பெர்த் டே மச்சான்'' என்றேன். ''தேங்க்ஸ்'' என்றான் எந்தவித உணர்ச்சிகளையும் காட்டாமல். நான் அமைதியானேன். எனக்கும் சந்திரன் மாதிரி சூழல் அமைந்திருந்தால், பணம் கிடைத்திருந்தால் இப்படி நாய் மாதிரி தெருத் தெருவாக அலைய மாட்டேன் என்று சிந்தித்துக் கொண்டிருந்தேன்.

சந்திரனின் வீட்டில் பணம் இருக்கிறது. அவன்தான் விடாப்பிடியாக இதை உதறி விட்டு வாழ்கிறான். என்றாவது ஒரு நாள் அவன் தோற்றால்

கூட பிரச்சினையில்லை. அடைவதற்குக் கூடு ஒன்று அவனுக்காகக் காத்திருக்கிறது. எனக்கு அப்படியில்லை. நான் திரும்பவும் வெளியேற வாய்ப்பில்லை. தொடர்ந்து முன்னேறிச் செல்லவேண்டிய கட்டாயத்தில் இருக்கிறேன். பணம்தான் என்னுடைய ஆக முக்கியமான பிரச்சினை. என் குடும்பம், என் வாழ்வு எல்லாவற்றிலும் பணம்தான் பிரதான பிரச்சினை. அந்தப் பணத்தை வென்றெடுக்கதான், நான் எல்லோரிடமும் ஒட்டிக் கொண்டிருக்கிறேன். ஒரு சிறு கயிறு கிடைத்தால்கூட போதும். அதைப் பிடித்து மேலேறி விடுவேன். நான் தீவிர யோசனையில் இருந்தபோது, ‘‘உன் மாய உலகம் ஒரு நாள் உன்னை அடித்து வெளியே துரத்தும்’’ என்றான். நான் வண்டியை நிறுத்தச் சொல்லிக் கத்தினேன். அவனும் எந்த எதிர்ப்பையும் காட்டாமல் வண்டியை நிறுத்தினான். நான் ராதாகிருஷ்ணன் சாலையில் நின்றபடி, ‘‘என்னுடைய வாழ்க்கை உனக்கு இப்படி சிந்திக்கச் சொல்லித் தந்திருக்கிறது. என்னுடைய வாழ்க்கையில் உன்னுடைய நியாய தர்மங்களுக்கு வேலையே இல்லை’’ என்று கத்திச் சொல்லிவிட்டு, அந்த இரவில் திருவல்லிக்கேணியில் இருக்கும் மேன்சனை நோக்கி நடந்தேன். முதன் முறையாக இந்தத் தொனியில் பேசியதால் அரண்டு போயிருப்பான் என்று நினைத்தேன். அவன் சாதாரணமாகதான் அதையும் எதிர் கொண்டிருந்திருக்க வேண்டும். சாதாரணமாக அவன் கிளம்பிப் போனது குறித்து நினைக்கும்போது எனக்கு அவமானமாக இருந்தது. அன்றிரவு நடந்தபடி அழுதேன். நான் அழுததை நினைத்து எனக்கு வெட்கமாக இருந்தது. அம்மாவிடம் பேசலாம் என்று தோன்றியது. பக்கத்து வீட்டில்தான் ஃபோன் இருக்கிறது என்பதை நினைக்கையில் மேலும் வெட்கமாக இருந்தது.

அம்மாவிடம் செல்ஃபோன் இல்லை. அவளுக்கு இந்த மாதம் பணம் அனுப்பவில்லை என்பது ஞாபகத்திற்கு வந்தது. கல்யாணம் காட்சிக்கு வெறும் கழுத்தோடு போவதற்கு வெட்கமாய் இருப்பதாக ஒரு முறை தயங்கித் தயங்கி அவள் என்னிடம் சொன்னது நினைவுக்கு வந்தது. இருந்த ஒரு செயினையும் விற்றுதான், டூ வீலர் வாங்கினேன். ஒரு டிரான்ஸ்ஃபர் ஏதாவது முடித்தால் ஒரு செயின் வாங்கிக் கொடுக்க வேண்டும் என நினைத்திருந்தேன். என் மீது கழிவிரக்கம் பீய்ச்சி அடித்தபடியே இருந்தது. என் கால் தடுமாற்றங்கள் நின்றன. நான் நிதானமாக நடந்தேன்.

அதற்கப்புறம் நானும் சந்திரனும் சந்தித்துக் கொள்வதைத் தவிர்த்தோம். சரியாகச் சொல்வதென்றால், அவன்தான் தவிர்த்தான். ஆனால், நாகரிகமாக நடந்துகொண்டான். எங்களுக்கிடையிலான மோதல் குறித்து அவன் யாரிடமும் வாய் திறக்கவில்லை. ஒரு மிகப்

பெரிய வெற்றியை ருசித்துவிட்டு, அதை அவன் காலடியில் கொண்டு போய்க் கொட்டவேண்டும் என நினைத்தபோது நிம்மதியாக இருந்தது. இது வரை அவன் எனக்கான மரியாதையைத் தந்ததே இல்லை. என்னிடம் அன்பைப் பொழிந்திருக்கிறான். ஆனால், அங்கீகரித்தது இல்லை. நான் என்ன அவன் வீட்டு நாய்க் குட்டியா? எனக்குச் சொல்வதற்கும் தத்துவம் இருக்கிறது. என்னுடைய காலணியின் அளவை நான்தான் தீர்மானிக்க வேண்டும். என்னுடைய காலடித் தடங்களும் பிரத்யேகமானவை. நான்தான் எனக்கான தூரத்தை நடந்து கடக்க வேண்டும். அவன் எனக்கு நிற்கச் சொல்லித் தந்திருக்கலாம். மறுக்கவில்லை. ஆனால், நடக்கச் சொல்லிக்கொடுக்கக் கூடாது இல்லையா?

4

என் கல்யாணத்திற்குப் பெண் பார்த்துக் கொண்டிருப்ப தாக அம்மா, மாதங்கியிடம் சொல்லியிருக்கும்போல. ஒரு முறை பெண் வீட்டிலிருந்து அவர்களது உறவினர் ஒருத்தர் என்னைப் பார்த்து விட்டுத் திரும்பிப் போய் என்ன சொன்னாரோ... பையன் வேண்டாம் என்று குடும்பத்தோடு வந்து மறுத்து விட்டார்கள். அம்மா மாதங்கிக்கு ஃபோன் செய்து அழுது தீர்த்திருக்கிறது. பையன் என்ன வேலையில் இருக்கிறான் என எல்லோரும் கேட்டார்களாம். அம்மாவிற்கு வீட்டை எடுத்துக் கட்டிக் கொடுத்தேன். புதிதாக ரெட்டை வடச் சங்கிலி வாங்கிக்கொண்டு போனபோது கூட, சுரத்தில் லாமல் வாங்கி சாமி மாடத்தில் வைத்துவிட்டது. எனக்குக் கல்யாணமானால், பட்டெடுத்துச் சாத்து கிறேன் என்று செண்பகவல்லி அம்மனுக்கு வேண்டியிருக்கிறது என்று கேள்விப்பட்டேன். அதென்ன பட்டெடுத்துச் சாத்துவது? நடக்கிற தெல்லாம் நடந்துவிட்டால், தங்கத்திலேயே இன்னொரு சின்னச் சிலையைச் செய்து கொடுத்துவிடலாம். எனக்குத் தெரிந்த நண்பன் ஒருத்தன் கஷ்டப்பட்டு முன்னேறினான். அவனுடைய அம்மாவிற்குத் தங்கத் தட்டு வாங்கிக் கொண்டுபோய்க் கொடுத்தான். நண்பர் கள் எல்லோரும் சேர்ந்து அந்தத் தங்கத் தட்டு வைபவத்தைப் பார்ட்டி வைத்துக் கொண்டாடினோம்.

அவனுடைய அப்பா திடீரென மாரடைப்பால் இறந்துவிட்டார். அவர்களுடைய சாதியில் இழவிற்கு அரிசி, பருப்பு கொண்டுபோக வேண்டுமாம். சொந்தங்கள் கொண்டுவந்த அரிசி, பருப்பு ஆகியவை முப்பத்தைந்து நாட்களுக்கு இருந்ததால் பொங்கிச் சாப்பிட்டிருக் கிறார்கள். சொந்தங்கள் எல்லோரும் போன பிறகு அந்த முப்பத்தி ஆறாவது நாள் சாப்பாட்டிற்கு என்ன செய்வது என எல்லோரும் யோசித்திருக்கிறார்கள். நண்பன் அவனுடைய படிப்பை விட்டுவிட்டு வேலைக்குப் போவதாகச் சொல்லியிருக்கிறான். ஆனால், அவனுடைய அம்மா மறுத்துவிட்டது. நெற்றியில் விபூதியை அள்ளிப் பூசி விட்டு நெல்லையப்பரை வேண்டிக்கொண்டு தெருவில் இறங்கி விட்டது அவனுடைய அம்மா. இது வரை அவனுடைய அம்மா வேலைக்குச் சென்றதில்லை. வெளியுலகத்தையும் பார்த்ததில்லை. அவனுடைய அப்பா இறந்த பிறகு முதல் முறையாக நான்கு குழந்தைகளுக்காக வேலைக்குப் போனார் அந்த அம்மா. மார்க்கெட்டில் இலை விற்று அவர்களையெல்லாம் படிக்க வைத்தார். நான்கு பேருமே சமூகத்தில் ஒரு முக்கியமான இடத்திற்குக் கையைக் காலை ஊன்றி வந்து சேர்ந்தார்கள். ஒரு முறை மனதை உருக்குவது போல ஒரு கதை சொன்னான். அவனுடைய அம்மா இலை விற்று விட்டு வரும்போது அங்குள்ள பழக் கடையில் அழுகிய ஆப்பிள்களை வாங்கி வந்து, அழுகல் பக்கத்தைத் தவிர்த்து, நன்றாக இருக்கும் பக்கத்தை அறுத்து இவர்கள் எல்லோருக்கும் கொடுக்குமாம். அவனுடைய தம்பி லண்டனில் இருந்தபோது இவன் அங்கு போயிருக் கிறான். லண்டனில் இருந்தது தம்பியின் சொந்த வீடு. அந்த வீட்டின் வாசலருகே இரண்டு ஆப்பிள் மரங்கள் இருந்திருக்கின்றன.

அதைப் பற்றி அவன் விவரித்துவிட்டு, ''என் குழந்தைகள் மற்றும் தம்பியின் குழந்தைகள் ஆப்பிள் மரத்தடியில் விளையாடிக் கொண்டிருந் தார்கள். மரத்திலிருந்து உதிர்ந்து விழும் ஆப்பிள்களை எடுத்து தங்களுக்குள் எறிந்தும் எத்தியும் விளையாடிக் கொண்டிருந்தார்கள். ஆனால், அவர்களுக்குத் தெரியுமா? அவர்களுடைய நண்பனும் சித்தப்பனும் இதே ஆப்பிளுக்காக அதுவும் அழுகிய ஆப்பிளுக்காக தூங்காமல் காத்திருந்த விஷயம்... அந்தக் காட்சியை என்னுடைய அம்மா தூரத்தில் அமர்ந்து ரசித்துக் கொண்டிருந்தார்'' என்று அவன் சொல்லி முடித்தபோது எனக்கு உண்மையிலேயே புல்லரித்தது. அதை அவனிடம் காட்டியபோது அவன் தங்கத் தட்டு விஷயத்தையும் சொன்னான். ஊருக்கே இலை விற்ற என்னுடைய அம்மாவிற்குத் தங்கத்தில் தட்டு வாங்கித் தருவேன் என்ற சபதத்தை நண்பன் நிறைவேற்றினான். ஆனால், அந்த அம்மா அந்தத் தட்டை வாங்கிக் கொள்ள மறுத்துவிட்டது. கடவுளுக்கு மட்டுமே தங்கத் தட்டில் உணவு

படைக்கப்பட வேண்டும் என்று சொல்லி அந்தத் தட்டை அவனது ஊரிலிருந்த கோயில் ஒன்றிற்குப் படைத்துவிட்டது.

அம்மா எனக்காக வேண்டிக் கொண்டதைவிட, சந்திரனுக்காகதான் அதிகம் வேண்டிக் கொண்டிருந்திருக்கும் என்பது எனக்கு நன்றாகத் தெரியும். மாதங்கியின் வீடு, சந்திரனை ஒப்பிடுகையில் மிக வசதியான குடும்பம். மாதங்கியின் அப்பா சென்னையில் மிகப் பெரிய தொழிற் சாலை ஒன்றை நடத்திக் கொண்டிருக்கிறார். அவளுடைய அப்பாவிற்கு வலது கையாக என்னைப் போகச் சொன்னாள் ஒரு முறை. ஆனால், உடனடியாக அந்த யோசனையிலிருந்து அவளே பின்வாங்கி விட்டாள். அவளுடைய அப்பாவிற்கு சந்திரன் மீது மரியாதை உண்டு. மாதங்கியின் மீது சந்திரன் வீட்டாருக்கும் மரியாதை உண்டு. ஆனாலும் இரண்டு வீட்டாரும் அந்தக் காதலை ஒத்துக் கொள்ளவில்லை. அவர்களுக்கு என்ன சிக்கல் என்பதை சந்திரன் வாயைத் திறந்தால்தானே தெரியும். ஐந்தாண்டுகளாக இருவரும் தங்களது வீடுகளில் இருந்து ஒரு பைசா கூட வாங்காமல் சமாளித்துக் கொண்டிருந்தார்கள். மாதங்கியும் எல்லோருக்கும் தோழிதான். ஆனால், இருவரும் சேர்ந்து எந்த விருந்திற்கும் சென்றதில்லை. நானே, சந்திரன் தற்செயலாகக் கூட மாதங்கியைக் கட்டியணைத்து நான் பார்த்ததில்லை. உணவகம் சென்றால்கூட, எதிர் எதிரே அமர்ந்துதான் சாப்பிடுவார்கள். நான் கூட மாதங்கியின் அருகில் அமர்ந்து சில சமயங்களில் சாப்பிட்டிருக்கிறேன். ஆனால், சந்திரனை அப்படிப் பார்த்ததில்லை. இவர்கள் எங்கே போய் காதலிப்பார்கள் என்ற யோசனையில் நூல் பிடித்துப் போய், மாதங்கியை அப்படிக் கற்பனை செய்ய விரும்பாமல் அந்த முயற்சியை ஒரு முறை கை விட்ட பிறகு, அது குறித்துப் பிறகு நான் சிந்தித்ததே இல்லை. அப்படிச் சிந்தித்ததற்காக சில நாட்கள் வெட்கமும் பட்டிருக்கிறேன்.

சந்திரன் ஒரு பி.பி.ஓ. ஒன்றைத் துவக்கி அதைக் கஷ்டப்பட்டு நடத்திக் கொண்டிருந்தான். லோனுக்காகப் போன இடத்திலெல்லாம் கை விரித்தார்கள். நண்பர்கள் முதலீடு செய்ய முன் வந்தபோது, நட்பு கெட்டு விடும் என்று மாதங்கி விடாப்பிடியாக மறுத்துவிட்டாள். ஒரு முறை லம்ப்பாக ஐந்து லட்சம் ரூபாய் ஒரு டீலிங்கில் எனக்குக் கிடைத்தபோது, அதை நேரடியாக மாதங்கியிடம்தான் கொண்டு போய்க் கொடுத்தேன். அவள் அந்தப் பணத்தை வாங்கிக் கொள்ள வில்லை. அதைக் கொண்டு அம்மாவிற்கு வீட்டை எடுத்துக் கட்டித் தரச் சொன்னாள். நீண்ட நாட்களாகக் கேட்டுக் கொண்டிருந்த அந்த ரெட்டை வடச் சங்கிலியை வாங்கிக் கொடுத்தேன். அவளது யோசனைக்குப் பின்னர்தான் அந்த வேலையைச் செய்தேன்.

சந்திரன் ஒரு வெளிநாட்டு ஆர்டரை எதிர்பார்த்துக் காத்திருந்தான். இரவு பகலாய் அதற்குள்ளேயே மூழ்கிக் கிடந்தான். அவனது பிறந்த நாளுக்கு முந்தைய தினம் வேறொரு விருந்திற்கு வந்தானே, அதுதான் அவன் நீண்ட காலம் கழித்துக் கலந்துகொண்ட விருந்து. அதில்தான் எங்கள் இருவருக்கும் இடையிலான பிளவு வெளியே தெரிந்தது. சந்திரன், மாதங்கி இருவர் நினைத்தாலும் அவர்கள் படும் துயரத்தை ஒரு நிமிடத்தில் முடிவுக்குக் கொண்டுவந்து விடலாம். இருவரது வீட்டிலும் பேசிப் பார்க்கலாமா என நண்பர்கள் கேட்டபோது மறுத்து விட்டனர். பதிவுத் திருமணமாவது பண்ணிக் கொள்ளுங்கள் என்று சொன்னபோது கூட வீட்டாரின் சம்மதத்துடன்தான் கல்யாணம் என்பதில் உறுதியாக இருக்கின்றனர்.

நான் சந்திரனோடு இதைப் பற்றி விவாதித்ததே இல்லை. எங்களுக்குள் எந்தக் கட்டத்தில் இப்படித் தனிப்பட்ட விஷயங்களைப் பேசிக் கொள்வது நின்று போனது என்பது சரியாக நினைவில் இல்லை. அவன் குறைவாகப் பேசுவதை நான் கேட்டுக்கொள்வேன். அவன் சொல்வான், நான் செய்வேன். எனக்கும் அவனுக்கும் இடையிலான தகவல் பரிமாற்றத்தை மாதங்கிதான் கவனித்துக் கொண்டாள்.

அந்த வெளிநாட்டு ஆர்டர் கிடைத்துவிட்டால், செட்டிலாகிவிடலாம் என இருவரும் சேர்ந்து உழைத்துக் கொண்டிருந்தார்கள். காலையில் இன்னொரு அலுவலகத்தில் வேலைக்குப் போகும் மாதங்கி மாலை வேளைகளில் சந்திரன் அலுவலகத்தில் வந்து வேலை பார்ப்பாள். அப்படி அவள் வந்து போகும் விஷயம் அவளது வீட்டிற்கு நன்றாகத் தெரியும். அவர்கள் இருவரும் சேர்ந்து ஊர் சுற்றுவதும் நன்றாகத் தெரியும். மாதங்கி விட்டுவிடுவாள் என்று அவளது வீட்டார் உறுதியாக நம்பினார்கள். கஷ்டம் தாங்காமல் மாதங்கி ஓடி வந்துவிடுவாள் என அவள் வீட்டார் கணித்தார்கள். சந்திரன் தோற்றுப் போகவேண்டும், அவனைக் கஷ்டங்கள் சூழவேண்டும் என்று மாதங்கியின் வீட்டார் எதிர்பார்த்தனர்.

ஒரு முறை மாதங்கி அவள் வீட்டிலிருந்து ஒரு சின்னத் துணிப் பையை எடுத்து வந்தாள். அதில் ஒரு புகைப்படம் இருந்தது. அதில் சந்திரன் ஒரு டீக்கடையில் நின்று டீ குடித்துக் கொண்டிருந்தான். அந்தப் புகைப் படத்துடன் கூடவே ஒரு எலுமிச்சம்பழம், குங்குமம், ஒரு சின்ன பிளாஸ்டிக் பேப்பரில் சுற்றப்பட்ட சந்திரனின் முடி எல்லாம் இருந்தன. இதையெல்லாம் எப்படி யாருக்கும் தெரியாமல் சேகரித்தார்கள் என்பதை நினைக்கும்போது ஆச்சரியமாக இருந்தது. அதில் இருந்த பேப்பரில் 'இந்தச் சூரணத்தை உணவில் கலந்து கொடுக்கவும்' என எழுதப்பட்டிருந்தது. மாதங்கி இதற்கெல்லாம் மசியவில்லை.

ஆனால், அந்தப் பேப்பரைப் பார்த்ததில் இருந்து அவள் தனது வீட்டில் சாப்பிடுவதை நிறுத்திக் கொண்டாள். அவர்கள் உறுதி, நண்பர்களை வியக்க வைத்தது. ஒரு நண்பன் 'ப்ளாக் மேஜிக்' செய்திருப்பதற்குப் பரிகாரம் செய்துகொள்ளலாமா என்று கேட்டபோது, சந்திரன் உடனடியாக மறுத்து விட்டான். நான்தான் பதறிவிட்டேன். உடனடியாக அவற்றை சந்திரனுக்குத் தெரியாமல் எடுத்துக்கொண்டு போய் சுந்தர் அண்ணாவிடம் காட்டினேன். அவர் அதை ஏறெடுத்தும் பார்க்கவில்லை. நடப்பதுதான் நடக்கும் தம்பி என்றார். அதை யாராலும் மாற்ற முடியாது என்று சொல்லிவிட்டு, உனக்கு அந்த நம்பிக்கைதான் இல்லையே என்றார். ''எனக்கு நம்பிக்கை இல்லை அண்ணா. ஆனால், ஒரு வேளை இருந்துவிட்டால் சந்திரனுக்கு எதுவும் ஆகிவிடக் கூடாது என்கிற பயம். அவ்வளவுதான்'' என்று நான் சொன்னபோது அவர் நெகிழ்ச்சியாகச் சிரித்தார்.

அந்த மந்திர தந்திர சம்பவத்திற்குப் பிறகு சந்திரனின் பாதுகாப்பை அவனுக்குத் தெரியாமல் பலப்படுத்தினோம். மாதங்கியின் வீட்டார் எதையும் செய்யத் துணிந்தவர்களாக இருக்கக்கூடும் என நான் பயந்தேன். எங்களது பலம் மாதங்கியின் பெற்றோருக்கு நன்கு தெரியும் என்பதால், சந்திரன் மீது கை வைக்காமல் அடக்கி வாசித்தனர். தனக்குத் தெரியாமலேயே தனக்குப் பாதுகாப்பு தந்து கொண்டிருப்பதை அறியாத சந்திரன், தன்னை ஒரு வீரன் என்று நினைத்துச் சுற்றிக் கொண்டிருந்தான். மத்திய அமைச்சராக இருக்கும் நண்பனின் அப்பா இரு வீட்டாரிடம் பேசி சம்மதம் வாங்கித் தருவதாக உறுதியளித்தார். ஆனால், தொழிலில் வெற்றி பெற்ற பிறகுதான் பேச்சுவார்த்தை கூட என்பதில் சந்திரன் உறுதியாக இருந்தான். அவனது வெற்றிக்காகதான் என்னுடைய அம்மா பிரார்த்தனை செய்திருக்கும் என்பது எனக்கு நன்றாகத் தெரியும். சந்திரனின் கல்யாணத்திற்காகதான் பட்டெடுத்து சாற்றுவதாக அம்மா வேண்டிக் கொண்டிருந்திருக்கும். என்னுடைய மனது புண்படக் கூடாது என்பதற்காக எனக்கு வேண்டிக் கொண்டதாகப் பொய் சொல்லியிருக்கும். சந்திரனைப் பார்க்கும் போதெல்லாம் அவன் அம்மாவின் முகம் எனக்கு ஞாபகத்திற்கு வரும். அப்படியே அவன் அம்மாவை உரித்து வைத்ததுபோல இருப்பான். ஆனால், குணத்தில் சந்திரன் அவனுடைய அம்மாவிற்கு நேரெதிர். அவனுடைய அம்மா முகம் கொடுத்து ஒரு நாள் கூட என்னிடம் பேசியதில்லை. ஏன்? பணம்.

5

ஒரு முறை வைரவக் கோனார் மேன்சனில் நான் குடியிருந்த அறைக் கதவைப் பூட்டிவிட்டார். திருவல்லிக்கேணியில் அந்த மேன்சன் பிரசித்தமானது. பொதுவாகவே மேன்சன்வாசிகளாகிய நாங்கள் கஷ்ட ஜீவனத்தில் இருக்கும்போது நாளொன்றிற்கு ஒரு வேளைதான் சாப்பிடுவோம். மாலை வரை சாப்பிடாமல் இருந்துவிட்டு அங்குள்ள ஆந்திரா மெஸ்ஸில் போய் புகுந்தோம் என்றால், மறுநாள் மாலை வரைக்குமான சாப்பாட்டை வெளுத்துக் கட்டுவோம். தர்மத்திற்காக இந்த ஆந்திராக்காரர்கள் ஹோட்டல் நடத்துகிறார் களோ என்று கூட தோன்றும். சோற்றைக் கேட்காம லேயே அள்ளி வந்து கொட்டுவார்கள். பொரியல் கேட்டால்தான் தம்புடு முறைத்துப் பார்ப்பார். பூமி போஜனம் என்பதை அங்குதான் நான் கண்ணாரக் கண்டேன். ஆந்திர மெஸ்கள் மட்டும் சென்னையில் இல்லாமலிருந்தால், பல பேச்சிலர்கள் பல நேரம் பட்டினியாய்த்தான் அலைவார்கள். இளைத்தவனுக்கு இப்போதிருக்கிற அம்மா மெஸ், கொழுத்தவனுக்கு அப்போதிருந்த ஆந்திரா மெஸ் என்று கூட எடுத்துக் கொள்ளுங்கள். மேன்சன்கள் பற்றி நீங்கள் நிறைய சினிமாக்களில் பார்த்திருப்பீர்கள் என்பதால் இத்தோடு நிறுத்திக்கொள்கிறேன். அந்தச் சமயத்தில் மூன்று மாதங்களாக வாடகை கொடுக்கவில்லை. அதனால்

என்னுடைய அறையை வைரவக் கோனார் இழுத்துப் பூட்டிவிட்டார். நான் வெறிகொண்டு அவரைப் பார்த்துக் கத்தினேன். அவர் பொறுமையாக நான் கத்துவதைக் காது கொடுத்துக் கேட்டுக் கொண்டிருந்தார். வைரவக் கோனார் என்னுடைய ஊர்க்காரர்தான். என்னுடைய அப்பாவின் பால்ய ஸ்நேகிதர். சின்ன வயதிலேயே சென்னைக்கு வந்துவிட்ட அவர், முட்டி மோதி அவரைப் பொறுத்த வரை பெரிய உயரத்திற்கு வந்துவிட்டார். ''இப்ப மாதிரி வெளிநாட்டு சரக்கெல்லாம் அப்போ கிடைக்குமா? நான் அந்தக் காலத்திலேயே ரஜினிக்கு பிளாக் டாக் ஸ்காட்ச் விஸ்கி வித்தவன். உழைப்புடா உழைப்பு'' என்று எப்போதெல்லாம் அவர் சந்தோஷமாக இருக்கி றாரோ, அப்போதெல்லாம் என்னை அமர வைத்துச் சொல்வார்.

வெளிநாட்டுச் சரக்கு, டூப்ளிகேட் சரக்கு என்றெல்லாம் நூல் பிடித்து மேலேறி மேன்சன் ஒன்றைக் கட்டுகிற அளவிற்கு வளர்ந்துவிட்டார். எப்போதும் தும்பைப் பூ வேட்டியுடன் ஒடிசலான தேகத்தோடு வளைய வருவார். அவருக்கு மூன்று பெண் பிள்ளைகள். இரண்டு பேரை அமெரிக்காவில் கட்டிக் கொடுத்து விட்டார். ஒருத்தி மட்டும் கல்யாணத்திற்குக் காத்திருக்கிறாள். அமெரிக்காவில் உள்ள பெண்ணொருத்தி மட்டும் கொஞ்சம் புருஷனோடு மல்லுக் கட்டிக் கொண்டிருக்கிறாள் என்பதில் அவருக்கு வருத்தம். அவருக்குப் பையன் இல்லை என்பதைச் சொல்லி வருத்தப்பட்டுக்கொண்டே இருப்பார். ''அவன் இருந்தால் உன்னை மாதிரி வளர்ந்து இருப்பான்'' என அடிக்கடி என்னிடம் சொல்லிக்கொண்டே இருப்பார். பேசாமல் இவரைக் காக்கா பிடித்து வளர்ப்புப் பையனாக மாறி இந்த மேன்சனை எழுதி வாங்கிவிடலாம் என்றுகூட நினைத்ததுண்டு. ஒருமுறை என்னுடன் தங்கியிருந்த நண்பன், அவருடைய மூன்றாவது பெண்ணை நீ கரெக்ட் பண்ணலாமே என்றான். கோபத்தில் அவனுடைய கன்னத்தில் அறையக் கையைப் பக்கத்தில் கொண்டுபோனேன்.

நான் எப்படியோ இந்த நகரத்தில் அடையாளம் பெற்றிட வேண்டும் என மனமார அவர் வேண்டினார். இந்த முறை நான் தொடர்ச்சியாக மூன்று மாதங்களுக்கான வாடகையைத் தரவில்லை என்பதால்தான் அவருக்கு அருள் வந்துவிட்டது. அதனால்தான் பூட்டுப் போட்டு இருக்கிறார். ''துரை என்ன செய்யிறதா உத்தேசம்? பாத்துக்கிட்டிருந்த வேலையையும் விட்டாச்சு. அரசியல்வாதிகளோட சங்காத்தம் நமக்கு செட் ஆகுமா? எங்கயாவது வீடு பிடிச்சுப் போயும் தொலைய மாட்டேங்கற...'' என அவர் பாணியில் பேசிக் கொண்டிருந்தார். ஏதோ ஒரு வீராப்பில் நான் ஒரு காலத்தில் உதவிகள் செய்த சீனிவாசன் அண்ணனைப் போய்ப் பார்த்தேன்.

சீனிவாசன் அண்ணன் மெகா சீரியலுக்கு இன்னொருவருடன் சேர்ந்து வசனம் எழுதிக் கொண்டிருந்தார். என்னை அமர்க்களமாக வரவேற்றார். இரவில் எனக்குக் குடிப்பதற்குக் காசு கொடுத்துவிட்டு, வெளியில் தனியாகப் போய் குடித்துவிட்டு வரச் சொன்னார். நான் தயங்கியபோது, விடாப்பிடியாய் வெளியே தள்ளினார். அவருடைய நண்பருக்குப் பிடிக்காது என என் முகத்திற்கு நேராகவே சொன்னார். நான் புரிந்து கொண்டேன். நான் திரும்பப் போனபோது, என்னை உள்ளே உள்ள அறையில் படுக்கச் சொன்னார் அந்த நண்பர். கொஞ்ச நேரத்திற்குள் அவர்கள் மறுபடி உள்ளே குடிக்க வந்தார்கள். நான் மறுபடியும் வெளியே. அவர்கள் மறுபடியும் வெளியே குடிக்க வந்த போது, நான் எழுந்து உட்கார்ந்தேன். இருவரும் என்னைக் கண்டு கொள்ளாமல் உற்சாகமாகப் பேசிக் கொண்டிருந்தார்கள். நான் வந்திருப்பது அந்த நண்பருக்குப் பிடிக்கவில்லை என்பது நன்றாகத் தெரிந்தது. அண்ணன் என்னைப் பற்றி கொஞ்சம் உயர்வாகப் பேசியிருந்தால், இந்த மரியாதைக் குறைவு ஏற்பட்டிருந்திருக்காது. பரவாயில்லை என்று நினைத்துக் கொண்டேன்.

சீனிவாசன் அண்ணன் திடீரென என்னைப் பார்த்து, ‘‘இந்த ஷோல்டர கொஞ்சம் அமுக்கி விடேன் தம்பி’’ என்றார். நான் ஒன்றும் பேசாமல் எழுந்து போய் என் சட்டையை எடுத்துப் போட்டேன். விறுவிறு வென்று வெளியேறியபோது, அவர்கள் ஒன்றும் பேசவில்லை. நான் நினைத்திருந்தால் என்னுடைய அதிகாரத்து வட்ட நண்பர்களின் வீடுகளுக்குச் சென்றிருக்கலாம். ஆனால், அவர்கள் மத்தியில் நான் தங்க இடம் இல்லாதவனாக அலைவதைக் காட்டிக்கொள்ளக் கூடாது என்பதால்தான் மனதிற்கு நெருக்கமான இடத்திற்கு வந்தேன். நான் என்னுடைய இன்னொரு உலகத்தின் முன்னால் நிற்கக் கூச்சப் பட்டதால் எனது உலகத்திலேயே இருக்க விரும்பினேன். ஆனால், என் உலகமும் என்னைக் கடித்து வெளியே துப்புகிறது. நான் ஆட்டோ பிடித்து மேன்சன் போய்க் கதவைத் தட்டினேன். மேன்சன் பையன் சாவியைக் கையில் கொடுத்துவிட்டு, ‘‘வைரவ அண்ணன் சாப்பாடு வாங்கி வச்சுருக்காரு. எடுத்துக்கோங்க’’ என்றான்.

மறுநாள் காலை எழுந்து டீ குடிக்கப் போகும்போது, வைரவக் கோனார், வாசலில்தான் உட்கார்ந்திருந்தார். என்னைப் பார்த்தவர் ஒன்றும் பேசாமல் அமைதியாக இருந்தார். நானும் அவரைக் கண்டு கொள்ளாமல் கடந்தேன். புதிதாக அந்த வாரம் மேன்சனுக்கு வந்திருந்த மோகனை டீக்கடையில் வைத்து அறிமுகம் செய்து பழகிக் கொண்டேன். அதன் பிறகு மோகனும் நானும் நெருக்கமானோம். மோகனுக்கு 50 வயதிற்கு மேல் இருக்கும். ஆனால், 35 வயது

இளைஞனைப் போலவே இருப்பார். சின்னச் சின்ன அரசியல் தொடர்புகளை வைத்து, சின்னச் சின்ன சில்லறை வேலைகளைச் செய்து தந்து கொண்டிருந்தார். மோகன் வந்த பிறகு வாடகைத் தட்டுப்பாடு தீர்ந்தது. அவ்வப்போது அவருக்குக் கிடைக்கும் கமிஷனை வைத்து எனக்கும் சேர்த்துச் செலவழித்துக் கொண்டிருந்தார். என்னை இந்த மாதிரியான சில்லறை வேலைகளில் ஈடுபடுத்தியவரும் அவரே. சில்லறை வேலைகளுக்கு நான் ஆட்களைப் பிடித்துத் தந்ததால், என் பர்ஸில் பணப் புழக்கம் கொஞ்சம் அதிகரித்தது. ஆந்திரா மெஸ்ஸில் டபுள் ஆம்லெட்டெல்லாம் கூட வாங்கிச் சாப்பிட முடிந்தது.

அருப்புக்கோட்டை கவுன்சிலர் ஒருவரின் தொடர்பை மோகன் ஏற்படுத்தித் தந்தார். அந்தக் கவுன்சிலர் ஒரு காலத்தில் உண்மையிலேயே பழக்கத்திற்காக ஆட்களைக் கொலை செய்து கொண்டிருந்தவர். ஆனால், இப்போது பக்திப் பழமாக மாறி அந்த ஊரில் சபரிமலை குருசாமியாக இருக்கிறார். வட்டிக்குக் கொடுத்தும் வாங்கிக் கொண்டிருக்கிறார். ஊரே அவரை சாமி சாமி என்று அழைக்கிறது என ஒரு முறை என்னிடம் பெருமையாகச் சொன்னார். எப்படிண்ணே என ஒரு முறை நான் கேட்டபோது, அவர் குருசாமியாய் ஆனகதையை என்னிடமும் மற்றவர்களிடமும் சரடு விடுவது மாதிரியே சொன்னார். ஒரு முறை புலி ஒன்று அவர் முன்னர் வந்து நின்றதாம். அவர் சாமியே சரணம் அய்யப்பா என்று சொன்னவுடன் திரும்பிப் பார்க்காமல் ஓடிவிட்டதாம். போகோ சேனல் பார்க்கிற பையன் மாதிரி நினைத்து அந்தக் கதையை என்னிடம் சொல்லிக் கொண்டிருந்தார். சபரிமலை சன்னிதானத்திற்குப் பின்புறம் இருக்கிற தேவஸ்தான அறையிலேயே அமர்ந்து... வேண்டாம் சொல்லப் போவதில்லை. அப்படிப்பட்ட ஆட்களுடன் தொடர்பு வைத்திருப்பவன் நான் என்கிற விஷயம் தெரியாமல் என்னை நம்பி அப்பாவியாய் அந்தக் கதையைச் சொல்லிக் கொண்டிருந்தார். அந்தக் கவுன்சிலர் சேர்மன் ஆக முயற்சிகள் செய்து கொண்டிருந்தார். அடிக்கடி சென்னை வந்து, என்னுடைய தொடர்புகளைப் பயன்படுத்தி அந்த போஸ்டிங்கை வாங்கித் தரச் சொல்லி என்னிடம் கெஞ்சிக் கொண்டிருந்தார். அந்த போஸ்டிங்கை வாங்கித் தந்தால், எனக்கு ஐம்பது லட்சம் ரூபாய் தருவதாக வாக்களித்தார். நானும் முயற்சி செய்வதாகச் சொல்லிவிட்டு, நேரத்திற்காகக் காத்திருந்தேன்.

சேர்மன் ஆக விரும்பியவருக்கு அவரது பழைய வாழ்க்கையின் வழியாக உள்ளூரில் நிறைய எதிரிகள். அவருடைய பிரதான எதிரி ஒருவர் ஜெயிலில் இருந்தபடியே அவரைக் கொலை செய்யத்

திட்டமிட்டுக் கொண்டிருந்தார். அண்ணன் எப்போதும் பாதுகாப்புடன் அலைந்து கொண்டிருந்தார். ஜெயிலில் இருக்கும் கோஷ்டிக்கு ஒரு விநோதப் பழக்கம். தாங்கள் கொல்லக் குறி வைத்திருக்கிறவருடைய ஜாதகத்தை முதலில் கைப்பற்றுவார்கள். ஜாதகத்தை ஜோதிடர் துணையுடன் நன்றாக அலசி ஆராய்ந்து, அவனுக்குக் கெட்ட நேரம் எப்போது வருகிறது என்பதைக் கணித்து, அந்தக் காலகட்டத்தில் கொலை செய்ய ஸ்கெட்ச் போடுவார்கள். எங்களுக்கு இந்தத் தகவலை உள்ளூர்க்காரர்கள் சொன்னபோது, அதைப் பெரிதாக எடுத்துக் கொள்ள வில்லை. ஏனெனில், ஒரு முறை அந்தக் கவுன்சிலர், தன் ஜாதகப்படி தனக்கு நேரம் நன்றாக இருப்பதாகவும், அதனால் சேர்மன் பதவிக்குத் துணிந்து முயற்சிக்கலாம் என்றும் சொன்னார். ஒரு நாள் அதிகாலையில் என்னுடைய அறைக் கதவைத் தட்டிய மோகன் படபடப்புடன் சொன்னார். ''சேர்மன் அண்ணனை அந்த குரூப் போட்டுச் சாச்சிருச்சு.''

சேர்மன் ஆகாமலேயே, கவுன்சிலர் அண்ணன் செத்துப் போனதால் என் கனவு தகர்ந்தது. வேறு கட்சி என்றால், அவருக்கு வாங்கிக் கொடுத்திருக்கலாம். சைரன் வைத்த காரில் போய், உயிரைக் காப்பாற்றிக் கொண்டிருந்திருப்பார். ஆனால், அவர் சார்ந்திருந்த கட்சி ஒரு இரும்புக் கோட்டை. அந்தக் கட்சியில் சாமான்யரும் அமைச்ச ராவார். அமைச்சரும் சாமான்யர் ஆவார். அண்ணனுக்கும் சேர்மன் ஆகிற அதிர்ஷ்டம் மட்டுமல்ல, உயிர் வாழ்வதற்கான அதிஷ்டமும் இல்லாமல் போய்விட்டது. ஜோதிடம் குறித்த என்னுடைய நம்பிக்கையை இந்தச் சம்பவம் தகர்த்து எறிந்தது. உண்மையில் கவுன்சிலர் அண்ணன் அவரைப் பொறுத்தவரை நல்ல ஜோதிடரிடம் தான் தன்னுடைய ஜாதகத்தைக் கொடுத்துப் பார்த்து இருந்திருப்பார். தனக்கு நல்ல நேரம் இருப்பதாகவும் சொன்னார். அப்படியும் அவர் உயிர் ஏன் போனது? உண்மையில் இந்த விவகாரம் குறித்து நான் சுந்தர் அண்ணாவிடம் பேசவேண்டும் என்று பல முறை நினைத்திருக்கிறேன். கடைசி சந்தர்ப்பத்தில் கூட அவர் உணர்ச்சிப் பிழம்பாக இருந்ததால் அதைப் பற்றிச் சொல்லவில்லை. இப்போதுகூட சுந்தர் அண்ணா சொல்வதில் எந்த உண்மையும் இருக்காது என்பதை நிறுவுவதற்கு இந்தச் சம்பவத்தைதான் உதாரணமாக எடுத்துக் கொண்டிருக்கிறேன்.

மோகன் என்னுடைய இன்னொரு பதவிசான உலகத்திற்கு அவரை அழைத்துப் போகச் சொல்லி நச்சரித்துக் கொண்டிருந்தார். நானே அந்தக் காலகட்டத்தில் அந்த உலகத்தைப் பணத்திற்காகப் பயன் படுத்தாமல் இருந்தேன். அவரிடம் எப்படி இந்த உண்மையைச் சொல்வது? அவர்களது கார் டிரைவருக்குக் கொடுக்கிற மரியாதையைக் கூட இவருக்குக் கொடுக்க மாட்டார்கள். பிறகெப்படி இந்த உலகத்தில்,

மோகனுக்கும் கீழாகச் சுற்றிக் கொண்டிருக்கும் எனக்குக் கொடுத்தார்கள்? காரணம் சந்திரன். இப்படி யோசிக்கவே எனக்கு அச்சமாக இருந்தது.

மோகன் ஒரு முறை சந்திரனை ஒருமையில் பேசினார். என்னை வளரவிடாமல் தடுப்பதே சந்திரன்தான் என குற்றம் சாட்டினார். நான் மோகனைப் பார்த்து அமைதியாக, என்னுடைய அறையை விட்டு வெளியேறச் சொன்னேன். அதன் பிறகு மோகன் என்னுடன் பேசவே இல்லை. இல்லையில்லை. அவருடன் நான் பேசவே இல்லை. அவர் ஒரு டீலிங்கை முடித்தபோது ஆசை ஆசையாய் எனக்கு வாங்கித் தந்த மோதிரம் மட்டும் என் கையில் அப்படியே கிடந்தது.

6

கல்லூரியில் என்னைச் சந்திரன் முதன்முறையாகப் பார்த்தபோது என்னிடம் இரண்டு சட்டைகள், ஒரு பேன்ட் மட்டுமே இருந்தன. துவைத்து மாற்றி மாற்றிப் போட்டுக் கொள்வேன். என்னுடைய வகுப்பில் இருந்த பெண் பிள்ளைகள்கூட இது பற்றி பல முறை என்னிடம் விசாரித்திருக்கிறார்கள். நான் அவர்களிடம் காந்தியைப் பற்றிச் சொல்லித் தப்பித்துக் கொண்டேன். காந்தி எளிமையாக இருக்கச் சொன்னது மனதளவில் என்னைக் கவர்ந்து விட்டதென்றும் அதனால்தான் விடாப்பிடியாக இந்தப் பழக்கத்தை நான் பின்பற்றிக் கொண்டிருக்கிறேன் என்றும் கேள்வி கேட்பவர்களிடமெல்லாம் சொன்னேன். அப்போது என்னுடைய ஹாஸ்டலில் என்னோடு தங்கியிருந்த வரலாறு படிக்கும் நண்பன் ஒருவனிடமிருந்து நள்ளிரவில் சுதந்திரம் என்கிற புத்தகத்தை எடுத்து என்னோடு எப்போதும் வைத்திருப்பேன். அதில் காந்தி பற்றி நிறையச் சொல்லியிருக்கிறார்கள். அப்படியெல்லாம் என்னால் செத்தாலும் இருக்க முடியாது. ஆனால், தப்பித்துக் கொள்வதற்காக அந்தப் புத்தகத்தை என்னோடு எப்போதும் வைத்திருந்தேன். சந்திரன் அதைப் பார்த்துக் கவனித்திருப்பான் போலிருக்கிறது. எனக்கு சீனியரான அவன் என்னை அவனது அறைக்கு அழைத்தான். அமரச் சொல்லி, என் பின்புலம் பற்றி விசாரித்து, நிறைய அறிவுரைகள் சொன்னான். எப்போது

வேண்டுமானாலும், தன்னுடைய அறைக்கு வரலாம் என்றான். அவன் குறைவாகதான் பேசினான். ஆனால், நிறைவாகப் பேசினான். இங்கே கோட்டாவில் வந்திருப்பதைப் பற்றி சொன்னேன். அதை விட்டுத் தொலை என்றான்.

முதன்முறை அவனைச் சந்தித்துவிட்டு அறையை விட்டுக் கிளம்பிய போது, திடீரென்று பெயர் சொல்லி அழைத்தான். பின்னர் ஒன்று மில்லை என்று சொல்லிவிட்டு நிமிர்ந்து அமைதியாகக் கொஞ்ச நேரம் பார்த்துக் கொண்டிருந்தான். அதற்கடுத்து சிலமுறை அவனுடைய அறைக்கு அழைத்துப் பேச்சுக் கொடுத்தான். சாப்பிடுவதற்கு அவனுடைய அறையில் வைத்திருக்கும் பொருட்களை எனக்கும் கொடுத்தான். இன்னொரு முறை போனபோது எனக்கு மூன்று புதுச் சட்டைகளும் இரண்டு பேன்ட்களும் தந்தான். என்னுடைய அளவை எப்படிக் கச்சிதமாகக் கணித்தான் என்பதில் எனக்கு ஆச்சரியமே. அதற்கப்புறம் அடுத்த முறை நானாக அவனது அறைக்குப் போகிற வரை என்னை அழைக்கவே இல்லை.

அப்போதுதான் எனக்கு அந்த விஷயம் புரிந்தது. எனக்குத் துணிகள் தரவேண்டும் என்பதற்காகவே என்னைச் சகஜப்படுத்தி இருக்கிறான். ஒரு முறை என்னைப் பிடிக்கவே பிடிக்காத சீனியரான சிவா என்னைத் தேடி வந்தான். இப்போது அவன் ஒரு கட்சி ஒன்றின் இளம் மாவட்டச் செயலாளராக இருக்கிறான். என்னோடு நட்பு பாராட்ட விரும்புவதாக ஆங்கிலத்தில் சொன்னான். தமிழில் பதில் சொன்ன என்னை ஆங்கிலத்தில் பேசச் சொன்னான். தொடர்ந்து என்னுடன் நேரம் கிடைக்கும் போதெல்லாம் ஆங்கிலத்தில் உரையாடிக் கொண்டிருந் தான். அவன்தான் எனக்கு நிறைய விஷயங்களை அறிமுகப் படுத்தினான். அவனுக்கு ஒரு விநோதப் பழக்கம் இருந்தது. சென்னை அண்ணா சாலையில் இருக்கிற முர்ரே அன் கோவிற்கு மாதா மாதம் தவறாமல் போய்விடுவான். அந்தக் கம்பெனி பழைமையான பொருட் களை ஏலம் விடும் கம்பெனி. நான் எங்கள் ஊர்ப் பக்கம் மீன்களை ஏலம் விடுவதை மட்டுமே பார்த்திருக்கிறேன். பழைமையான பொருட்களை ஏலம் விடுவதை நான் பார்த்ததில்லை என்பதால் அது எனக்குப் புது விதமான அனுபவத்தைத் தந்தது. ஏலம் விட்ட பொருட்களை விற்பவர்கள் எல்லாம் கீழ் மட்டத்தைச் சேர்ந்தவர்கள் என்றுதான் நான் நினைத்துக் கொண்டிருந்தேன். ஆனால், முர்ரே அன் கோவிற்குப் போனபோது அத்தனை பேரும் அதிநவீனக் கார்களில் வந்து இறங்கினார்கள். பத்து ரூபாய் பெறுமானமுள்ள பொருட்களை ஆயிரம் ரூபாய்க்கும் மேல் விலை கொடுத்து வாங்கிக் கொண்டிருந்ததைப் பார்க்கையில் கூ கொழுப்பு என்று தோன்றியது. பணம் சம்பாதித்து

விட்டால் கொழுப்பு வந்துவிடுமோ என்று நான் நினைத்தேன். இப்போது இருக்கிற நிலையில் அது வந்துவிடும் என்றுதான் தோன்றுகிறது.

என்னையே எடுத்துக் கொள்ளுங்கள். அந்தக் கொழுப்பு என்னிடமும் இருக்கிறதா இல்லையா என்பதை இந்தக் கதையை முழுவதுமாகக் கேட்ட பிறகு சொல்லுங்கள். என்னுடைய சீனியரான சிவா இது மாதிரி ஏலம் விடும் கம்பெனி ஒன்றை ஆரம்பித்து நடத்த வேண்டும் என கனவு கண்டு கொண்டிருந்தான். ஆனால், அவனுடைய அப்பாவின் கனவு வேறு மாதிரி இருந்தது. அவர் இளம் வயதில் அரசியலுக்கு வரவேண்டும் என்று நினைத்து தோற்றுப் போயிருக்கிறார். அதனால் தன்னுடைய மகனைக் கோடிகள் செலவழித்தாவது பாராளு மன்றத்திற்கு அனுப்பிவிட வேண்டும் என துடியாய்த் துடித்துக் கொண்டிருந்தார். எப்போதாவது அவருடைய அப்பா எங்களுடைய ஹாஸ்டலுக்கு வருவார். அவனது அறையில் அமர்ந்துகொண்டு ஏதாவது டாபிக் ஒன்றைக் கொடுத்து அவனை அரசியல்வாதிபோல பேசச் சொல்லி அழகு பார்ப்பார். எனக்கென்னவோ ஏலம் விடுவதும் அரசியலும் ஒன்றுதானே என அப்போது தோன்றும். ஆனால், அதிலுள்ள கஷ்டம் இப்போதுதானே புரிகிறது. சிவாவின் அப்பா என்னையும் ஒரு முறை பேசச் சொன்னார். நான் என்னுடைய கிராம அனுபவங்களையெல்லாம் சேர்த்து வைத்துப் பின்னிப் பெடலெடுத் தேன். மகிழ்ந்து போன அவர் எனக்கு அரசியலில் பிரகாசமான வாய்ப்பு இருப்பதாக அப்போதே சொன்னார். அப்போது எனக்கு ஆயிரம் ரூபாயைப் பரிசளித்தார். எப்போது வேண்டுமானாலும் வந்து எனக்குத் தேவைப்பட்ட பணத்தை வாங்கிக் கொள்ளுமாறும் சொன்னார். அவர் அதைச் சொல்லும்போது ஒரு பரிகாச உணர்வு எழுந்து அடங்கியதைக் கவனித்தேன். நான் அதற்குப் பிறகு நிறைய கஷ்டங்களைப் பட்டிருப்பேன். ஆனால், அவரிடம் போய்க் கேட்பது என்பதை நினைத்துக்கூட பார்க்கவில்லை.

அந்தச் சம்பவத்திற்குப் பிறகு சிவா எனக்கு நெருங்கிய நண்பன் ஆனான். அப்புறம்தான் அந்த உண்மையை எனக்குச் சொன்னான். என்னுடைய ஆங்கிலத்தைத் திருத்தித் தட்டித் தருவதற்காக சந்திரன் தான் அவனை அனுப்பி வைத்திருக்கிறான். இவனுக்கு என்ன பிரச்சினை? அந்தக் கதையை இவனே பேசித் தொலையலாமே என்று எனக்கு அப்போது தோன்றியது. சந்திரனுடைய பிரச்சினையே அதுதான். அவன் சிந்திப்பான். சிலரின் மூலம் என் விஷயத்தில் அவனது சிந்தனையைச் செயல்படுத்துவான். நேரடியாக அவன் உரையாட ஏன் மறுக்கிறான், அதில் அவனுக்கு என்ன தயக்கம் என பலமுறை அந்தக் காலகட்டத்தில் நான் அது குறித்து அவனிடம் கேட்க நினைத்ததுண்டு.

ஒரு முறை என்னுடைய சீனியர்கள் சிலரோடு தகராறில் ஈடுபட்டேன். என்னோடு சில ஜூனியர்களும் சேர்ந்து கொண்டார்கள். எல்லோரும் சேர்ந்து அந்த சீனியர்களைப் போட்டுத் தாக்குவதற்காக நேரம் பார்த்துக் காத்திருந்தோம். என் பக்கம் நியாயம் இருந்தது. ஆனாலும், சந்திரன் அவனது அறைக்குக் கோபத்துடன் அழைத்தான்.

''என் மீது எந்தத் தவறும் இல்லை'' என்று தமிழில் சொன்ன என்னை ஆங்கிலத்தில் பேசு என்று அதட்டினான்.

''என் மீது எந்தத் தவறும் இல்லையே'' என்றேன் இதையே ஆங்கிலத்தில்.

''அது எனக்கு தெரியும். ஆனால், இவர்களெல்லாம் சமூகத்தில் அதிகாரம் மிக்கவர்களின் பையன்கள். இவர்களை உனது வாய்ப்பு களாகப் பார். எதிர்காலத் தொடர்புகளாகப் பார். உன்னை அவர்கள் கொண்டாட வேண்டும் என்பதைப் புரிந்து கொள்'' என்றான். சந்திரன் சொல்வதில் உள்ள நியாயம் புரிந்தது. சிவாவின் அப்பாவையே எடுத்துக் கொண்டாலும், நான் போய் நின்றால் எந்தச் சூழலிலும் எனக்கு உதவுவார் என்கிற உண்மை உறைத்தது. சிவா மாதிரியானவர்களிடம் வம்பு இழுப்பதால் சிவா அப்பா மாதிரியான ஆட்களின் தொடர்பை இழந்துவிடுவேன் என்பதும் உறைத்தது.

அவன் இப்படிச் சொன்ன பிறகு, நான் கொண்டாடப்பட வேண்டியவ னாக நடந்துகொள்ளத் துவங்கினேன். அந்த மாதிரி ஆட்களிடம் கொஞ்சம் விலகி, அதே சமயம் நல்ல தொடர்பில் இருந்தேன். என்னுடைய கஷ்டங்களை என்னுடைய ஆட்களிடம் மட்டும் பகிர்ந்து கொண்டேன். அது எனக்கு நல்ல பலனைத் தந்தது. ஒரு முறை சந்திரன் என்னை அழைத்து, ''உனக்குப் பணம் ஏதாவது வேண்டுமென்றால் என்னிடம் கேள். அவர்கள் யாரிடமும் கேட்டு விடாதே'' என்றான்.

''நான் யாரிடமும் கேட்கவில்லை'' என்று சொன்னேன். அப்போதெல்லாம் ஆங்கிலத்தில் பேசுவது எனக்குப் பிரச்சினையாக இல்லை என்பதை என்னால் பேசும்போதே கவனிக்க முடிந்தது.

''தெரியும், கேட்டு விடாதே என்றுதான் சொன்னேன். உன்னிடம் அவர்கள் நெருங்க நெருங்க பிரம்மாண்டமாய் நீ பெருகிக்கொண்டே போகவேண்டும். சீ என்று புளித்துப் போய்விடக் கூடாது. அவர்களுக்கு தான் உன்னுடைய தேவை இருந்துகொண்டே இருக்க வேண்டும் என்பதைப் புரிந்து கொள்'' என்றான்.

ஒரு முறை என் வகுப்பில் இருந்த பெண்ணொருத்தியிடம் காதலைச் சொன்னேன். அவள் முதலில் ஒத்துக் கொண்டாள். பிறகு ஒரு வாரத்தில் வேண்டாம் என்று சொல்லிவிட்டாள். அதற்கடுத்து ஒரு மாத காலம்

நான் அவள் பின்னாலேயே அலைந்தேன். கெஞ்சினேன். கதறினேன். அழுதேன். எதற்கும் அவள் மசியவில்லை. நான் எவ்வளவோ வற்புறுத்தியும் அதற்கான காரணத்தைச் சொல்லவில்லை. நான் சந்திரனிடம் போய், ''இது உன் வேலையா?'' என்றேன். உறுதியாக அவன்தான் அந்தக் காதலைக் கெடுத்து விட்டிருப்பான் என தோன்றியது.

அவன் சிரித்துக்கொண்டே சொன்னான். ''இந்த விஷயத்தில் நான் ஒன்றும் செய்யவில்லை. எனக்கு உன் காதல் விஷயமே தெரியாது. அந்தப் பெண்ணிற்கு என்ன பிரச்சினையோ? ஆனால், தெரிந்திருந் தாலும் அந்தக் காதலைத் தடுக்கவே முயற்சித்திருப்பேன்'' என்றான். நான் என்ன சளைத்தவனா என்ன? அதனாலேயே கல்லூரிக் காலம் முழுவதும் பெண்கள் விஷயங்களை சந்திரனுக்குத் தெரியாமலேயே மறைத்து வைத்தேன். அவன் கண்காணிப்பு வளையத்திலிருந்து இந்த விஷயத்தில் மட்டும் தப்பித்துக்கொண்டே இருந்தேன். ஒரு முறை சந்திரனைப் பற்றி யோசித்தேன். இப்போதும் அதே மாதிரிதான் யோசிக்கிறேன். என்னுடைய பிரச்சினையே அவன்தான். அதே சமயம் எனது காவல் தெய்வமும் அவன்தான். அவன் பறக்கத் தயாராகிக் கொண்டிருக்கிற பறவையைப் பொத்திப் பாதுகாப்பதுபோல பாதுகாத்தான். பறக்கத் தயாராகிவிட்ட பிறகும் பாதுகாத்தால் எப்படி? நான் சுதந்திரமானவன். என்னால் இப்போது மிகப் பெரிய உயரத்திற்குப் பறக்க முடியும். ஆனாலும், அவன் என்னை ஏன் தனியாகப் பறக்க அனுமதிக்கத் தயங்குகிறான். அவனைப் பொறுத்தவரை நான் தனியாகப் பறப்பதற்கான ஆள் இல்லை. வழி தவறி வேறு தேசத்தினுள் புகுந்து அல்லாடி விடுவேன் என்று நினைக்கிறான். ஆனால், உலகத்தி லிருந்து எனக்கு வரும் பல்வேறு பிரச்சினைகளை நேரிலோ, மறைமுக மாகவோ தீர்த்து வைத்தபடியே அப்போதும் இருந்தான். இப்போதும் இருக்கிறான். அவனோடு சேர்ந்து பறக்க எனக்குதான் விருப்பமில்லை. நான் பறக்க நினைக்கும் உயரம் வேறு. நான் காந்தியின் பாதையில் நடப்பதாகப் பொய்தான் சொன்னேன். தப்பிப்பதற்காகதான் சொன்னேன். நான் நினைத்தாலும் அந்தப் பாதையில் என்னால் நடை போட முடியாது. எங்களைப் போன்றவர்களுக்கு அந்தப் பாதை தேவையுமில்லை. நாங்கள் எங்களை வாட்டி வதைத்தவற்றைப் பணத்தைக் கொண்டுதான் அடிக்க வேண்டும். நாங்கள் அனுபவித்தே இராத ஒரு விஷயத்தைக் கைவிடச் சொன்னால் எப்படி? முதலில் அனுபவித்துவிடுகிறோம். அப்புறம் வந்து அதைக் கை விடும் வழிமுறைகள் எங்களுக்குச் சொல்லிக் கொடுங்கள். அப்புறம் ஆற அமர எங்களுடைய ஐம்பதாவது வயதில் அதை நாங்கள் பின்பற்றத் தயாராக இருக்கிறோம். அதை எப்படி அவனிடம் சொல்வது?

7

அந்த முதல் சந்திப்பிற்கு அடுத்து ஒரு நாள் திவ்யா என்னைப் பார்க்க வந்தாள். நான் அந்த முதல் முத்தத்திற்குப் பிறகு அவளைப் பார்க்க விரும்ப வில்லை. இருக்கிற சிக்கல்கள் போதாதென்று தேவை யில்லாத சிக்கல் எதையும் புதிதாக இழுத்துவிட்டுக் கொள்ளக்கூடாது என்பதில் தெளிவாக இருந்தேன். அப்போது நான் கடுமையான மன உளைச்சலிலும் இருந்தேன். நிறைய முயற்சிகள் பயனற்றுப் போயின. போகிற இடத்தில் எல்லாம் தோல்வியே கெக்கெலி காட்டிச் சிரித்தது. வாழ்வை மாற்றும் அந்த ஒரு சந்திப்பு தள்ளிப் போய்க்கொண்டே இருந்தது. நான் அவளைக் கிட்டதட்ட மறந்து போயிருந்த போதுதான் மறுபடியும் அழைத்தாள். அந்தச் சந்திப்பை என்னால் தவிர்த்திருக்க முடியும். ஏன் முதல் முத்தத்தைக் கூட தவிர்த்திருக்க முடியும். ரெஸ்ட் ரூம் போனால் ஒழுங்காக ஒண்ணுக் கடித்து விட்டு திரும்பி வந்திருக்கலாம்தானே? விதி வலியது. அது எனக்கு மீண்டும் நிரூபணம் ஆனது. கிழக்குக் கடற்கரைச் சாலையில் பார்ட்டி ஒன்றை நண்பன் ஏற்பாடு செய்திருந்தான். நான் ஒரு மத்திய போதையில் இருந்தபோது திவ்யாவிடமிருந்து ஃபோன் வந்தது. அந்தச் சாலையின் துவக்கத்தில் காரைப் போட்டு எனக்காகக் காத்திருப்பதாகச் சொன்னாள். நான் யாரிடமும் சொல்லிக் கொள்ளாமல், ஒரு சிகரெட்டைப்

பற்ற வைத்தபடி வெளியேறினேன். நீண்ட நேரமாக மூச்சு விடாமல் இந்தக் கதையைச் சொல்லிக் கொண்டிருக்கிறேன். இருங்கள், ப்ளீஸ்... ஒரு சிகரெட் பற்ற வைத்துக் கொள்கிறேன். மேலே சொல்கிறேன். கேளுங்கள்.

அவள் கார் நிறுத்தியிருந்த இடத்தில் ஒரு மஞ்சள் பல்பு மட்டும் எரிந்து கொண்டிருந்தது. காரின் முன் விளக்கை அணைத்துவிட்டு, அந்த மஞ்சள் விளக்கொளியில் காருக்குள் உட்கார்ந்திருந்த அவளது உருவம் மனதில் ஆழமாகப் பதிந்தது. நெற்றியில் ஒரு கையளவு முடி வந்து விழும்படியான புது விதமான சிகை அலங்காரத்தில் ஒரு மெக்ஸிகன் பொம்மைபோல இருந்தாள். காரில் ஏறிய பிறகும், நாங்கள் பேசிக் கொள்ளவில்லை. அவள் பதற்றமாகக் கைகளைக் கட்டிக்கொண்டு அமர்ந்தாள். 'ரிலாக்ஸ்' என்று சொல்லிவிட்டு அவளது கைகளை விடுவித்தபோது, என் கை என்னையறிந்தே அவள் மார்பில் பட்டது. அது அவளுக்கும் தெரிந்தே இருந்தது என்பதால் ஒன்றும் சொல்லவில்லை. அமைதியாக இருந்தாள்.

''எனக்கு போரடிக்கிறது. எதையாவது பேசேன்'' என்றாள். அதற்கடுத்து கொஞ்ச நேரம் அவளது அன்றாட நடவடிக்கைகள் பற்றிப் பேசினோம். நான் நன்றாக ஆங்கிலம் பேசுவதாக என்னைப் பாராட்டினாள். என்னைப் பேசச் சொல்லிவிட்டு, குறுக்கே அடிக்கடி புகுந்து அவள்தான் பேசிக் கொண்டிருந்தாள். அவள் மிதமான போதையில் இருந்ததை உணர முடிந்தது. ஆனால், மது குடித்ததற்கான வாசனை ஏதும் தென்படவில்லை. வேறு ஏதேனும் உட்கொண்டிருக்கிறாளா என்பதையும் கண்டறிய முடியவில்லை.

மெக்ஸிகன் பொம்மைபோல அவள் இருப்பதைச் சொன்னபோது, அவள் மனம் விட்டுச் சிரித்தாள். காரின் டிரைவர் இருக்கையில் அமர்ந்திருந்த அவள் பக்கம் நான் நன்றாகத் திரும்பி அமர்ந்தேன். என் கைகளால் அவளது பச்சைச் சட்டைப் பொத்தான்களை அவிழ்த்தேன். மஞ்சள் விளக்கொளி உறுத்தியதால், காரை வெளிச்சம் இல்லாத இடத்தில் பார்க் செய்யச் சொன்னேன். அவ்ள் காரை இயக்கும்போதும் நான் கைகளால் இயங்கிக் கொண்டிருந்தேன். காரை நிறுத்தியதும் வசதியாய் தன்னுடைய இருக்கையைப் பின்னகர்த்திக் கொண்டாள். நான் என்னுடைய கைகளை அவளது மார்பிலிருந்து விடுவித்து விட்டு அவளது முகத்தை ஏந்திப் பிடித்து அழுத்தமாக முத்தமிட்டேன். இருக்கையை முற்றிலுமாகச் சாய்த்தாள். நான் கஷ்டப்பட்டு ஏறி அவள் மேல் படுத்தேன். ஸ்டியரிங் என் பின்புறத்தில் இடித்தது. நாங்கள் மூச்சு வாங்க முத்தமிட்டுக் கொண்டோம். அந்த நிலையிலேயே கொஞ்ச நேரம் பேசிக் கொண்டிருந்தோம்.

நான் அவள் மேலிருந்து எழுந்து என் சீட்டிற்கு வந்தேன். அதை நன்றாகச் சாய்த்து மல்லாந்து படுத்துக் கொண்டேன். அவளது சீட்டிலிருந்து அவள் கஷ்டப்பட்டு ஏறி வந்து என் மீது படுத்துக் கொண்டாள். இருவரும் கட்டியணைத்தபடி, படுத்துக்கொண்டு எங்களது அறிமுகம் நிகழ்ந்த விதம் பற்றிப் பேசினோம். எந்தக் கட்டத்திலும் ஒருவருக்கு ஒருவர் உண்மையாக இருக்க வேண்டும் என்று உறுதி கொண்டோம். எங்கள் இருவருக்கும் அந்தக் கணத்தில் எந்தக் குற்றவுணர்வும் இருக்கவில்லை என்பதை இதைச் சொல்லும் போது என்னால் உணர முடிகிறது. நாங்கள் இருவரும் அந்த நள்ளிரவில் ஐஸ்க்ரீம் சாப்பிடலாம் என முடிவு செய்து, காரைக் கிளப்பிக்கொண்டு ராதாகிருஷ்ணன் சாலைக்குப் போவதென தீர்மானித்தோம். நான் கிளம்பிவிட்டேன் என நண்பர்களுக்குக் குறுஞ்செய்தி அனுப்பினேன்.

காரில் போகும்போது, என்னுடைய துக்கங்கள் பற்றிக் கேட்டுவிட்டு விரைவில் வெற்றி பெற வாழ்த்துகளைச் சொன்னாள். தனக்குப் பிடித்த சில மலையாளப் படங்களைக் குறிப்பிட்டு அதைப் பார்க்கச் சொன்னாள். பகத் ஃபாசிலைத் தனக்கு மிகவும் பிடிக்கும் என்றாள். எனக்கு அது ஆச்சரியமாக இருந்தது. அதெப்படி இந்தத் தட்டுப் பெண்களுக்கு அவரை மிகவும் பிடிக்கிறது என்கிற குழப்பம் வந்தது. வழுக்கை ஒரு பிரச்சினையாக இல்லையா என்று கேட்டேன். ஆண்மை என்பது தலைமுடியிலா இருக்கிறது என்று கேட்டாள் சிரித்தபடி. அந்தச் சமயத்தில் என் ஆண்மை எதில் இருக்கிறது என்று கேட்க ஆசையாக இருந்தது. ஆனால், கேட்கவில்லை. வேறு ஏதாவது சொல்லி விடுவாளோ என்கிற பயம்.

''என்ன ஃப்ளேவர் வேண்டும்?'' என அவள் கேட்டபோது, அவளது உதடுகளின் சுவை என்னிடம் மிச்சமிருந்தது. அந்தச் சுவையை நீட்டிக்க விரும்பினேன். ஸ்ட்ராபெர்ரி ஃப்ளேவரைத் தேர்ந்தெடுத்தேன். நாங்கள் சாலைக்கு வந்தோம். அவளது ஆடி காரில் சாய்ந்து நின்றபடி, ஐஸ்க்ரீமைச் சுவைத்தபடி நிறைய விஷயங்கள் பேசிக் கொண்டிருந்தோம். அதற்கடுத்துப் பலமுறை அதே மாதிரி ஐஸ்க்ரீமை அதே மாதிரியான நேரத்தில் சாப்பிட்டுக்கொண்டே பேசியிருக்கிறோம். நன்றாக எப்போதும் நினைவிலிருக்கும் பேச்சுக்கள் அவை. எவ்வளவு நினைவுபடுத்திப் பார்த்தாலும் துக்ககரமான விஷயங்களை மட்டும் அவள் பேசியதே இல்லை. ஒரேயொரு தடவை மட்டும் அடையாறு பாலத்திலிருந்து வேறு ஏதோவொரு காரணத்திற்காகக் குதித்து தற்கொலை செய்துகொண்ட பாடகர் ஒருவர் குறித்து திவ்யா வருத்தப்பட்டுப் பேசினாள். நானும் அவள் சொல்வதை எல்லாம் பொறுமையாகக் குறுக்கிடாமல், அந்தக் கதையைச் சொல்லும்போது கேட்டேன். என் கன்னத்தைக் கிள்ளி 'ச்சோ ஸ்வீட்' என்றாள்.

அதற்கடுத்து பலமுறை அவள் என்னிடம் இதுபோல் பேசிக்கொண்டே இருந்திருக்கிறாள். அப்போதெல்லாம், ‘இவள் பேசுவதற்காகதான் என்னைப் பார்க்க வருகிறாளோ’ என்று தோன்றும். அவள் மணிக் கணக்கில் என்னுடன் நேரிலும், நள்ளிரவு வேளைகளில் தொலை பேசியிலும் பேசியபடியே இருந்திருக்கிறாள். யாருடைய சொந்த விஷயத்திலும் மூக்கை நுழைக்க விரும்பாத என்னுடைய நண்பர்களும் ‘யாருடன் பேசிக் கொண்டிருக்கிறாய்’ என ஒரு முறை கூட கேட்டதில்லை.

௮

ஆந்திராவைச் சேர்ந்த அதிகார மட்டத்தில் இருக்கும் உயர் அதிகாரி ஒருவரை மஞ்சள் நீராட்ட வேண்டும். எல்லோரும் அவரை அழைத்துக்கொண்டு சிங்கப்பூர் போவதென ஏற்பாடு செய்தோம். என்ன நினைத்தானோ சந்திரனும் அதிசயமாய் எங்களுடன் வருவதற்கு ஒத்துக் கொண்டான். எல்லோரும் கிளம்பிப் போய் மூன்று நாட்கள் குடியும் கும்மாளமுமாக இருந்தோம். அன்றைய இரவில் எங்களுடன் வந்த அதிகாரி குடியின் உச்சத்தில் இருந்தார். அந்த பாரில் அவர் செய்த சேஷ்டைகளை வழக்கமாக வருபவர்கள் என்பதால் எல்லோரும் எங்களுக்காகப் பொறுத்துக் கொண்டார்கள். நாங்கள் அவரை பாரில் இன்னொருத்தனின் பொறுப்பில் ஒப்படைத்து விட்டு அறைக்குக் கிளம்பி வந்தோம். எப்படியும் அவரைக் கட்டித் தூக்கியாவது அறைக்கு அழைத்து வந்துவிடுவார்கள் என்கிற நம்பிக்கை எங்களுக்கு இருந்தது. தவிர அவருடன் இருந்த நண்பன் கொஞ்சம் தெளிவாகதான் இருந்தான் என்பதால் துணிந்து அவரை அவனிடம் ஒப்படைத்துவிட்டு, சந்திரனையும் என்னையும் தவிர ஆளுக்கொரு பெண்ணுடன் எல்லோரும் அறையில் புகுந்தார்கள்.

இரவில் என்னுடைய அறை தொலைபேசி ஒலித்தது. என்னவென்று விசாரித்ததில், அதிகாரியின் அறையில் இருந்து பெருஞ்சத்தம் வருவதாகவும் என்ன என்று பாருங்கள் என்றும் ஹோட்டல் மேனேஜரான

சிங்கப்பூர்க்கார லிவான் கதறினான். நான் கடுமையாகக் கதவைத் தட்டிய பிறகு அதிகாரி தள்ளாடியபடி வந்து திறந்தார். நான் உள்ளே போனபோது கைலியில் இருந்த அவர், அவருடன் இருந்தவரைப் பார்த்து அசிங்க அசிங்கமாய்த் திட்டிக் கொண்டிருந்தார். எனக்குப் புரிந்துவிட்டது. அவரை அமைதிப்படுத்தி தூங்க வைத்தேன். போதையின் அவசரத்தில் அவர் லேடிபாயைப் பெண் என்று நினைத்து அழைத்து வந்துவிட்டார். அந்த லேடிபாயைப் பார்த்துக் கூச்சல் போட்டிருக்கிறார். அதுதான் பெருஞ் சத்தத்திற்குக் காரணம். பொதுவாகவே சிங்கப்பூரில் தாய்லாந்து மற்றும் ஃபிலிப்பைன்ஸைச் சேர்ந்த லேடிபாய்கள் நடமாட்டம் அதிகம். நவீன பார்களில் அவர் களைப் பார்ப்பவர்கள் பெண்கள் என்றே நினைத்துக் கொள்வார்கள். அதிகார மட்டத்தில் இருப்பவர்களுக்கு எஸ்கார்ட் சர்வீஸ்களைச் செய்து தருபவர்களாகவும் இருப்பார்கள். அதிலும் குறிப்பாக ஃபிலிப்பைன்ஸ் நாட்டைச் சேர்ந்த லேடிபாய்களுக்கு இந்தியர்கள் என்றால் கொள்ளைப் பிரியம். அதனால்தான் தொந்தியும் தொப்பையு மாக இருந்த அந்த அதிகாரியையும் அவருக்குப் பிடித்துப் போனதோ என்னவோ? நான் அந்த லேடிபாயிடம் மன்னிப்புக் கேட்டேன். அவர் உடனடியாக நிலைமையைப் புரிந்து என்னுடைய மன்னிப்பை ஏற்றுக் கொண்டார். தனக்கு போதை போதவில்லை என்று அவர் சொன்னவுடன் அதிகாரியின் அறையிலிருந்த விஸ்கியை எடுத்து இரண்டு பேரும் அருந்தத் துவங்கினோம். அதிகாரி குப்புறப்படுத்துத் தூங்க ஆரம்பித்தார்.

நான் அவரிடம் எனக்கு ஏற்பட்ட பழைய அனுபவமொன்றைச் சொன்னேன். அப்போது கல்லூரியில் இரண்டாம் ஆண்டு படித்துக் கொண்டிருந்தேன். அந்த ஆண்டு விடுமுறையில் நான் ஊருக்குப் போக முடியாத சூழ்நிலை ஒன்று அமைந்தது. பொதுவாகவே விடுமுறை நாட்களில் ஹாஸ்டலில் தங்க முடியாது. யாரையும் அனுமதிப்ப தில்லை. ஆனால், எனக்கு வேலை இருந்ததாகச் சொல்லி வார்டனிடம் சிறப்பு அனுமதியைப் போராடிப் பெற்றேன். அவர் தயக்கத்துடன்தான் ஒத்துக் கொண்டார். ஏனெனில், இதுபோல் பல வருடங்களுக்கு முன்பு மாணவர் ஒருவர் தனியாக ஹாஸ்டலில் தங்கியிருந்தபோது தூக்கிட்டுத் தற்கொலை செய்துகொண்டார். அதிலிருந்து ஹாஸ்டலில் உத்தரத்தில் தொங்கிய மின் விசிறிகளை எல்லா அறைகளிலிருந்தும் அகற்றி விட்டனர். டேபிள் மின் விசிறியைதான் எல்லோரும் பயன்படுத்திக் கொண்டிருந்தோம். தற்கொலை செய்வது என முடிவெடுத்து விட்டால், தூக்கு மட்டும்தானா என்று நான் வார்டனிடம் கேட்டுவிட்டு, ‘‘பயப்படாதீங்க சார். நான் நாலு பேரைக் கொல்வேனே தவிர

தற்கொலையெல்லாம் பண்ணிக்கொள்ள மாட்டேன்'' என்று கிண்டலாகச் சொன்னதும் வார்டன் சிரித்துவிட்டார்.

அப்போது என்னுடைய கையில் சொற்பப் பணம் மட்டுமே இருந்தது. வாட்ச்மேன் மணி அண்ணனுக்கு என்னுடைய கதை கிட்டதட்ட தெரியும் என்பதால், எனக்கு தினமும் மதியச் சாப்பாட்டை அவருடைய வீட்டிலிருந்து கொண்டுவந்துவிடுவார். சில தினங்கள் அப்படிக் கொண்டுவந்தவர் திடீரென அதை நிறுத்திவிட்டார். என்னுடன் படித்த, ஹாஸ்டலுக்கு அருகில் வீடுடைய ஜீவா அவனுடைய வீட்டிற்குச் சில நாட்கள் அழைத்துப் போனான். அவனுடைய வீட்டில் மதியச் சாப்பாட்டை முடித்துக் கொள்வேன். ஒரு நாள் தயக்கத்துடன் ஜீவா வந்து நின்றான். பெண் பிள்ளைகள் இருக்கிற வீட்டில் அந்நிய ஆண் மகனை அனுமதிக்கக் கூடாதென அவனுடைய அப்பா சொல்லி விட்டதாகச் சொன்னான். எனக்கு அவமானமாக இருந்தது. இத்தனைக்கும் அவன் வீட்டிற்கு நான் வருவதாகச் சொல்லவே இல்லை. அவன்தான் வற்புறுத்தி என்னை அழைத்துப் போனான். ஜீவா அதற்காகப் பலமுறை என்னிடம் மன்னிப்பு கேட்டுக்கொண்டே இருந்தான். நான் பரவாயில்லை நண்பா என்று சொல்லி அவனைத் தேற்றினேன்.

எங்கள் ஹாஸ்டலிலிருந்து நடக்கிற தூரத்தில் ரயில்வே பாலத்தின் அடியில் ஒரு பீஃப் பிரியாணிக் கடை இருந்தது. நான் ஜீவா வீட்டுச் சம்பவத்திற்குப் பிறகு இரவு ஒரு வேளை மட்டுமே சாப்பிடுவது என்கிற பழக்கத்தில் இருந்தேன். அதுவும் அரை ப்ளேட் சாப்பிடுவதற்கான தொகையை மட்டுமே எடுத்துப் போவேன். இரவு 9 மணிக்குப் போய் அமர்ந்து கொள்வேன். அரை ப்ளேட் பிரியாணிக்கு கால் ப்ளேட் வெங்காயத்தை வாங்கித் தொட்டுக்கொண்டு சாப்பிடுவேன். பீஃப் எலும்புகளைக் குழம்பிலிருந்து எடுத்துக் கொடுப்பார். பசிக்கு ருசியாய் அதை நன்றாக மென்று கடித்துத் தின்றுவிட்டு வருவேன். இதை ஒரு வழக்கமாகவே வைத்திருந்தேன். நான் கடைக்குப் போகும் நேரத்தில் கூட்டம் இருந்தால், அந்தக் கடைக்காரர் என்னைக் கொஞ்ச நேரம் காத்திருக்கும்படி சொல்வார். நானும் காத்திருந்து அவர் தருவதைச் சாப்பிட்டுவிட்டு வருவேன்.

ஒரு நாள் நான் அப்படிக் காத்திருந்தபோது திருநங்கை அக்கா ஒருத்தர் கடைக்கு வந்தார். அவர் தொடர்ந்து என்னைக் கவனித்திருப்பார்போல. கடைக்காரருடன் மல்லுக்கு நின்றார். வளர்கிற பையனுக்கு கொஞ்சம் பிரியாணியைச் சேர்த்துக் கொடுத்தால் குறைந்தா போய்விடுவாய் என்று சத்தம் போட்டார். கஸ்டமர்கள் இருந்த நேரத்தில் அவர் சத்தம் போட்டுப் பேசியது எனக்கும் அவமானமாக இருந்தது. அந்தச்

சச்சரவின் இறுதியில் அந்த அக்கா இருநூறு ரூபாயை அவருடைய ஜாக்கெட்டிற்குள் இருந்து எடுத்து கடைக்காரரின் மேஜையில் போட்டுவிட்டு, வளர்கிற பையனுக்கு என்ன கேட்டாலும் கொடு என்று சொல்லிவிட்டு விறுவிறுவென்று நடந்து காணாமல் போனார். அதற்கடுத்து பல சமயங்களில் நான் அவரை ரயிலில் வைத்துப் பார்த்திருக்கிறேன். அவர் மென்மையாக என்னைப் பார்த்துப் புன்னகைப்பார். நானும் பதிலுக்குப் புன்னகைப்பேன். ஆனால், எந்தச் சமயத்திலும் என் நண்பர்கள் இருக்கும்போது என்னிடம் அவர் பேச முயன்றதே இல்லை.

இந்தக் கதையை சிங்கப்பூரில் அன்றைய இரவு அந்த லேடிபாயிடம் நான் சொன்னபோது நெகிழ்ந்துவிட்டார். உலகம் முழுக்க நாங்கள் இதுபோல் அன்பு கொண்டலைகிறோம். ஆனால் உலகம் எங்களைத் துரத்துகிறது என்றார். நான் ஒருபோதும் துரத்துவதில்லை என்றேன் அவரிடம். என்னைக் கட்டியணைத்து நன்றி சொன்னார். அவருடைய கதையை என்னிடம் சொன்னார். நாங்கள் பல விஷயங்களைப் பற்றி அன்றைய இரவு பேசிக் கொண்டிருந்தோம். அவருடைய நாடான தாய்லாந்தில் லேடிபாய்களுக்குக் கிடைக்கும் வரவேற்பு பற்றியும் மரியாதையைப் பற்றியும் என்னிடம் விளக்கிச் சொன்னார். நான் இந்தியாவில் இருக்கும் நிலையை விவரித்தபோது கலங்கிவிட்டார். தாய்லாந்தில் இவ்வளவு மரியாதை இருக்கும்போது எதற்காக சிங்கப்பூர் வந்தீர்கள் என்று கேட்டேன். எல்லோரையும் போலவே எனக்கும் ஒரு காதல் இருந்தது என்று மட்டும் சொல்லி நிறுத்திக்கொண்டார். நான் எதையும் தோண்டவில்லை. இடையிடையே மல்லாக்க போதையில் படுத்துக் கொண்டிருந்த அதிகாரியின் தொப்பையைச் செல்லமாகக் கிள்ளி விளையாடிக்கொண்டே என்னுடன் அந்தப் படுக்கையில் அமர்ந்து பேசிக் கொண்டிருந்தார் அவர். நாங்கள் விடிய விடிய குடித்தபடி பேசிக் கொண்டிருந்தோம். இடையில் விஸ்கி தீர்ந்து விட்டதால் என்னுடைய அறைக்குப் போனோம்.

அங்கு நான் ஒருவருக்குப் பரிசளிப்பதாக டல்மௌர் விஸ்கி பாட்டில் ஒன்றை வாங்கி நண்பர்கள் கண்ணில் படாமல் பதுக்கி வைத்திருந் தேன். அதை எடுத்துத் திறக்க முயன்றவனை அவர் தடுத்து நிறுத்தினார். நான் என்னுடைய கடமை இது என்று சொன்னவுடன் அதைத் திறக்க அனுமதித்தார். உன்னுடைய பசியைப் போக்கிய அந்தத் திருநங்கை அக்காவிற்கு அப்புறம் ஏதாவது செய்தாயா என்று கேட்டார். நான் இல்லையென்று சொல்லி சங்கடத்துடன் மறுத்தபோது, அதுதான் எனக்குச் செய்கிறாயே அது போதும். நாங்கள் எல்லோரும் ஒரே கடவுளின் குழந்தைகள்தான் என்றார். நானும் அவரும் அந்த டல்மௌர் விஸ்கியை ஒரே இரவில் குடித்து முடித்தோம். இடையில் என்னுடைய

நாற்காலிக்கு அருகில் அமர்ந்து என்னுடைய பாதத்தை மசாஜ் செய்துவிட்டார். நான் எவ்வளவோ மறுத்தும் அவர் கேட்டபாடில்லை. நான் போதையில் எப்போது படுத்தேன் என்பதே எனக்கு நினைவில் இல்லை. நான் மறுநாள் மாலை ஐந்து மணிக்கு எழுந்தபோது சந்திரனின் அறைக்குப் போகச் சொல்லி என்னுடன் இருந்தவர்கள் என்னை வலியுறுத்தினார்கள்.

''இதென்ன புதுப் பழக்கம்'' என்றான் சந்திரன் முகத்தைக் கடுமையாக வைத்தபடி.

''ஏன் உனக்கென்ன பிரச்சினை?'' என்று நானும் கடுமையாகவே கேட்டேன். இரவு முழுக்க சரியாகத் தூங்காததால் நான் எரிச்சலான மன நிலையில் இருந்தேன்.

''தவறு மேல் தவறு செய்து கொண்டிருக்கிறாய். ஒரு கட்டம் வரைக்கும்தான் நான் பொறுமையாக இருப்பேன்'' என்றான் சந்திரன்.

நான் அமைதியாக நின்று கொண்டிருந்தேன். அவனிடம் விளக்கிச் சொல்லலாமா என்று யோசித்துக் கொண்டிருந்தேன். ஆனால், அவன் என் விளக்கத்தையெல்லாம் கேட்கும் மன நிலையில் இல்லை என்பது புரிந்தது. அமைதியாக நின்று கொண்டிருந்தேன். கொஞ்ச நேரம் அமைதியாக என்னைப் பார்த்துக் கொண்டிருந்தவன், முகத்தைக் கடுமையாக வைத்துக்கொண்டு வெளியே போ என்றான்.

நான் பின்னர் ஒரு முறை இந்தக் கதையை மாதங்கியிடம் விரிவாக எடுத்துச் சொன்னேன். அவள் விழுந்து விழுந்து சிரித்தாள். ''ஏண்டா, அதை அவனிடம் சொல்லியிருக்கலாமே...'' என்றாள். ''அவனுக்கே அது தெரியணும் மாதங்கி'' என்றேன். இந்தக் கதையை அவனிடம் அவள் சொன்னாளா என்பது இன்று வரை எனக்குத் தெரியாது. இதில் இன்னொரு விஷயத்தைச் சொல்ல மறந்துவிட்டேன். நான் காசில்லாமல் இப்படி பிரியாணிக் கடையில் அமர்ந்து கொண்டிருந்த விஷயத்தை வாட்ச்மேன் மணி அண்ணன் சந்திரனுக்கு ஃபோன் செய்து சொல்லிவிட்டார். அவன் உடனடியாக அவனுடைய ஊரிலிருந்து அவனுடைய தொழிற்சாலையில் வேலை பார்க்கும் ஒருவரை அனுப்பியிருந்தான். அவனுடைய வீட்டிற்கு என்னை அழைத்து வர அவரை அனுப்பியிருப்பான் என்று நான் எதிர்பார்த்தேன். அவர் என்னிடம் இரண்டாயிரம் ரூபாயைக் கொடுத்தார். அந்தப் பணத்தை வைத்துதான் அந்த விடுமுறையில் வயிறார சாப்பிட்டேன்.

9

பெங்களூர் சோர்ஸ் ஒருவர், கர்நாடக அமைச்சர் ஒருவரை சந்திப்பதற்கு ஏற்பாடு செய்வதாகச் சொல்லி இருந்தார். அந்த அமைச்சரின் பையன் சென்னை கல்லூரி ஒன்றில் படித்தவன் என்பதால், இங்கிருந்து நூல் பிடித்திருந்தார். சந்திப்பதற்கு நேரத்தையும் வாங்கித் தந்தார். பெங்களூருக்கு திவ்யாவும் வந்தால் நன்றாக இருக்கும் என்று எனக்குத் தோன்றியது. அவளுடைய கணவன் தாய்லாந்திற்குச் சென்றிருக்கிறான் என்பது ஏற்கெனவே எனக்குத் தெரியும் என்பதால்தான் துணிந்து அவளை அழைத்தேன். ஆமாம், உங்களிடம் சொல்ல மறந்துவிட்டேன். மறந்துவிட்டேன் என்பதை விட மறைத்துவிட்டேன் என்று சொல்வதுதான் உண்மையாக இருக்கும். ஆரம்பத்திலேயே சொல்வதற்கு தர்ம சங்கடமாக இருந்தது. ஆமாம். திவ்யாவிற்குக் கல்யாணம் ஆகிவிட்டது. அவளுடைய கணவன் பிரபுவும் எங்களுடைய நட்பு வட்டத்தைச் சேர்ந்தவன் தான். திவ்யா வந்தால், செலவுகளைப் பார்த்துக் கொள்வாள். அதற்காகவும்தான் அவள் வரவேண்டும் என்று விரும்பினேன். திவ்யாவின் கணவன் தாய்லாந்தி லிருந்து சினிமாவில் வருவதுபோல உடனடியாகக் கிளம்பி வருவதற்கான வாய்ப்புகள் இல்லை என்பது எனக்கும் நன்றாகத் தெரியும். ஆனாலும், திவ்யாவே என்னை தைரியப்படுத்துவாள் என்பதை எதிர்பார்த்தேன்.

அதே மாதிரி அவன் திரும்பி வருவதற்கு வாய்ப்பே இல்லை என என்னை திவ்யாதான் தைரியப்படுத்தினாள்.

அவள்தான் ரயிலில் டிக்கெட் பதிவு செய்தாள். முதல் வகுப்பு ஏ.சி. கூபே பெட்டியில் டிக்கெட் புக் செய்தாள். டிக்கெட் பரிசோதகர் வந்து போன பிறகு அவள் கூபே கதவை இழுத்து மூடிவிட்டு, அதிலுள்ள சின்ன விளக்குகளைப் போட்டுவிட்டு, என் மீது பல்லிபோல் ஒட்டிக்கொண்டாள். அவ்வளவு நெருக்கத்தில், மணம் கமழ அவளை அணைத்தபடியே அதிகாலை வரை பயணம் செய்தேன். இடை யிடையில் சிகரெட் புகைப்பதற்காக மட்டும் எழுந்து போய் வந்தேன். இடையிடையே அழுத்தமாக சத்தம் வரும்படி முத்தம் கொடுத்தபடியே அந்தப் பயணத்தை முடித்தோம். நாங்கள் அன்றைக்கு உறவு கொள்ளவில்லை. அடுத்த நாளுக்காக அன்றைய இரவு தயாரானோம். மறுநாளுக்கான நெட் பிராக்டிஸ்போல அந்த இரவுப் பயணம் எங்களுக்கு அமைந்திருந்தது.

அதிகாலைக் குளிரில் நடுங்கியபடியே, ஹோட்டலை அடைந்தோம். ஹோட்டல் அறையை அவள்தான் அதற்கு முந்தைய தினம் பதிவு செய்திருந்தாள். ஹோட்டல் வரவேற்பறையில் இருந்தவன், 'ஹஸ்பெண்ட் வொய்ஃபா?' என்றான். திவ்யா, அவசரமாக இல்லை யென்று மறுத்தவுடன், அவன் உதட்டைப் பிதுக்கியபடி, அறை இல்லை என்று மறுத்தான். அவன் ஆரம்பத்திலிருந்தே எங்களை எதிர்கொண்ட விதத்திலேயே எங்களது உடல்மொழிகளை வைத்து அவன் கண்டுபிடித்துவிட்டான் என்பது எனக்குத் தெரிந்தது. அறைகளுக்காக அவர்களது கணக்கில் போட்ட தொகை உங்களது வங்கிக் கணக்கிற்கு திரும்ப வந்துவிடும் என்றான். நான் விளக்கமளிக்க முயன்றபோது, ஹோட்டல் அறையின் வாடகைக் கட்டண அட்டையை எடுத்துக் காண்பித்தான். அதில் 'கணவன் மனைவியாய் வருபவர்களுக்கு மட்டும்' என அச்சிடப்பட்டிருந்தது. எனக்குக் குழப்பமாக இருந்தது. அந்தத் தேசிய கட்சிதான் ஒழுக்கத்தை வலியுறுத்தி ஊரெல்லாம் கழுதைகளுக்குக் கட கல்யாணம் செய்து வைத்தது. அந்தக் கட்சியின் ஆட்சி மாறி புது ஆட்சி வந்த பிறகும் இந்நிலையா என நான் குழம்பிப் போனேன். ஒரு வேளை இங்குள்ள மக்கள் எல்லோரும் இதைத்தான் விரும்புகிறார்களோ என அவனிடம் கேட்க நினைத்தேன். இருந்தால் ஏதேனும் தகராறு செய்வேன் என்று நினைத்தாளோ என்னவோ என்னை இழுத்துக்கொண்டு வெளியேறினாள் திவ்யா.

நாங்கள் அந்த ஹோட்டலை விட்டு வெளியேறியபோது, திவ்யாவின் முகம் பரிதாபமாக இருந்தது. அவளை அணைத்துப் பிடித்தபோது அவளுடைய உடல் சூடாக இருந்தது. ஒரு வேளை அவள் இந்த

நேரத்தில் அவளுடைய கணவனைப் பற்றி நினைத்துக் கொண்டிருக் கலாம். அவளுடைய கணவன் எனக்கு நெருங்கிய நண்பன் இல்லை என்றாலும், நண்பன்தான். நல்லவன்தான். பணத்திற்குக் குறை வில்லை. அவனும் அழகன். என்னையெல்லாம் ஒப்பிடுகையில் அவன் பேரழகன். அவனது கும்பலே உட்கார்ந்து சாப்பிட்டாலும் தீர்ந்து விடாத அளவிற்குப் பத்துத் தலைமுறைக்குச் சொத்து இருக்கிறது. ஆனால், அவனுக்கும் இவளுக்கும் ஏன் ஒத்துப் போகாமல் போனது என்று எனக்குத் தெரியவில்லை. இத்தனைக்கும் அவனுடைய இப்போதைய பெண் தோழிகள், திவ்யாவின் கால் தூசுக்குக் கூட ஒட்டி வரமாட்டார்கள். உனக்கும் அவனுக்கும் என்னதான் பிரச்சினை என்று முதன்முறையாக திவ்யாவிடம் அழுத்தமாகக் கேட்டேன். ''அவன் என்னை அவனுடைய அம்மாவைப்போல, பணிவிடைகள் செய்ய வேண்டும் என எதிர்பார்க்கிறான்'' என்றாள். ''எனக்குக் கூட நீ கிட்டதட்ட அப்படிதானே பல நேரங்களில் பணிவிடை செய்கிறாய்'' என பதிலுக்கு நான் சொன்னபோது அதை அவள் காதில் கூட வாங்கிக் கொள்ளவில்லை.

பெங்களூரு குளிரில் நடு ரோட்டில் நின்று கொண்டிருந்த எங்களுக்கு டாக்சிக்காரர் ஒருவர் வழிகாட்டினார். அவரே மட்ட ரகமான லாட்ஜ் ஒன்றிற்கு அழைத்துச் சென்றார். திவ்யா இது மாதிரியான ஹோட்டல் களில் தங்கியிருந்திருக்கவே மாட்டாள். எனக்காகச் சகித்துக் கொண்டாள் என்றுதான் நான் நினைத்திருந்தேன். ஆனால், அந்த ஒன்றரை நாட்கள் என்னோடு சந்தோஷமாக இருந்தாள். நாங்கள் கலவிக்கொண்டே இருந்தோம். நேரம் கிடைக்கும் போதெல்லாம், சேர்ந்து குளித்தோம். சேர்ந்து உண்டோம். சேர்ந்து உறங்கினோம். சேர்ந்து குடித்தோம்.

போன வேலை எனக்கு நடக்கவில்லை. அமைச்சர் சென்னை வருகிற திட்டம் இருக்கிறதென்பதால், அங்கே வைத்துச் சந்தித்துக்கொள்ள லாம் என்று சொல்லிவிட்டார்கள். எனக்கு இது ஏமாற்றமாக அமையவில்லை. எங்கள் தொழிலில் இதெல்லாம் சகஜம்தான். திவ்யாதான் ஹோட்டல் விஷயத்தில் தான் தவறு செய்துவிட்டதாக அடிக்கடி மன்னிப்பு கேட்டுக் கொண்டிருந்தாள். நான் மறந்தும் கூட அவளது மன்னிப்பை ஊக்குவிக்கவில்லை. ஏனெனில், என்னைப் பொறுத்தவரை இதுவே அதிகம்.

பெங்களூரு சென்று திரும்பிய பிறகு ஒரு வாரம் கழித்து திவ்யாவின் கணவனிடமிருந்து எனக்கு ஃபோன் வந்தது. பெசன்ட் நகர் கே.எஃப்.சி.க்கு வரச் சொன்னான். எனக்குள் பதற்றம் மெல்ல எட்டிப் பார்த்தது. உள்ளங்கை வழக்கத்திற்கு மாறாக வியர்த்தது. என்னவாக

இருக்கும் என்கிற குழப்பம் ஒரு மனிதனுக்கு இருந்தால்கூட பரவாயில்லை. எனக்குத் தீர்மானமாகத் தெரிந்துவிட்டது. இதற்காக தான் அழைக்கிறான். அவனுக்கும் எனக்கும் பேசிக் கொள்வதற்கு வேறு விஷயங்களே இல்லை. இதற்காகதான் அழைக்கிறான் என்பது தெரிந்துவிட்ட பிறகும் போய்த்தான் ஆகவேண்டும் என்கிற கட்டாயத்தில் என்னுடைய வாழ்க்கை இருப்பதை நினைக்கையில், சங்கடமாக இருந்தது. திரும்பப் போய்விடலாமா என்றுகூட யோசித்தேன். ஆனால், அப்படிப் போக முடியாது. அவன் வாயைத் திறந்தால் நண்பர்கள் வட்டத்தில் என்னுடைய பெயர் கெட்டுவிடும். அத்துடன் என் தொடர்புகள் அறுந்துவிடும். இதைப் பிடித்து மேலேற வேண்டுமென்பதே என்னுடைய இலட்சியமாக இருந்தது. இந்தக் கூட்டத்தில், இதுபோல் விஷயங்கள் சகஜம்தான் என்றாலும், நான் செய்வதை ஏற்றுக்கொள்ள மாட்டார்கள். ஏனெனில், அவர்களின் அந்தஸ்திற்கு நிகராக நான் இன்னும் நகரவில்லை. எனக்குக் குடி வாங்கிக் கொடுப்பார்கள். கொண்டாட்டங்களுக்கு உலகமெல்லாம் அழைத்துச் செல்வார்கள். ஆனால், அவர்களது வீட்டுப் பெண்களுடன் நான் உறவு கொள்வதை அனுமதிக்கவே மாட்டார்கள். திவ்யாவை வெறும் தோழி என்றுதான் இதுவரை நினைத்துக் கொண்டிருக் கிறார்கள். அப்படியான சித்திரத்தைதான் நாங்கள் இருவரும் சேர்ந்து அவர்கள் மத்தியில் வரைந்து கொண்டிருந்தோம். இவ்வளவு சிக்கலான உறவை அவள் ஏற்படுத்திக்கொள்ள ஏன் விரும்பினாள் என்று பலமுறை அவளிடம் கேட்க நினைத்தது உண்டு. என் விஷயத்தில் அவளுக்கு என்ன பிடித்தது என்று இது வரைக்கும் தெரியவில்லை.

ஒரு முறை ''என்னிடம் உனக்குப் பிடித்தது எது?'' என்று சீரியஸாகக் கேட்டேன். ''உதடுகள்'' என்றாள் சிரித்துக்கொண்டே. அதற்குப் பிறகு இந்தக் கேள்வியை அவளிடம் நான் கேட்கவேயில்லை. அவள் விளையாட்டிற்காக இதைச் சொன்னாளா அல்லது என்னுடைய பேச்சைத் திசை திருப்புவதற்காக இவ்வாறு சொன்னாளா என்பதில் வழக்கம்போல எனக்குக் குழப்பம். அவள் இந்தப் பயணத்தில் என்னிடம் கிசுகிசுப்பாகச் சொன்ன இன்னொரு விஷயமும் என்னை உறுத்திக்கொண்டே இருந்தது. அவளது வழக்கத்தை மீறி தமிழிலேயே அதைச் சொன்னாள். ''பேசாமல் இப்படியே உன்னோடு மட்டுமே இருந்து விடலாம் என்று தோன்றுகிறது.'' இதைச் சொல்லிவிட்டு என்னுடைய முகத்தை ஏறிட்டுப் பார்த்தாள். நான் தர்ம சங்கடமாக தலையசைத்துச் சிரித்தேன்.

திவ்யாவின் கணவன் கே.எஃப்.சி. வாசலிலேயே எனக்காகக் காத்திருந்தவன், நான் போனதும் காரை நோக்கி நடந்து அதில் ஏறி

அமர்ந்தான். நானும் ஏறி அமர்ந்தவுடன் காரைக் கிளப்பினான். ''இந்தப் பாட்டு கேட்டிருக்கியா?'' என்று சொல்லிவிட்டு, அவன் அனுமதிக் காகக் காத்திருக்காமல், ஜஸ்டின் பைபரை சத்தமாக ஒலிக்க விட்டான். அந்தப் பாடகனை மட்டுமல்லாமல் அதைக் கேட்கும் அவனையும் சின்னப் பையன் என நான் நினைத்துக் கொண்டேன். உலகம் அதைத் தாண்டிப் போய் மாமாங்க காலமாகி விட்டது. அவன் இன்னும் அந்தச் சின்னப் பையனையே பிடித்துத் தொங்கிக் கொண்டிருக்கிறான் என்று பட்டது. சிறிது நேரம் கழித்து அவனே சத்தத்தைத் தரை மட்டத்திற்குக் குறைத்தான்.

''என்னோட பிரச்சினையையும் தயவுசெய்து ரெண்டு பேரும் யோசிங்க'' என்றான் திடீரென. என்ன பிரச்சினை என்ற போலிக் கேள்வியை நான் கேட்க விரும்பவில்லை என்பதால் அமைதியாய் அமர்ந்திருந்தேன். அவனே பல விஷயங்களை சம்பந்தா சம்பந்தம் இல்லாமல் பேசினான். அவனது புதிய முதலீடுகள் பற்றிச் சொன்னான். அதற்காக அவன் வைத்திருக்கும் திட்டங்கள் பற்றிச் சொன்னான். தன் கனவுகள் பற்றிச் சொன்னான். சிறிது நேரம் எதுவும் பேசாமல் அமைதியாய் காரை ஓட்டினான். திடீரென, ''இதை பெரிய பிரச்சினையாகக் கூட என்னால் ஆக்க முடியும்'' என்றான். உண்மை யிலேயே எனக்கு அந்தச் சந்திப்பில் முதன்முறையாக பயம் வந்தது. இவனால் உண்மையிலேயே இதைப் பெரிய பிரச்சினையாக ஆக்க முடியும். என்னைக் காலிசெய்து கடலில் கூட வீசமுடியும். அவர்கள் இருக்கும் நிலையைக் கெடுத்துக்கொள்ளக் கூடாதென பயப்படு கிறார்கள். அந்தப் பயம்தான் என்னைப் போன்றவர்களை வாழ வைக்கிறது. என்னை ஒரு நிமிடத்தில் அவனால் குலைத்துப் போட முடியும். ஆனால், எதற்காகத் துணிந்து தேன் கூட்டில் கையை வைத்தேன்?

கொஞ்ச நேரம் அமைதியாக வந்தவன், என்ன நினைத்தானோ, என்னுடைய முகத்தைத் திரும்பிப் பார்த்துவிட்டு நிதானமாகச் சொன்னான்.

''கெஞ்சிக் கேட்டுக்கறேன். எனக்குன்னு ஒரு அந்தஸ்து இருக்கு. சோஷியல் ஸ்டேட்டஸ் இருக்கு. தயவுசெய்து அத கெடுத்துராதீங்க.'' மூச்சு வாங்க சொல்லிவிட்டு, காரைத் திடீரென பிரேக் போட்டு நிறுத்தினான். அந்தச் செய்கைக்கு 'காரை விட்டு இறங்குடா Fucker' என்று அர்த்தம்.

அதற்கடுத்து நான் பலமுறை திவ்யாவை பார்ட்டிகளில் வைத்துச் சந்தித்திருக்கிறேன். சில சமயம் வெளியில் கூட சென்றிருக்கிறோம்.

ஆனால், இந்த விஷயத்தைப் பற்றி நான் அவளிடம் மூச்சுக் கூட விடவில்லை. ஏனெனில், எந்த விஷயத்திற்காகவும் திவ்யாவை நான் அப்போது இழக்க விரும்பவில்லை. அவளும் விரும்ப மாட்டாள். நான் இல்லாவிட்டால் அவள் திணறிப் போய்விடுவாள் என்று தோன்றியதால் இந்த விஷயத்தை அவளிடமிருந்து மறைத்து விட்டேன். அவளது கணவனும் கனவானாக நடந்து கொண்டான். ஒரு பார்ட்டியில் என்னுடன் பேச வந்த தேவை ஏற்பட்டபோது கூட அவன் தயங்காமல் பேசினான். நான்தான் கூச்சத்தில் நெளிந்து கொண்டிருந்தேன். அவன் உள்ளூர நான் நெளிந்து கொண்டிருப்பதை விரும்புவதுபோல பட்டது. ஆனால், எந்தச் சூழலிலும் அவன் என்னைக் காட்டிக் கொடுக்கவில்லை. ஆனால், வாய்ப்புக் கிடைத்தால் காட்டிக் கொடுத்துவிடுவான் என்று என் உள்மனம் சொன்னது. என்னைப் பழைய மாதிரியே நட்புகளின் மத்தியில் சகஜமாக இருக்க அனுமதித்தான் என்கிற வகையில் அவன் கனவான்தான். இதே விஷயம் என்னுடைய ஊரில் நடந்திருந்தால், அவனது தலையை வெட்டி பையில் போட்டுக் கொண்டுபோய் அவனது வீட்டு வாசலில் தொங்க விட்டுவிட்டு வந்திருப்போம். ஆனால், இங்கே அவன் எனக்கு சியர்ஸ் சொல்லிக் குடித்துக் கொண்டிருந்தான். நூலிழையில் நான் அந்தச் சூழ்நிலையில் தப்பித்தாலும், மரணக் கயிறு எப்போதும் என்னை இறுக்கக் காத்திருப்பது போலவே அப்போது தோன்றியது.

10

சொல்லி வைத்ததுபோல தொடர்ந்து இரண்டு முறை எனக்கு மலேரியா காய்ச்சல் வந்தது. அதனைத் தொடர்ந்து டெங்கு காய்ச்சலும் வந்தது. என் இத்தனை வருட வாழ்க்கையில், மிகக் கொடூரமான அவஸ்தை யான காலகட்டம் அதுவே. சந்திரனும் அப்போது கொஞ்சம் வேலைச் சிக்கலில் இருந்தான் என்பதால், மாதங்கிதான் எப்போதும் மருத்துவமனைகளுக்கு என்னை அழைத்துச் சென்று வந்தாள். நான் ஊருக்குப் போய் சிகிச்சை எடுத்துக் கொள்கிறேன் என்று அவளிடம் சொல்லிப் பார்த்தேன். அவள் முடியாதென மறுத்துவிட்டாள். தேகத்தில் ஆங்காங்கே ரத்தத் திட்டுக்கள் இருந்தன. காய்ச்சலும் இருந்தது. அடையாறில் உள்ள சிறிய மருத்துவமனை ஒன்றில் கொண்டுபோய்க் காட்டினோம். எச்சில் துப்பும்போது ரத்தம் சேர்ந்து வந்ததில் நான் பதறிவிட்டேன். மிகச் சின்ன வயதில் பார்த்த வாழ்வே மாயம் கமல்ஹாசன் மாதிரி எனக்கும் தீராத நோய் வந்துவிட்டதோ என பயந்துவிட்டேன். நான் செய்த சேட்டைகளுக்கெல்லாம் முடிவு வந்துவிட்டதோ என என்னுடைய நண்பர் களிடம் புலம்பினேன். இது டெங்குவிற்கான அறிகுறி என்பதை அந்த மருத்துவர் உடனடியாகக் கண்டு பிடித்தார். விட்டால் உடலின் உள்ளே உறுப்புகளில் ரத்தக் கசிவு ஏற்பட வாய்ப்புகள் இருப்பதாகப் பயமுறுத்தி உடனடியாக அட்மிட் ஆகச் சொன்னார்.

நான் மறுத்தபோது அந்த மருத்துவர் அதிலுள்ள பாதகங்களை அடுக்கி என்னை எச்சரித்தார்.

பணம் பிடுங்குவதற்காக மிரட்டுகிறார் என்று நினைத்து நான் எனது வீட்டிற்கு வந்துவிட்டேன். மாதங்கிதான் டெங்கு குறித்தும் ப்ளேட்லெட்ஸ்கள் குறைவதால் ஏற்படப் போகும் பாதிப்புகள் குறித்தும் இணையத்தில் படித்துவிட்டுப் பதறியடித்து உடனடியாக ஓடி வந்தாள். நான் சாக்குப் போக்கு சொல்லி மறுத்தபோது கண்டபடி என்னைத் திட்டினாள். ஒரு கட்டத்தில் கோபத்தின் உச்சிக்கே போன அவள், ''எங்கள் இருவரின் உயிரை வாங்குவதற்காகவே நீ பிறந்திருக் கிறாயா?'' என்று கேட்டபோது நான் உடனடியாக மருத்துவமனைக்கு வருவதாக ஒத்துக்கொண்டேன். மாதங்கி தன்னுடைய நண்பர்களிடம் விசாரித்தபோது அதி நவீன மருத்துவ சாதனங்கள் இருக்கும் மருத்துவமனையில்தான் சேர்க்க வேண்டும் என வலியுறுத்தினார்கள். ஏனெனில், உடலில் உள் உறுப்புகள் எந்த நேரம் வேண்டுமானாலும் ரத்தக் கசிவடையலாம் என்கிற நிலை வரும்போது பெரிய மருத்துவ மனைகளில்தான் அதைக் குணப்படுத்தும் வசதி இருக்கும் என்று சொல்லி அங்கே சேர்க்கச் சொல்லி அறிவுறுத்தினர். அதனால் சோமசுந்தரம் மருத்துவமனையில் சேர்க்கச் சொல்லிவிட்டார்கள். மாதங்கிதான் எல்லா செலவுகளையும் ஏற்றுக் கொண்டாள். என் வீட்டில் அம்மாவிடம் கொஞ்சம் பணம் கொடுத்து வைத்திருக்கிறேன் என்று நான் சொன்னதை மாதங்கி காதில் போட்டுக் கொள்ளவே யில்லை. அந்தப் பணத்தைத் தொட வேண்டாம் என்று சொல்லி விட்டாள். அவள் வீட்டில் போராடி பணம் வாங்கிக்கொண்டு வந்து செலவழித்தாள். ஏன் மாதங்கி என்று நான் கேட்டபோது, அதை விடு என்று ஒற்றை வார்த்தையில் முடித்துவிட்டாள். ஆனால், இந்த விஷயத்தில் இன்னொரு சோகமும் நடந்தது. நான் டெங்குவில் இருந்து முற்றிலும் குணமாகி என்னுடைய இடத்திற்கு வந்து கொண்டிருந்த போது தெருவெங்கும் கண்ணீர் அஞ்சலி போஸ்டர்கள் ஒட்டப் பட்டிருந்தன. என்னை முதன்முதலில் மருத்துவமனையில் சேர்க்கச் சொல்லி அவசரப்படுத்தினாரே அந்த மருத்துவர் அந்த போஸ்டர்களில் புகைப்படமாகச் சிரித்துக் கொண்டிருந்தார். எனக்குக் குறுகுறுப்பு தாங்கவில்லை. காரை அந்த மருத்துவமனைக்கு விடச் சொன்னேன். நண்பர்கள் இறங்கிப் போய் அந்தச் சிறிய மருத்துவமனையில் போய் விசாரித்தார்கள். அந்த டாக்டரும் டெங்குவால்தான் செத்துப் போயிருக்கிறார். அவருடைய மருத்துவமனையில் வசதிகள் இல்லாத தால் அவரைக் காப்பாற்ற முடியாமல் போய்விட்டது என்றார்கள். ஒரு டாக்டர் கூட இப்படி உடல் விஷயத்தில் அலட்சியமாக இருப்பார் என்பதை எனக்கு உணர வைத்த சம்பவம் அது.

நான் தீவிர சிகிச்சைப் பிரிவில் இருந்து விடுவிக்கப்பட்டு என்னுடைய இடத்திற்கு வந்த அன்று தீபாவளி. ஊரே வெடி வெடித்துக் கொண்டாடிக் கொண்டிருந்தது. வழியில் காரை நிறுத்தச் சொன்ன மாதங்கி லீவைஸ் ஸ்டோருக்குள் புகுந்தாள். எனக்குப் பிடித்த கலரில் புத்தம் புது சட்டை ஒன்றை எடுத்து வந்து காரில் இருந்தபடியே அதைப் போட்டுக்கொள்ளச் சொன்னாள். நான் வெட்கப்பட்டபோது, போட்டுத் தொலை என்று தலையில் அடித்துக்கொண்டு சிரித்தாள். ''மட்டன் சுக்கா மட்டும் வாங்கித் தந்து விட்டாயானால், தீபாவளி கொண்டாட்டம் முடிவுக்கு வந்துவிடும்'' என்றேன். ''வாங்கித் தருவேன். ஆனால், உனக்கும் கண்ணீர் அஞ்சலி போஸ்டர் ஒட்ட வேண்டியிருக்கும், பரவாயில்லையா?'' என்று கேட்டுவிட்டுச் சிரித்தாள். அந்தக் காலகட்டத்தில் என்னால் வெளியே எங்கும் செல்ல இயலவில்லை. நாள் முழுக்கப் படுக்கையில் இருந்தேன். காலையில் ஏழு மணிக்கே மாதங்கி வந்து எனக்குக் கஞ்சி கொண்டுவந்து தந்துவிட்டு வேலைக்குப் போவாள். வேலை முடித்துவிட்டு வரும் போது சங்கீதாவில் இட்லி வாங்கிக் கொடுத்துவிட்டுப் போவாள். மதியம் சாப்பிடுவதற்கென்று அம்மா நானாவில் இருந்து பிஸ்கெட்டு களும் ப்ரெட்டும் இரண்டு நாளைக்கொரு முறை வாங்கிக் கொடுத்து விடுவாள். வாரத்தில் இரண்டு நாள் லீவு போட்டுவிட்டு என்னை மருத்துவமனைகளுக்கும் இன்ன பிற டெஸ்ட்களுக்கும் அழைத்துப் போவாள். தீபாவளி அன்று என்னை டிஸ்சார்ஜ் செய்யும்போதே, 'இரண்டு நாளுக்கு ஒரு முறை ப்ளேட்லெட்ஸ் எண்ணிக்கையை ரத்தப் பரிசோதனை மூலம் தெரிந்துகொள்ள வேண்டும். கூட வேண்டுமே தவிர குறையவே கூடாது. அப்படிக் குறைந்தால் பெரிய பாதிப்புகள் ஏற்பட்டுவிடும்' என அந்த மருத்துவர் எச்சரித்திருந்தார். அதனால் என்னை மருத்துவமனைகளுக்கு அழைத்துப் போய் பரிசோதிப்பதை ஒரு வேள்வி மாதிரி செய்து கொண்டிருந்தாள் மாதங்கி. சந்திரன் என்னை ஒரு முறை நான் மயக்கத்தில் இருந்தபோது வந்து பார்த்துவிட்டுச் சென்றதாகச் சொன்னாள். நான் மாதங்கியிடம் மறுபடியும் அவன் வருவானா என்பது குறித்து அடிக்கடி கேட்கும் போதெல்லாம், ''ஏன் நான் வந்தால் போதாதா? நானும் அவனும் வேறு வேறா?'' என்று கேட்டு வாயடைத்துவிடுவாள். அவள் கடைசி வரை என் நோய் குறித்து என்னுடைய அம்மாவிடம் சொல்லக் கூடாதென மறுத்துவிட்டாள். அதுவும் சரிதான். அம்மா வந்து மருத்துவமனையிலுள்ள என்னுடைய அறை வாசலில் வந்து ஒப்பாரி வைக்கும். அந்த மருத்துவமனை வளாகத்தில் இருப்பவர்கள் எல்லாம் பையன் செத்துவிட்டான்போல பாவம் என்று நினைத்துக் கொள்வார்கள். அம்மாவை வரச் சொல்ல வேண்டாமென மாதங்கி சரியாகதான் கணித்திருக்கிறாள்.

அப்போது நான் சந்திரன் மறுபடி வருவானா என்கிற கேள்வியை நிறுத்திக் கொண்டிருந்தேன். இடையில் 'டெஸ்ட்டுக்குப் போயிருந்த அன்று வர முடியவில்லை. புரிந்துகொள்வாய் என்று நினைக்கிறேன். சீக்கிரம் குணமாகி வா' என்று திவ்யாவிடமிருந்து குறுஞ்செய்தி வந்தது. மாதங்கி எப்போதும் என்னுடனே இருந்து கொண்டிருக்கிறாள் என்பது திவ்யாவிற்கு நன்றாகத் தெரியும் என்பதால்தான் குறுஞ்செய்தி அனுப்பியிருக்கிறாள் என்று நினைத்துக் கொண்டான். அவள்தான் மாதங்கிக்கும் தோழியாயிற்றே! ஆஸ்பத்திரியின் படிக்கட்டுகளில்கூட என்னால் இறங்கி நடந்து வர முடியவில்லை. அந்த அளவிற்கு நான் பலவீனப்பட்டு இருந்தேன். மருத்துவமனை வாசம் நல்ல ஒரு ஆசிரியன் என சும்மாவா சொல்லி வைத்தார்கள்... எவனோ அனுபவித்தவன்தான் இதைச் சொல்லியிருக்க வேண்டும். நான் தீவிர சிகிச்சைப் பிரிவில் படுக்கையில் அனுமதிக்கப்பட்டிருந்தபோது என்னுடைய இடது பக்கம் ஒரு தாத்தாவும் வலது பக்கம் ஒரு சிறுவனும் அனுமதிக்கப்பட்டிருந்தனர்.

இரண்டு பேருக்கும் என்ன வியாதி என்று தெரியவில்லை. தாத்தா என்னுடன் பேசவே மாட்டார். இரவுகளில் அவனுடைய படுக்கையில் படுத்தபடி அந்தச் சிறுவன் என்னிடம் பேசிக்கொண்டே இருப்பான். 'அண்ணே, எப்பண்ணே எனக்கு சரியாகும். வலி உயிர் போகுதண்ணே. தூக்க மருந்து குடுக்கச் சொல்லுங்கண்ணே' என புலம்பிக்கொண்டே இருப்பான். வலியால் துடிப்பான். சீக்கிரம் சரியாகிவிடும் தம்பி என அவனைத் தேற்றிக்கொண்டே இருப்பேன். ஒரு முறை சிஸ்டர் ஒருத்தரிடம் பணம் தருகிறேன் என்று சொல்லி இரண்டு பேருக்கும் தூக்க மருந்து கொடுக்கச் சொல்லிக் கேட்டேன். அந்த சிஸ்டர் டாக்டரிடம் போய்ச் சொல்லிவிட்டது. டாக்டர் வந்து நின்று நீங்கள் என்ன தொழில் பார்க்கிறீர்கள் என்று கேட்டார். நான் அரசியலில் இருப்பதாகச் சொன்னேன். ''அதானே பார்த்தேன். தூக்க மருந்து போடுவதற்காக லஞ்சம் தருகிறேன் என்று சொன்னீர்களாமே...'' என்று சொல்லிவிட்டு எங்கள் இருவருக்கும் தூக்க மருந்து போடச் சொல்லிப் பணித்தார். ''பணத்தை செக்காகத் தரவேண்டுமா அல்லது கேஷாகத் தரவேண்டுமா?'' என்று நான் கேட்டபோது அந்த இளம் டாக்டர் 'குறும்பு' என சொல்லிவிட்டு நகர்ந்தார். மாதங்கி வந்தவுடன் அந்த சிஸ்டர் இந்த விஷயத்தைப் போட்டுக் கொடுத்துவிட்டது. மாதங்கியும் அதை நல்ல விதமாகவே அந்தச் சந்தர்ப்பத்தில் எடுத்துக் கொண்டாள். ''நீ இருக்கியே... உன்னை என்ன சொல்றதுன்னே தெரியலை. தப்போ சரியோ, பணம் இருந்தால் எல்லா விஷயத்தையும் வாங்கிரலாம்னு நினைக்கிற உன்னுடைய கான்ஃபிடண்ட பாராட்டிதான் ஆகணும்'' என்றாள் சிரித்துக்கொண்டே. கடவுளே! இதை மட்டும் அவள்

சந்திரனிடம் போய்ச் சொல்லிவிடக் கூடாது. ஒரு வேளை அவன் என்னைப் பார்க்க வந்தால், இது குறித்து அவன் அடிக்கும் சிற்றுரையை என்னால் கேட்கவே முடியாது என்று நினைத்துக் கொண்டேன். நான் டிஸ்சார்ஜ் ஆவதற்கு மூன்று நாட்களுக்கு முன்பு அந்தத் தாத்தா செத்துப் போய்விட்டார். செத்துப் போன அந்தத் தாத்தாவை திரையை விலக்கி நான் பார்த்தபோது சிஸ்டர்கள் மீண்டும் திரையை மூடினார்கள். அந்தப் பிணத்தின் அருகில் நின்று அவர்கள் பேசியதை அப்படியே நான் சொன்னால் நீங்களெல்லாம் கொதித்து எழுந்துவிடுவீர்கள். அத்தனையும் மட்ட ரகம். அவர்கள் அந்தப் பிணத்தை வைத்துக் கொண்டு ஏதோ ஒரு படத்தில் வருவதைப்போல பணம் கட்டி முடிக்கிற வரைக்கும் நாடகம் நடத்திக் கொண்டிருந்ததை நான் என் கண்ணாரப் பார்த்தேன். இது சத்தியம். கிட்டதட்ட எட்டு மணி நேரத்திற்குப் பிறகே அந்தத் தாத்தா இறந்த விஷயத்தை அவரது குடும்பத்தினருக்குத் தெரிவித்தார்கள். அந்தப் பையன் நிச்சயம் செத்திருக்க மாட்டான். சின்ன வயதில் என்னிடம் இருந்ததைப் போலவான மன உறுதி அந்தப் பையனிடமும் இருந்ததை நான் பார்த்தேன். அவன் வருவான். கிளம்பி வருவான். என்னைப்போல ஒரு நாள் கிளம்பி வருவான்.

என்னுடைய நண்பர்கள் சிலர் மட்டும் குறுஞ்செய்தி அனுப்பி நலம் விசாரித்துக்கொண்டு இருந்தனர். ஒரு முறை ரத்தப் பரிசோதனைக்குப் போய்விட்டு ஒவ்வொரு படியாய்த் தட்டுத் தடுமாறி நடந்து வந்து கொண்டிருந்த என்னை மாதங்கிதான் கிட்டதட்ட தூக்கிக்கொண்டு வந்தாள். நான் 'ஸாரி ஸாரி ஸாரி' என சொல்லிக்கொண்டே இருந்தேன். அவளும் பதிலுக்கு 'இட்ஸ் ஓகே, இட்ஸ் ஓகே' என சொல்லிக் கொண்டே இருந்தாள். குழந்தையைப்போல என்னைத் தூக்கிக் கொண்டு வரும் அவளுக்கு மட்டும் திவ்யா பற்றித் தெரிந்தால் எப்படிச் சமாளிப்பது என்று யோசித்தேன். மருத்துவமனையில் இருந்து மேன்சனுக்கு வருகிற வழியில் சிறுநீர் அவசரமாக வருகிறதென்று சொன்னவுடன் ஆட்டோவை நிறுத்தி, நான் சாலையோரத்தில் சிறுநீர் கழித்து முடிக்கிற வரை காத்திருந்த இவளுக்கு மட்டும் திவ்யா விஷயம் தெரிந்தால் கொன்றே போடுவாள் என்று தோன்றியது.

11

“எங்கே இத்தனை நாள் காணாமல் போய்விட்டாய் மச்சான்” என்றாள் திவ்யா. திவ்யா என்னை விட இரண்டு வயது மூத்தவள். திருமணமாகியும் குழந்தைகள் இல்லை அவளுக்கு. நல்ல மூடில் இருந்தால், சில சமயம் மச்சான் என்பாள். சில சமயம் பேபி என்பாள். என்னை எல்லா வகைகளிலும் அவள் மட்டுமே மரியாதையாக நடத்தியதாக எனக்குத் தோன்றியது. படுக்கையில் கூட, எனக்குப் பிடித்ததைதான் செய்வாள். வேறு மாதிரியாக ஏதாவது செய்ய அவள் ஆசைப்பட்டால், என்னிடம் மென்மையாக அனுமதி கேட்பாள். எந்தச் சட்டை போட்டால் எனக்கு நன்றாக இருக்கும் என்பதைக்கூட மென்மையாகதான் சொல்வாள்.

அவள் என்றைக்குமே என்னிடம் கோபித்துக் கொண்டதில்லை. ஆனால், ஒரே ஒரு முறை மட்டும் என்னிடம் கோபித்துக்கொண்டு ஒரு வார காலம் பேசாமல் இருந்தாள். காரணம் வேறொன்றுமில்லை. ஒரு சின்ன வேலையை முடித்துக் கொடுத்ததற்காக, அவளது கணவனிடமிருந்து 25,000 ரூபாய் பணத்தை வாங்கியதற்காகக் கோபித்துக் கெண்டாள். ‘ஒரு பணி மாற்றல் முடித்துக் கொடுக்கும் விஷயமாக ஒரு உதவி வேண்டும். என்னால் இந்த மாதிரியான காரியங்களில் இறங்க முடியாது. உதவ முடியுமா?’ என்று கேட்டான். உண்மைதான். அவன் இருக்கும் இடம் இது மாதிரியான

வேலைகள் செய்வதற்கு எதிரானது. அதற்காகவும் கூடதான் என்னை மாதிரியான ஆட்களை வைத்திருக்கிறார்கள். அந்த வேலையும் முடிய வேண்டும். அவர்களின் பெயரும் கெடக் கூடாது. ஆகவேதான் அந்த வேலையை திவ்யாவின் கணவன் என்னிடம் ஒப்படைத்தான். எனக்கும் அப்போது ஊருக்கு அவசரமாகப் பணம் அனுப்ப வேண்டியிருந்தது என்பதால் அவன் சொன்ன வேலையை முடித்துக் கொடுத்தேன். அந்த வேலையை அவன் என்னிடம் ஒப்படைக்கும்போது கூட திவ்யாவின் கோணத்தில் நான் யோசிக்கவேயில்லை. அதனால்கூட அவள் அதிகமாகக் கோபப்பட்டாள். அவள் கோபப்பட்டதும்கூட நியாயமாக தான் என்பது பின்னர்தான் உறைத்தது. ஃபோனில் அழைத்து விஷயத்தை உறுதிப்படுத்திக்கொண்டு 'வெக்கமா இல்ல' என்று சொல்லிவிட்டு அழைப்பைத் துண்டித்துவிட்டாள். நான் எப்போதும் அவளைத் தொலைபேசியில் அழைப்பதில்லை. அவளது அழைப்பிற் காகக் காத்திருப்பேன். அவ்வளவுதான். அந்த முறையும் காத்திருந்தேன்.

அவள் எதற்காக, வெட்கமாக இல்லையா என்று கேட்டாள் என்பது நிதர்சனமாக எனக்குப் புரிந்தது. இவ்வளவு விளக்கிச் சொன்ன பிறகு இதைக் கேட்டுக் கொண்டிருக்கும் உங்களுக்கும் புரிந்திருக்கும். அவள் ஒரு வாரம் கழித்து என்னை அழைத்தபோது, இருவருமே அந்த விஷயம் குறித்துப் பேசிக் கொள்ளவில்லை. உற்சாகமாய் எனக்குச் சட்டைகள் எடுத்துக்கொண்டு வந்து தந்தாள். என் அளவு குறித்து அவள் கவலை கொள்ளத் தேவையில்லை. அவளது கணவனுக்கு எடுத்தால், எனக்கு எடுத்த மாதிரி. எனக்கு எடுத்தால் அவளது கணவனுக்கு எடுத்த மாதிரி. ''இருக்கிறவரை சந்தோஷமாக இருந்துவிட்டு செத்துப் போய்விட வேண்டும்'' என்று ஒரு மாதிரியாக முகத்தைச் சாய்த்து வைத்துக் கொண்டு அவள் சொன்னபோது எனக்கு முதன்முறையாக அவளுடைய அந்தத் தோற்றம் பிடிக்காமல் போனது. யாரையோ இது மாதிரியான தோற்றத்தில் இப்படியான வெளிப்பாட்டில் பார்த்திருக்கிறேன். யாரென்றுதான் தெரியவில்லை. திவ்யாவை அந்தக் கணத்தில் எனக்குப் பிடிக்காமல் போனது. கல்லூரியில் என்னுடைய ஜூனியர் ஒருத்தனுக்கு அப்படி ஒரு அனுபவம் நேர்ந்தது.

சிவகாசி பட்டாசுத் தொழிற்சாலை ஒன்றினுடைய அதிபரின் மகன் அவன். அந்தக் கல்லூரியிலேயே பேரழகியான ஒருத்தியை விரட்டி விரட்டிக் காதலித்தான். அந்தப் பெண் மத்திய தர வர்க்கத்தைச் சேர்ந்தவள். முதல் ஆண்டின் இறுதியில் அவளின் காலைப் பிடித்துக் கெஞ்சி அவனுடைய காதலை ஒத்துக்கொள்ளச் செய்துவிட்டான். இருவரும் மணிப் புறாக்களைப்போல கல்லூரி வளாகத்தினுள் சுற்றிப் பறந்தார்கள். அத்தனை பேரும் அவர்கள் இருவரது காதலையும்

ரசித்தார்கள். அவர்கள் யாரிடமும் பேசிக் கொள்வதில்லை. அவர்களுக்குள் மட்டும் பேசிக் கொண்டார்கள். கல்லூரி வளாகமே அவர்களைப் பற்றி மட்டும் பேசியது. அவர்கள் எங்கள் எல்லோருக்கும் புன்னகையைப் பரிசாக வழங்கியபடி இருந்தார்கள். அந்தப் பெண் பின்னால் அவளுடைய காதலைப் பெற அலைந்தவர்கள்கூட அவர்கள் இருவருடைய காதலையும் ரசித்தார்கள். அவர்களின் காதலுக்கு குடும்பத்தினரிடமிருந்து எதிர்ப்பு வந்திருந்தால், ஒட்டுமொத்தக் கல்லூரியே அவர்களுக்கு ஆதரவாகத் திரண்டு வந்திருக்கும். அவர்கள் இருவரின் காதல் பிரச்சினையை தமிழ்நாட்டின் முக்கியமான பிரச்சினையாக மாற்றியிருப்போம்.

முதல் ஆண்டு முடித்து இரண்டாமாண்டு துவங்கியபோது என்னுடைய ஜூனியர் கல்லூரிக்கு வரவில்லை. அவள் எங்கள் எல்லோரிடமும் வந்து அழுதாள். நாங்கள் கடுமையாக முயன்று அவனை அவனது சொந்த ஊரில் இருந்து அமுக்கிக் கொண்டுவந்து, சென்னையில் கிடத்தினோம். அவனைச் சரக்கில் குளிக்க வைத்தோம். போதையின் உச்சத்தில் இருந்த அவனைப் பேச வைத்தபோது, அவனுக்கு அவளைப் பிடிக்காமல் போனதற்கான காரணத்தை அவன் சொன்னபோது உறைந்து போனோம். இதைக் கேட்டால், நீங்கள் கூட உறைந்து போவீர்கள். முதலாண்டு விடுமுறையில் அவன் சென்னைக்கு வந்து அவளோடு சேர்ந்து ஊர் சுற்றி இருக்கிறான். எந்த ஹோட்டலுக்கு அவளை அழைத்துப் போனான் என்பதை மட்டும் அந்த போதையிலும் அவன் சொல்லவில்லை. அப்புறம் என்னதான் சொன்னான்? ''அவ உள்ளங்கை சொரசொரப்பாக இருந்தது சீனியர்'' என்று சொல்லிவிட்டு தலையைத் தொங்கப் போட்டுக்கொண்டான். அதற்கப்புறம் அவர்கள் படித்த இரண்டாண்டுகள் அவர்கள் தங்களுக்குள் பேசிக் கொள்ள வில்லை. வழக்கம்போல அவர்களைப் பற்றி நாங்கள் பேசிக் கொண்டிருந்தோம். அவளை தேவதை மாதிரி மனதுக்குள் கற்பனை பண்ணியதெல்லாம் சரிதான். தேவதைகளும் துணி துவைக்க வேண்டும். தேவதைகளும் பாத்திரம் தேய்க்க வேண்டும். தேவதைகளும் டாய்லெட் போகவேண்டும். தேவதைகளும் வழக்க மான பெண்களைப் போலதானே அமர்ந்து சிறுநீர் கழிப்பார்கள். இல்லையா? அது அவனுக்குப் புரியவில்லை. சிண்ட்ரெல்லாக்களை சிண்ட்ரெல்லாக்கள் மாதிரியே பார்த்துவிட்டான். சின்னப் பையன். டாய்ஸ் வைத்து விளையாடுகிற பையன்களையெல்லாம் கல்லூரிக்கு அனுப்பினால் வேறு என்னதான் செய்வார்கள்?

கல்லூரி முடித்து பத்தாண்டுகள் கழித்தும், என் ஜூனியரின் மனநிலைபோல எனக்கு வாய்க்குமா என்ன? ஒரு முறை நானும்

திவ்யாவும் சேர்ந்து குளித்துக் கொண்டிருந்தபோது, அவள் சிரித்த விதம், ஒரு விஷயத்தைச் சொன்ன விதம் எனக்குள் குமட்டல் போன்ற உணர்வை அந்தக் கணத்தில் ஏற்படுத்தியது. எனக்குள் உருவான அந்த மனநிலையை அவளிடம் வெளிப்படையாகச் சொன்னேன்.

எனக்கு பாடி வாஷைப் பூசிக் கொண்டிருந்த அவள், அப்படிப் பூசுவதை நிறுத்திவிட்டு, ''உன் அடியாழத்தில் உனக்கு நான் போரடிக்க ஆரம்பித்துவிட்டேன். அப்படி ஒரு ஐடியா இருந்தால் அதைப் புதைத்து விடு. உன்னைக் கொன்றே விடுவேன்'' என்றாள். அன்றைய பொழுதில், எல்லாப் பொழுதுகளிலும் என்ன செய்வோமோ அதையே செய்தோம். ஆனால், அந்தப் பொழுது எங்களுக்குள் ரசிக்கவில்லை. வழக்கமாக தாலியைக் கழற்றி வைப்பாள். அவள் தாலி போடுவாள் என்பதே ஆரம்பத்தில் எனக்கு ஆச்சரியமாக இருந்தது. அதைப் பற்றி ஒரு நாளும் கேட்டதில்லை. தாலி என்றதும் எனக்கு ஒரு விஷயம் நினைவிற்கு வருகிறது.

மிகப் பெரிய நகைக் கடை அதிபரின் மனைவி ஒருவர் ரெகுலராக பார்ட்டிக்கு வருவார். எங்களது வட்டத்தில் அல்லாத ஆனால் தெரிந்த நண்பன் ஒருத்தனுடன் அவருக்குப் பழக்கம் ஏற்பட்டது. ஒரு நாள் இரவு அவருடன் இருந்துவிட்டு வரும்போது, அந்தக் கில்லாடி நண்பன் தாலிக் கொடியை லவட்டிக்கொண்டு வந்துவிட்டான். இப்படி அவன் செய்வது இரண்டாவது முறை. முதல் முறை இப்படிதான் ஒரு பெண்ணினுடைய கைப்பையை அடித்துக்கொண்டு வந்துவிட்டான். அந்தப் பெண் அதைப் பெரிய விஷயம் ஆக்காமல் விட்டுவிட்டார். ஆனால், இந்த முறை அப்படி விடமுடியுமா? புனிதமான தாலிக் கொடி ஆயிற்றே? கீழே கிடக்கிற வரைதான் அதற்குப் பெயர் கயிறு. அதுவே கழுத்தில் கிடந்தால் தாலி, புனிதத்தைக் காப்பாற்ற வேண்டாமா? அதுவுமில்லாமல் அந்த நகைக் கடையில் அந்த அம்மாளுக்கென்றே பிரத்யேகமாகத் தயாரிக்கப்பட்டது அது. அதைப்போல வேறொரு டிசைனைத் தேடியலைந்துதான் வாங்க வேண்டும். கிடைப்பதற்கும் உத்தரவாதம் கிடையாது. அந்த அம்மாள் பதறிப் போய்விட்டார். மறுநாள் எல்லோருடைய காலைப் பிடித்தும் கெஞ்சித் தள்ளிவிட்டார். நாங்கள் எல்லோரும் சேர்ந்து அவனைத் தேடிக் கண்டுபிடித்து, தாலிக் கொடியை மீட்டுக் கொடுத்தோம். பதிலுக்கு ஒரு லட்சம் ரூபாயை அந்த நண்பனின் முகத்தில் விசிறியடித்துவிட்டு, தொலைந்து போ என்றார். அதற்கடுத்து அவனை எங்களது வட்டத்திலிருந்து விலக்கினோம். அந்த அம்மாளை நாங்கள் அதற்குப் பிறகும் மரியாதையாக நடத்தினோம். அவர் போதையின் உச்சத்தில் இருந்தால், என் மகனே என்று அழைத்து என் கன்னத்தில் மென்மையாக முத்தம் கொடுப்பார்.

அந்த அம்மாளுக்கு இருந்த மாதிரி, தாலி மீது பக்தி திவ்யாவிற்கு இருக்கும் என்று தோன்றவில்லை. ஆனால், அன்றைய பொழுது, அவள் வழக்கத்திற்கு மாறாகத் தாலிக் கொடியை என்னுடன் இருக்கும் போதும் அணிந்திருந்தாள். ''சந்திரன் — மாதங்கி இருவரைப் பற்றி என்ன நினைக்கிறாய்?'' என்றேன் சகஜமாக. நான் சாதாரணமாகப் பேச்சு வளர்ப்பதற்காகதான் அவளிடம் இந்தக் கேள்வியைக் கேட்டேன். ''மரியாதை இல்லாத இடத்தில் மரியாதையானவர்களைப் பற்றிப் பேசாதே'' என்றாள். எனக்குச் சுருக்கென்று இருந்தது. அவளிடம் அதற்குப் பிறகு எனக்குப் பேசப் பிடிக்கவில்லை. அது திவ்யாவிற்கும் தெரிந்தே இருந்தது. அதற்கடுத்து பலமுறை நாங்கள் சந்தித்துக் கொண்டோம். சில முறை என்னை அழைத்துப் போய் எனக்குத் தேவையான பொருட்களை வாங்கித் தந்தாள். சில பேச்சு வார்த்தைகளுக்குப் போகும்போது எனக்கு பிளேஷர் தேவைப்பட்டது. நல்ல ஊதா கலரில் அவள் எனக்கொரு பார்க் அவென்யூ பிளேஷரை வாங்கித் தந்தாள். என்னுடைய நிறத்திற்கு அது எடுப்பாக இருந்தது. பிளேஷரைப் போட்டு நடக்கும்போது எவ்வாறு நடக்க வேண்டுமென எனக்கு வகுப்பெடுத்தாள். வயிற்றைத் தள்ளிக் கொண்டிருப்பவர்கள் பிளேஷர் போட்டு நடமாடுவதைப் பொதுவாகவே என்னிடம் கிண்டலாகச் சுட்டிக் காட்டுவாள். அதனாலேயே என்னுடைய சின்னத் தொப்பையை மறைப்பதற்காக நான் ஜாக்கிங் போய்க் கொண்டிருந்தேன். அவள்தான் என்னை ஜாக்கிங் போகாதே, வாக்கிங் மட்டும் போ என்று வலியுறுத்தினாள். ஏன் என்று கேட்டதற்கு, சமீபத்திய ஆய்வுகள் ஜாக்கிங் போவதைவிட வாக்கிங் போவதுதான் நல்லது என்று சொல்கின்றனவாம். அதைச் சொல்லிவிட்டு தினந்தோறும் தவற விடாமல் வாக்கிங் போவதை வலியுறுத்தினாள். வாக்கிங் போய்க் கொண்டிருக்கிறேன் என்று சொன்னால் உடனடியாக தொலைபேசி அழைப்பைத் துண்டித்துவிடுவாள். பிறகு ஒரு மணி நேரம் கழித்துதான் அழைப்பாள். ஒவ்வொரு முறை சந்திக்கும்போதும் என்னுடைய வயிற்றைத் தடவிப் பார்ப்பாள். உடற் பயிற்சியினால் என்னுடலில் ஏற்படும் மாற்றங்களை வெகுவாக ரசித்தாள். நான் என்னுடைய உடலில் கொண்டுவந்த மாற்றங்களை அடுத்துதான் எனக்கு பிளேஷரை வாங்கித் தந்தாள். ஒரு முறை பிளேஷரை அணிந்து அவளை அணைத்தபடி நான் நடை பழகிக் கொண்டிருந்தபோது மீண்டும் அந்தக் கேள்வியைக் கேட்டேன். ''சந்திரனைப் பற்றியும் மாதங்கியைப் பற்றியும் என்ன நினைக்கிறாய்?'' என்றேன். இந்த முறை நிதானமாகச் சொன்னாள். ''முதல் முறை நீ கேள்வி கேட்டபோது நான் சொன்ன பதிலை சாதாரணமாகச் சொல்லிவிட்டேன் என்று நினைத்துக் கொண்டிருக்கிறாய், போ. நான் தெரிந்தேதான் அந்த பதிலைச்

சொன்னேன். இப்போதும் சொல்கிறேன். மரியாதையானவர்களைப் பற்றி மரியாதை இல்லாத இடத்தில் பேசாதே'' என்றாள். நான் மீண்டும் சீண்டப்பட்டேன். ஆனால், இந்த முறை நான் சீண்டப்பட்டேன் என்பதை என்னுடைய விழி அசைவுகளில்கூட காட்டிக் கொள்ள வில்லை. மரியாதை இல்லாத இடத்தில் இவள் எதற்காக இருக்க வேண்டும்? எதற்காக என்னையும் இழுத்து அந்த இடத்தில் அமர வைக்க வேண்டும்? மரியாதை இல்லாத இடத்தில் உலவுவது எனக்குப் புதிதல்ல. அவளுக்கு அப்படியில்லையே? எதற்காக அவளும் சேர்ந்து இதற்குள் உழல வேண்டும்? நான் அவளிடம் கேட்க நினைத்து, கேட்பதற்குத் தைரியம் தராத கேள்விகள் இவை.

12

பாண்டியை நான் எப்போதும் வாயார தம்பி என்றுதான் அழைப்பேன். அவனும் என்னை அண்ணன் என்கிற வார்த்தைக்கு மறு வார்த்தை பேசமாட்டான். பாண்டி எங்கள் நண்பர்கள் குழாமிலிருக்கிற ஒருத்தனின் தம்பி என்பதால், எல்லோரும் அவனைப் பாசத்துடன் நடத்து வார்கள். அவனுடைய அண்ணன் எங்களோடு படிக்கும் போதே எங்களுடைய கல்லூரி அறைக்கு பாண்டி வருவான். எங்களோடு அவன் இரண்டு மாதங்கள்கூட தங்கி இருந்திருக்கிறான். அப்போதெல்லாம் இரவு அவனும் நானும் சினிமாவுக்குப் போய்விட்டு சுவர் தாண்டிக் குதித்து ஹாஸ்டலுக்குச் செல்வோம். அவனுடைய அண்ணன் ஒரு மேனா மினுக்கி. ஒரு முறை அறிமுகமில்லாத ஆட்கள் ஹாஸ்டலில் தங்கக் கூடாது என்ற சட்டம் கொண்டுவந்தார்கள். சென்னை யிலுள்ள நலவிடுதி ஒன்றில் கல்லூரிக்குச் சம்பந்தம் இல்லாதவர்கள் தங்கியிருந்திருக்கின்றனர். அருகில் இருந்த ஹோட்டல் ஒன்றில் அவர்கள் குடித்துவிட்டுத் தகராறு செய்யப் போய் அது ஒரு மிகப் பெரிய பிரச்சினை ஆகிவிட்டது. மிகப் பெரிய சாதிக் கலவரம் நடப்பதற்கான சூழல் வந்து அடங்கியது.

அதனால் எல்லாக் கல்லூரிகளின் ஹாஸ்டல்களிலும் அறிமுகம் இல்லாத நபர்கள் குறித்துக் கணக்கெடுப்பு நடந்தது. அப்போது அவனுடைய அண்ணன்

பயந்துவிட்டான். நான்தான் வார்டனிடம் என்னுடைய தம்பி என்று துணிந்து பொய் சொன்னேன். அவன் ஒரு பரிட்சைக்குப் படிக்க வந்திருக்கிறான் என்று சொல்லி அவனை ஹாஸ்டலில் தங்க வைத்தேன். அப்போதிருந்து அவனை நம்பி எந்த வேலையையும் ஒப்படைப்போம். கொடுத்த பணத்திற்குத் துல்லியமாகக் கணக்கு வைத்திருப்பான். ஒரு எட்டு ரூபாய் மட்டும் கணக்கில் இடித்தால், ஐயா சிகரெட் பிடித்திருக்கிறான் என்று அர்த்தம். நான் தெரியாமல் சரக்கை எடுத்துக்கொண்டு போய்க் கொடுப்பேன். குளியலறையில் மறைந்து நின்று குடித்துவிட்டு, அந்தச் சுவடே தெரியாமல் வலைய வருவான். அவனைக் கெடுப்பதே நான்தான் என அவனுடைய அண்ணன் சொல்லிக்கொண்டே இருப்பான். பணம் மற்றும் இதர விவகாரங்களில் அவன் துளிகூட குறை வைத்ததில்லை என்பதால் என்னுடைய இஷ்ட தம்பியாக இருந்தான். அந்த அளவிற்கு நேர்மையானவன். எப்படியாவது எங்களது தொடர்புகளைப் பயன்படுத்தி முன்னேறிவிட வேண்டுமென துடியாய்த் துடித்துக் கொண்டிருந்தான். சில விஷயங்களில் நாங்கள் தெரிந்தே அவனை அனுமதித்தோம். ஒரு முறை கொடைக்கானல் போயிருந்தபோது, என்னுடைய நண்பர்கள் ஒரு பெண்ணை அழைத்துப் போயிருந்தார்கள். பாண்டி வந்து தலையைச் சொறிந்தான். நான்தான் எல்லோரும் வெளியே போயிருந்த சமயம் பார்த்து ஒரு அரை மணி நேரம் அந்தப் பெண்ணை அவனுடைய அறைக்கு அனுப்பி வைத்தேன். அந்த அரை மணி நேரத்தில் பாவம் அவனால் என்னதான் செய்துவிட முடியும்? ஆனால், செய்தான் என்றுதான் அந்தப் பெண் என்னிடம் ரகசியமான குரலில் சொன்னாள். ஆரம்பத்தில் வறுமையான பின்புலத்தில் இருந்து வந்தவன் என்கிற தாழ்வு மனப்பான்மையில் அலைந்து கொண்டிருந்தான். ஆனால், அந்தப் பெண் விவகாரத்திற்குப் பிறகு கொஞ்சம் தன்னம்பிக்கையுடன் உலவ ஆரம்பித்தான். ஆனால், எல்லோரும் அவனைப் பழைய மாதிரியே பார்த்தார்கள். எனக்கு மட்டும்தான் அந்த வித்தியாசம் நன்றாகத் தெரிந்தது.

மற்றவர்களிடம் தாழ்வு மனப்பான்மையிலேயே இருப்பதுபோல பாவனைகள் காட்டிக் கொண்டிருந்தான். எல்லோரும் சேர்ந்து அவனை சகஜ நிலைக்குக் கொண்டுவர பாடுபட்டுக் கொண்டிருக்கும்போது அந்தத் திருடனை நான் தூரத்தில் இருந்து ரசிப்பேன். அவனது அண்ணன் மட்டும் தன் தம்பியிடம் எச்சரிக்கையாய் இருக்கும்படி எங்கள் எல்லோரையும் எச்சரித்துக் கொண்டிருந்தான். ஆனால் நாங்கள் யாரும் அதைக் காதிலேயே போட்டுக் கொள்ளவில்லை. நண்பர்கள் துணிந்து அவனை முன்னிறுத்தி பல்வேறு காரியங்களை நடத்திக் கொண்டிருந்தனர். சில கான்ட்ராக்டுகளைக் கூட அவன் பெயரில்

எடுத்து நண்பர்கள் நடத்திக் கொண்டிருந்தனர். அவன் ஒழுங்காக இருந்திருந்தால், மிகச் சிறந்த பினாமியாக இருந்திருப்பான். அவன் வாழ்க்கைத் தரம் உயர்ந்து வருவதைக் கண்கூடாக அருகிலிருந்து கவனித்தேன். அவன் என்னை விட வேகமாக முன்னேறினான். அவனை மாதிரி இருந்திருக்கலாமோ என எனக்குப் பல சமயங்களில் தோன்றுவதுண்டு.

ஒரு முறை என்னை ஒரு மட்ட ரகமான டாஸ்மாக் பார் ஒன்றிற்கு அழைத்துப் போனான். ஒரு மாற்றத்திற்கு என்று அவன் சொன்ன போதே, அவன் அடுத்த கட்டத்திற்கு மனதளவில் நகர்ந்துவிட்டான் என்பதை நான் உடனடியாகக் கணித்தேன். ஒன்றும் பேசாமல் சிரித்துக்கொண்டேன். காரில் ஏறும்போது, காலைத் தூக்கி ஓரத்தில் ஒட்டியிருந்த மண்ணைத் தட்டிவிட்டு ஏறி அமர்ந்தான். காரை அவன்தான் ஓட்டினான். காருக்குள் எனக்கு உடனடியாகப் பெயர் நினைவிற்கு வராத ஆங்கிலப் பாடல் ஒன்று ஒலித்தது. இரண்டே காட்சியில் அவன் எனக்கு அவனுக்குள் ஏற்பட்டிருந்த மாற்றத்தை உணர்த்திவிட்டான். வேறு பேச்சே நான் பேசவில்லை. அவன் என்னை உரையாட அழைக்கவில்லை என்பது எனக்கு நன்றாகப் புரிந்தது. அந்த இரவு முழுவதும் அவன் பேசுவதை மட்டுமே நான் கேட்டுக் கொண்டிருந்தேன். இடையிடையே பலமுறை அந்த மரியாதையைத் தூக்கி எறியுங்கண்ணே என திரும்பத் திரும்பச் சொல்லிக்கொண்டே இருந்தான்.

எனக்குக் கடுமையான கோபம் வந்து போனது. ஆனால், எந்தக் கட்டத்திலும் அதை நான் வெளிக்காட்டிக் கொள்ளவில்லை. எங்கள் அணியின் தலைவன் பேசும்போது எப்படிக் கேட்பேனோ, அதே சிரத்தையுடன்தான் அவன் பேசுவதையும் கேட்டேன். என்றைக்காவது அவனுடைய தயவு தேவைப்படும். அவன் ஜெயிக்க வேண்டும் என்று என் உள் மனம் உண்மையிலேயே விரும்பியது. அவன் உறுதியாக என்னைத் தாண்டிப் போவான் என்று தோன்றியது. ஆனால், அவனுடைய முட்டாள்தனங்களை நிறுத்திக் கொள்ள வேண்டும். அவன் வாய்ப்புக் கிடைத்தால் இந்த பலூனை உடைத்து விளையாடும் குழந்தைபோல அந்தக் கணத்தில் எனக்குத் தெரிந்தான். அவன் நிறையப் பேசினான். இந்தப் பேச்சே அவனை ஆபத்தில் கொண்டு போய்த் தள்ளும் என என் அனுபவம் சொல்லியது. ஆனால், அதை நான் சொன்னால், அதைக் கேட்கிற மன நிலையில் அவன் இல்லை. அவன் எதையும் அடிபட்டே கற்றுக்கொள்கிற ஆள் என்பதை அவனது ஒவ்வொரு அசைவிலும் வெளிக் காட்டிக்கொண்டே இருந்தான். அந்த இரவு பார்ட்டிக்குப் பிறகு அவன் என்னைச் சில நாட்கள்

சந்திக்கவேயில்லை. சந்தித்தாலும் தவிர்த்திருப்பேன். சின்னப் பையன் பேசுவதை எப்படிதான் அமர்ந்து கேட்டுக் கொண்டிருப்பது?

திடீரென ஒரு நாள் பதைபதைப்புடன் வந்தான் என்றாலும், கொஞ்சம் தோரணையாகதான் வந்து சந்தித்தான். ஒரு அவசரச் சிக்கலில் இருக்கிறான் என்பதை அவனுடைய பதற்றத்தை வைத்து நான் கணித்தேன். நான் கணித்ததுதான் நடந்திருக்கிறது. சின்னப் பையன் ஏதோ ஆர்வக் கோளாறில் பலூனைப் பெரிதாக ஊத முயன்று அதை உடைத்துவிட்டான். மிகப் பெரிய கோரிக்கை மனுவோடு என் முன்னால் அமர்ந்தான். பெரிய சிக்கலைதான் இழுத்துக்கொண்டு வந்திருந்தான். நேரடியாக விஷயத்திற்கு வந்துவிட்டான். அவனை நான் காப்பாற்ற வேண்டும். அவனிடம் ஒரு சிக்கல் காரணமாக எங்களுக்குத் தெரிந்த ஒரு குடும்பம் ஒரு கோடி ரூபாயை வைத்திருக்கச் சொல்லிக் கொடுத்திருக்கிறது. அந்தப் பணத்தை இவன் கடத்தி, மாட்டிக்கொள்ள மாட்டோம் என்கிற நினைப்பில் அதிலிருந்து 30 லட்சத்தை எடுத்துச் செலவழித்துவிட்டான். செலவென்றால் ஆடம்பரச் செலவில்லை. ஊருக்குக் கொஞ்சம் பணம் அனுப்பியிருக் கிறான். கொஞ்சம் குடித்திருக்கிறான். கொஞ்சம் ரூம் போட்டிருக் கிறான். கொஞ்சம் பெண்களை அறைக்கு அழைத்துப் போயிருக் கிறான். அவ்வளவுதான். வேறொன்றும் அவன் ஆடம்பரமாக செலவு செய்யவில்லை. தம்பி இருபது நாட்கள் ரசனையாகதான் வாழ்ந்திருக் கிறான். மகாபலிபுரம் பக்கத்தில் ஹோட்டல் ஒன்றில் தங்கி சென்னையில் குவிந்திருக்கிற பல தேசத்து, பல மாநிலத்துப் பெண் களை அறைக்கு வரவழைத்திருக்கிறான். அந்தப் பெண்களிடம் பணத்தை வாரி இறைத்திருக்கிறான். ஒரே நேரத்தில் மூன்று பெண்கள் என்று அவன் சொன்னபோது எனக்கு உண்மையிலேயே எழுந்து அவனை உதைக்க வேண்டும்போல இருந்தது.

நான் கோபப்பட்டு வந்தமர்ந்தபோது இருந்த அவனுடைய தோரணை காணாமல் போனது. ஒழுங்கா உட்காருடா. பிச்சுருவேன் பிச்சு என்றதும் சிறு பிள்ளைபோல் கண்ணீர் சிந்தினான். அவன் பெண்டாட்டிக்கு ஃபோனைப் போட்டுக் கொடுத்தான். பாவம் அவள். கஷ்டமான குடும்பத்தில் இருந்து இவனை நம்பி வந்தாள். அவள் கோபித்துக்கொண்டு குழந்தையைத் தூக்கிக்கொண்டு அவளுடைய வீட்டிற்கும் செல்ல முடியாத சூழலில் இருந்தாள். குடும்பத்தை எதிர்த்துக்கொண்டு இவனோடு வந்ததற்கான பலனை அனுபவித்துக் கொண்டிருந்தாள். அவள் அண்ணே என கதறி அழுதாள். பேச்சே வராத குழந்தையை என்னுடன் பேசுமாறு வலியுறுத்திக் கொண்டிருந்தாள். அது கெக்கக்கே என சத்தம் காட்டியது. என்னுடன் பேசுகிறதாம்.

உண்மையிலேயே அந்தக் கணத்தில் எனக்குத் திருமணம் செய்து கொள்ளத் தோன்றியது.

பாண்டியோடு எந்தத் தொடர்பும் வைத்துக்கொள்ள வேண்டாம் என்று குறுஞ்செய்தி ஒன்று அந்த நேரம் பார்த்து சந்திரன் பெயரில் வந்து விழுந்தது. சந்திரன், இவன் என்னைத்தான் தேடிக்கொண்டு வருவான் என சரியாகக் கணித்திருக்கிறான். அந்தப் பிறந்த நாள் இரவிற்கு அப்புறம் அவனிடமிருந்து வந்த நேரிடையான முதல் தகவல் தொடர்பு அது. நான் பாண்டியை நிமிர்ந்து பார்த்தேன். பள்ளிச் சிறுவன் மாதிரி அமர்ந்திருந்தான். அவன் அப்படி என்ன தவறு செய்துவிட்டான்? எத்தனை காலம்தான் எங்களுக்கு விளக்கு மட்டுமே பிடித்துக் கொண்டிருப்பது? அவனும் அனுபவிக்க வேண்டும் என ஆசைப்பட்டு விட்டான், அவ்வளவுதானே? தேனை எடுப்பவன் புறங்கையை நக்கத்தான் செய்வான் என்கிற பழமொழி எனக்கு உடனடியாக ஞாபகத்திற்கு வந்தது. எல்லோரும்தான் ஏமாற்றிக் கொண்டிருக் கிறார்கள். இவனிடம் மட்டும் யோக்கியதையை எதிர்பார்த்தால் எப்படி? நான் அவனுக்கு உதவி செய்வதென உடனடியாகத் தீர்மானித்தேன். எல்லோரிடமும் தொடர்புகொண்டு பேசி பிரச்சினையைச் சரிசெய்து கொடுத்தேன். 30 லட்ச ரூபாய்க்குப் பதிலாக, அவனை நவீன கொத்தடிமையாக அந்தக் குடும்பத்திடம் ஒப்படைத்தேன். அவர்களுக்கு வேலை பார்த்து, அவ்வப்போது கிடைக்கும் பணத்தைக்கொண்டு இந்தக் கடனை அடைக்க வேண்டுமென்பது எழுதப்படாத ஒப்பந்தம். அவர்களும் இந்த அசிங்கத்தை வெளியே சொல்ல முடியாது என்பதால் ஒத்துக் கொண்டார்கள். தவிர அவர்களுக்கும் அவனை மாதிரி ஒரு சிறப்பான அடிமை தேவைப்பட்டது. அந்த அடிமையை அவர்கள் கண்காணிப்பில் வைத்துப் பயன்படுத்திக் கொள்வதென முடிவெடுத் தார்கள். அவனை என்னால் பழைய கௌரவமான நிலைக்குக் கொண்டுவர முடியாது. மறுபடியும் என்றாவது ஒரு நாள் அவன் நிலை கொள்வதற்கான என்னாலியன்ற சிறு உதவி. அதைச் செய்துவிட்டேன். சந்திரன் நினைத்திருந்தால், இந்த ஒட்டுமொத்த பேச்சு வார்த்தையையும் குலைத்திருக்க முடியும். ஆனால், அதை அவன் செய்யவில்லை. அதே சமயம் அவன் வைத்திருக்கிற எனக்கான ரேங்க் அட்டையில் சிவப்பு மையால் பூஜ்யம் என்று குறித்துக் கொள்வான் என்பது நிச்சயமாக எனக்குத் தெரிந்த உண்மை. குறித்தால் குறித்துவிட்டுப் போ நண்பா! எங்கள் வாழ்க்கை முழுக்க இது மாதிரி எத்தனை சிவப்பு மையைப் பார்த்திருப்போம். எத்தனை கோப தாபங்களைப் பார்த்திருப்போம். நாங்கள் நினைத்தால் உங்களையும் டீல் செய்வோம் என்பதை நான் அவர்களுக்குக் காட்டும் முயற்சியாய்தான் பாண்டியின் விஷயத்தில்

செயல்பட்டேன். இந்த வட்டத்திலிருந்த எங்களை அவர்களால் வெளியேற்ற முடியாது என்கிற ஆணவம் வந்து போனது. அதே சமயம் திவ்யாவின் விஷயம் அப்படி இல்லை என்றும் தோன்றியது. இதையெல்லாவற்றையும் விட எனக்கு பாண்டியின் குழந்தை கெக்கக்கேவென என்னுடன் பேசியது பிடித்திருந்தது. குழலினிது, யாழினிது அதுபோல் இந்த 30 லட்சமும் இனிது. வாரே வாவ். நான் செய்ய நினைத்ததைச் செய்து முடித்துவிட்டாயே பாண்டி என மனதிற்குள் விசிலடித்தேன்.

13

எங்களுக்கு வேண்டாத, அதே சமயம் எங்களால் தவிர்க்க முடியாத அதிகாரத்திற்கு நெருக்கமான நண்பன் பரதராமன் என்கிற பி.ஆர். திடீரென என்னை அழைத்தான். அவனை நான் போய்ப் பார்த்து மூன்று மாதங்கள் ஆகியிருக்கும். அவனுடன் ஒரு மோசமான அனுபவம் ஏற்கெனவே நிகழ்ந்தது. ஒரு முறை நான் அவசர வேலை ஒன்றில் இருந்தபோது திடீரென அழைத்து, ''வா ஒரு அவசர வேலை, மலேசியா போய்விட்டு வரலாம்'' என்றான். நானும் உடனடியாக அவனுடைய இடத்திற்குப் போவதற்குள் டிக்கெட்டெல்லாம் புக் செய்துவிட்டுக் காத்திருந்தான். உடனடியாக ஃப்ளைட்டைப் பிடித்து மலேசியா போய் இறங்கினோம். விமான நிலையத்தை விட்டு வெளியே கூட கால் எடுத்து வைக்கவில்லை. ஏர்போர்ட் உள்ளே இருந்த கடை ஒன்றில் போய் அமர்ந்துகொண்டான். ''நண்பா, வா நண்பா. வந்த வேலையைக் கவனிப்போம்'' என்றேன். ''கோக் குடிக்கதான் அங்கேயிருந்து இங்கே வந்தேன். குடித்து முடித்துவிட்டு வருகிறேன். திரும்பவும் டிக்கெட் கிடைக்கிறதா என்று பார். தொற்றிக் கொண்டாவது இந்தியா போய்ச் சேரலாம்'' என்றான்.

விஷயம் ஒன்றுமில்லை. போதையில் தொலைக்காட்சி விவாத நிகழ்ச்சி ஒன்றைப் பார்த்துக்

கொண்டிருந்திருக்கிறான். அதில் அப்போது கோக்கைத் தடை செய்ய வேண்டும் என்று முழங்கியிருக்கிறார்கள். உடனடியாக எதிர் வினையாக என்னுடைய முக்கியமான சந்திப்பு ஒன்றைக் கெடுத்தான். ''கோக்கை இந்தியாவில் தடை பண்ணினா நான் இப்படி வந்து குடிப்பேன்னு சொல்லு மாம்ஸு'' என்று என்னைப் பார்த்து அப்போது அவன் சொன்னபோது அவனை அறைய வேண்டும்போல இருந்தது. இடையில் சில கான்ட்ராக்ட்களை முடிப்பதற்காக அலைந்து கொண்டிருந்ததில் அவனை மறந்தே போயிருந்தேன். பார்ட்டிகளுக்கும் செல்வதை அதன் காரணமாகக் குறைத்திருந்தேன். தவிர எனக்கு திவ்யாவுடன் சுற்றுவதற்கே நேரம் சரியாகவும் இருந்தது. நான் போனபோது நண்பன் அந்தக் காலை வேளையிலேயே கொஞ்சம் மப்பாக இருந்தான். அதனால் மப்பாகவே என்னிடம் பேசத் துவங்கினான்.

''என்ன என்னையெல்லாம் மறந்துவிட்டாய் போலிருக்கிறது'' அவன் ஆரம்பித்த விதத்திலேயே அவன் சண்டைக்குத் தயாராகிவிட்டது தெரிந்தது. நான் பொறுமையாக ஆரம்பத்தில் பதில் சொல்லிக் கொண்டிருந்தேன். நேரம் ஆக ஆக அவனுடைய வார்த்தைகளில் சூடு பிடித்தது. தனிப்பட்ட தாக்குதல்களுக்குள் புகுந்தான். என்னுடைய ஆரம்ப காலகட்டம் பற்றிப் பேச ஆரம்பித்தான். எனக்குச் சுருக் கென்றிருந்தது. நான் அவனைச் சமாதானப்படுத்தும் விதமாகப் பல்வேறு விஷயங்களைப் பேசிக் கொண்டிருந்தேன். ஆனால், அதையெல்லாம் அவன் கண்டுகொள்ளவே இல்லை. ஒரு கட்டத்தில் நான் பொறுமையிழந்தேன்.

''நண்பா, நிர்ப்பந்தம் இருக்கும்போதுதான் நாம் ஒருவரை ஒருவர் சந்தித்துக் கொண்டிருக்கிறோம். நீ கூட இது மாதிரி இரண்டு மாதங்கள் என்னைச் சந்திக்காமலும் என்னிடம் ஒரு வார்த்தை கூட பேசாமலும் இருந்திருக்கிறாய் என்பதைப் புரிந்து கொள்'' என்றேன் தெளிவான, அவனுக்குச் சமமான ஆங்கிலத்தில்.

''நீயும் நானும் ஒன்றாகிவிட்டோம் போலிருக்கிறது. சூப்பர்'' என்றான் நக்கலாக.

''நானும் நீயும் ஒன்றில்லைதான். அது எனக்கு நன்றாகத் தெரியும். ஆனால், நீ போதையில் இல்லாமல் இருந்தால், நான் ஒரு விஷயத்தைச் சொல்லி இருந்திருப்பேன்'' என்றேன்.

''ஏன் இப்போது என்ன பிரச்சினை? நான் போதையில் இருக்கிறேன்தான். ஆனால், நான் ஒன்றும் போதைக்காரன் இல்லை'' என்று சொன்ன அவன் அதற்கடுத்து நான் என்ன விஷயம் சொல்ல

வந்தேன் என்பதைக் கேட்டுக்கொண்டே இருந்தான். உண்மையில் என்னிடம் விஷயமெல்லாம் ஒன்றுமில்லை. சும்மா அவனை ஆட்டம் காண வைப்பதற்காகதான் ஏதோ ஒன்று என்னிடம் இருப்பதாகக் கண்ணாமூச்சி ஆட்டம் ஆடினேன். ஒரு கட்டத்தில் பொறுமை இழந்தவன் என்னுடைய இடத்திலிருந்து என்னைச் சுற்றி விடுவதாக மிரட்டல் விடுத்தான். நான் நிதானத்தை இழக்கிற புள்ளியில் நின்று கொண்டிருந்தேன். அவனிடம் வெளிப்படையாகப் பேசுவது என்று தீர்மானித்தேன்.

''நண்பா, நான் உனக்கு சமமானவன் இல்லைதான். ஆனால், ஒரு விஷயத்தை உனக்கு நினைவுபடுத்த விரும்புகிறேன். நீ ஒரு பீடத்தில் அமர்ந்திருக்கிறாய். அந்த பீடம் நன்மதிப்புகளால் கட்டப் பட்டிருக்கிறது. நான் நினைத்தால் அந்த இடத்திலிருந்து உன்னை அப்புறப்படுத்த முடியும். அதே மாதிரி நீயும் நான் அமர்ந்திருக்கும் இடத்தையும் நன்றாக அறிவாய். உன்னுடைய நிலையைத் தாழ்த்திக் கொண்டு என்னை என்னுடைய பீடத்திலிருந்து இறக்கவே முடியாது. என்னை அழிப்பது குறித்து என்றைக்கு இன்னொரு ஆளிடம் பேசத் துவங்குகிறாயோ, அப்போதே உன்னுடைய பீடத்திலிருந்து இறங்கி வருகிறாய் என்று அர்த்தம். இப்படி நீ இறங்கி வருவதை உன் பீடத்தைச் சுற்றியிருப்பவர்கள் விரும்பவும் மாட்டார்கள். உன்னைப் பற்றி அவர்கள் நல்ல விதமாக கற்பனை செய்து வைத்திருப்பதை நீயும் இந்த போதை தெளிந்த பிறகு உடைக்கவும் விரும்ப மாட்டாய் என்று எனக்கு நன்றாகத் தெரியும்'' என்று நான் மூச்சு வாங்க மெல்லிய கோபத்தில் பேசிக் கொண்டிருப்பதை அவன் அமைதியாகக் கேட்டான். நான் கொட்டி விடவேண்டும் என்பதில் தெளிவாக இருந்தேன்.

''ஒரு விஷயத்தை தெளிவாகப் புரிந்து கொள். நான் உன்னுடைய இடத்தைக் கேட்கவில்லை. அது எனக்கு தேவையும் இல்லை. என்னை வளர விடு. நான் வளர்ந்தால் உனக்கு பலமாகதான் இருப்பேனே தவிர, உனக்கு எதிரியாக ஆகமாட்டேன். அதே சமயம் என்னை வளர விடாமல் நீ தடுக்கும் பட்சத்தில் உன்னையும் தாண்டிக்கொண்டு செல்வேன். இந்த இடத்திற்கு வருவதற்கு எனக்கு வழிகள் இருந்ததைப்போல, இதுபோல இன்னொரு இடத்திற்கு செல்வதற்கும் என்னிடம் வழிகள் இருக்கின்றன. அந்த வழிகள் உன்னை விட அதிகாரம் மிக்க இடத்திற்கு என்னை ஒரு வேளை அழைத்துச் செல்லலாம் என்பதையும் நினைவில் கொள்'' என்றேன்.

அவன் கூர்மையாக நான் பேசுவதைக் கேட்டுக் கொண்டிருந்தான். இடையில் மெல்லியதாகச் சிரித்தான். என்னை உற்றுப் பார்த்தான். எழுந்து போய் அவனுக்கும் எனக்கும் ஒரு ரவுண்ட் ஊற்றிக்கொண்டு

வந்தான். என் கையில் அந்தக் கோப்பையைக் கொடுத்துவிட்டு 'கூல் ப்ரோ' என்று சொல்லிவிட்டுச் சிரித்தான். அவன் உண்மையிலேயே நட்பாகச் சிரிக்கிறானா என்று கவனித்தேன். ஆமாம். நட்பாகதான் சிரித்தான். வந்தபோது அவனிடம் இருந்த கோபம் உடனடியாக எப்படிக் காணாமல் போனது என்று நான் யோசித்துக் கொண்டிருந்த போது, ''உன்னை விளையாட்டாக சீண்டிப் பார்த்தேன்'' என்று சொன்னான். அது நம்பும்படியாக இல்லை. அவன் இறங்கி வந்திருந்தான். நான் உடனடியாகக் கிளம்ப வேண்டும். உண்மை யிலேயே எனக்கு அவசரமான வேலை ஒன்று இருக்கிறது என்று அவனிடம் சொன்னபோது, உடனடியாக என்னை அவன் செல்வதற்கு அனுமதித்தான். வாசல் வரை வந்து வழியனுப்பினான். கையில் மதுக் கோப்பையுடன் அவன் அறையை விட்டு வெளியே வந்து என்னை வாசல் வரை வழியனுப்பியதை அவன் வீட்டில் இருந்த எல்லோரும் பார்த்துக் கொண்டிருந்தார்கள். தள்ளாடியபடியே அவன் திரும்பவும் வீட்டிற்குள் போனதை அவனுடைய அம்மாவும் பார்த்துக் கொண்டிருந்தாள். நான் அவனுடைய அம்மாவின் முகத்தைப் பார்ப்பதைத் தவிர்த்தேன்.

எனக்குத் தெரியும். இவன் சமயம் பார்த்துக் காத்துக் கொண்டிருக் கிறான். நான் மிரட்டுவதற்காகதான் அவனிடம் அப்படிப் பேசினேன். அப்படிப் பேசினால் அவன் மிரண்டும் போய்விடுவான் என்பது எனக்கு நன்றாகத் தெரியும். இவர்களுக்கு ஒரு பிரச்சினை இருக்கிறது. சத்தமாகப் பேசினால் அடங்கி விடுவார்கள். பதிலுக்குச் சத்தம் போட்டு அவர்களுக்குப் பேசத் தெரியாது. அது அவர்களைப் போன்றவர்களின் இயல்பும் கிடையாது. திவ்யாவின் விஷயம் இவனுக்கு மட்டும் தெரிந்தால், என்னை மூட்டைப் பூச்சியை நசுக்குவது மாதிரி நசுக்கி விடுவான். அவன் என்னை இந்தச் சென்னையை விட்டே ஓட ஓட விரட்டத் தயாராகிவிடுவான். நான் அதிலிருந்து தப்பிப்பேனா என்பதெல்லாம் வேறு விஷயம். திவ்யா என்கிற மூக்கணாங்கயிறு எப்போதும் அவர்களிடம் இருந்துகொண்டே இருக்கிறது என்பது எனக்கு நினைவிற்கு வந்தது. இந்த அளவிற்கு அவனிடம் பேசியிருக்க வேண்டாமோ என்றும் தோன்றியது.

எங்களது குழுவைச் சேர்ந்த நண்பன் ஒருவனை அவர்கள் ஒரு விஷயத்தில் நெருக்கம் கொடுத்து அந்தக் குழுவிலிருந்தே விரட்டியடித்த சம்பவம் ஒன்று நினைவிற்கு வந்தது. அதில் முழு மூச்சாக எந்தக் கெட்டப் பெயரும் வாங்காமல் செயல்பட்டது இவன்தான் என்பதும் நினைவிற்கு வந்தது. இவனைப் பகைத்துக்கொள்ளக் கூடாது என்று தோன்றியது. நான் திரும்பவும்

அவனது வீட்டிற்குள் நுழைந்தேன். நான் திரும்பவும் போனதை எல்லோரும் வித்தியாசமாகப் பார்த்தார்கள். அவனுக்கும்கூட அது ஆச்சரியமாக இருந்தது. ஆனால், அதைக் காட்டிக்கொள்ளாமல் வரவேற்ற அவனிடம் 'அந்த மீட்டிங் கேன்சல் ஆகிவிட்டது' என்றேன்.

நாங்கள் இருவரும் மாலை வரை அமர்ந்து குடித்தோம். நான் பூனைக் குட்டியின் உடல் மொழியைத் தேர்ந்தெடுத்தேன். அவன் சொன்ன எல்லா விஷயங்களையும் காது கொடுத்துக் கேட்டேன். அவன் உண்மையிலேயே சந்தோஷமடைந்தான். என்னைப் பல சமயங்களில் கட்டிப் பிடித்துக்கொண்டான். இதை முதலிலேயே செய்திருக்கலாம் என்று தோன்றியது. அவன் நாம் சேர்ந்து தொழில் பார்க்கலாம் என்றான். ஏதாவது யோசனை இருக்கிறதா என்று கேட்ட அவனிடம், நான் பல்வேறு யோசனைகளைச் சொன்னேன். எல்லா யோசனைகளும் அவனுக்குப் பிடித்திருந்தன. அவனுடைய மகளை என்னுடைய மடியில் வைத்துக் கொஞ்சியது அவனுக்குப் பெருமையாக இருந்த போல. அவனுடைய மகளது செல்லச் சேட்டைகளை என்னிடம் விவரித்தான். என்னுடைய கழுத்திலிருந்த சின்னச் சங்கிலியைக் கழற்றி அவன் மகளுக்கு நான் போட்டதை அவன் தடுக்கவில்லை. சந்தோஷமாக அங்கிளுக்கு தேங்க்ஸ் சொல்லு என்றான். மகளைத் தூக்கி வேலைக்காரர் கையில் கொடுத்து அனுப்பிவிட்டு, ''அவளுடைய கல்யாணத்தைப் பார்க்காமலேயே குடித்துக் குடித்து நான் செத்துவிடுவேன் போலிருக்கிறது'' என்று அவன் சொன்னது அபத்தமாக இருந்தது. அந்தக் குழந்தை இன்னமும் பள்ளிக்கூடத்திற்கே செல்லவில்லை. அவள் குறித்த அவனது திட்டங்களை என்னிடம் விவரித்தான். அன்றைய நாள் முழுவதும் நான் அவனைப் பேச விட்டுக் கேட்டுக்கொண்டே இருந்தேன். அவனுக்கும் அது பிடித்துதான் இருந்திருக்கும். இதற்காகதான் அவன் என்னை அழைத்திருக்கிறான் என்பதை நினைக்கையில் எனக்குச் சிரிப்பு வந்தது. அவர்களுடைய எதிர்பார்ப்பெல்லாம் இது மாதிரியான சின்ன விஷயங்கள்தான். ஆனால், கிடைக்கப் போகும் பலன்கள் நிறைய என்பதை நினைக்கையில் நான் கோபப்பட்டது குறித்து எனக்குச் சங்கடமாக இருந்தது.

தேவையில்லாமல் சவால் விடுவதை விட்டு விட்டு அவனைச் சார்ந்து இருக்கலாம் என்று எனக்குத் தோன்றியது. அவனிடம் சவால் விட்டு எதைச் சாதிக்கப் போகிறோம்? மாலையில் அவனே வந்து இறக்கி விடுவதாகச் சொல்லி, காரைக் கிளப்பினான். நிற்க முடியாத போதையில் இருந்த அவன் காரில் ஏறி அமர்ந்ததும் வேறு ஒரு ஆளாக மாறிப் போனான். தேர்ந்த ஓட்டுநர்போல லாகவமாக காரை

இயக்கினான். தைரியமாக ஏறி அமர்ந்தேன். என்னுடைய மேன்சனை நோக்கி காரைச் செலுத்தினான். நான் அவனிடம் மேன்சனிலிருந்து வீடொன்றிற்குக் குடிபெயர்ந்து விட்டதைச் சொன்னேன். சூப்பர் ப்ரோ என்றான். வீட்டிற்கு ஏதாவது தேவையா என்று கேட்டான். அவனுடைய வீட்டில் உள்ள கட்டில் ஒன்று பயன்படுத்தப்படாமல் இருப்பதைச் சொல்லிவிட்டு அதை எடுத்துக் கொள்ளும்படி சொன்னான். நான் மறுக்க நினைத்தேன். ஆனால், சரியென்று ஒரு இடைவெளி விட்டுவிட்டுச் சொன்னேன். அவன் உடனே சந்தோஷமடைந்து அந்தக் கட்டில் குறித்த அருமை பெருமைகளைச் சொன்னான். ராசியான கட்டில் என்றான். கட்டிலில் என்ன ராசி வேண்டிக் கிடக்கிறது என நான் நினைத்துக் கொண்டிருக்கும்போது, 'நின்னு விளையாடலாம்' என்று சொல்லிவிட்டுச் சிரித்தான். என்னை வீட்டில் இறக்கி விட்டுவிட்டு வாரத்தில் ஒரு நாள் வந்து அவனைச் சந்திக்கும்படி சொன்னான். நான் உடனடியாகச் சரியென்றேன்.

பகலில் பல முறை குடித்திருக்கிறேன். ஆனால், ஏனோ தெரியவில்லை, அன்று இரவு முழுவதும் எனக்குத் தலைவலியாக இருந்தது. என்னுடைய வீட்டில் இருந்த தம்பியொருத்தனை தலையை மசாஜ் செய்யச் சொன்னேன். அவன் எனக்கு மசாஜ் செய்து கொண்டிருக்கும் போது கண்களை மூடி உறங்கத் துடித்துக் கொண்டிருந்தேன். ஏதோ ஒரு ஹாலிவுட் படம் ஒன்று ஓடிக் கொண்டிருக்கும் சத்தம் கேட்டது. தம்பி மும்முரமாக அந்தப் படத்தைப் பார்த்துக் கொண்டிருந்தான். திடீரென அந்தச் சந்தேகத்தைத் தம்பி கேட்டான். ''அண்ணே, நாலு பேர் இருக்காங்க. இதுல யார்ணே ஹீரோ...'' என்றான். நான் கண்ணைத் திறக்கவில்லை. ஆனால், அவனுக்குப் பதில் சொன்னேன். ''நல்லா கவனிச்சுப் பாரு. எவன் அமைதியா இருக்கானோ அவன்தான் ஹீரோவா இருப்பான்.'' நான் அப்புறம் தூங்கிப் போனேன்.

14

விக்னேஷ் ஒரு நாள் என்னைத் தேடி வந்தான். அவனது இரண்டாவது காதலியும் அவனைப் பிரிந்து போய்விட்டதாகக் கதறி அழுதான். அந்தப் பெண்ணும் முன்னணி நடிகைதான். நல்ல பெண். அவளுடைய அம்மாவும் எங்களுடன் சிநேகிதமாக இருப்பார். அந்தப் பெண்ணைத் துணிந்து என்னோடு அனுப்புவார். எங்கள் இருவருக்குமான நாகரிகமான உறவு அவளுடைய அம்மாவிற்குத் தெரியும் என்பதால், எல்லோரையும் போல என்னைச் சந்தேகக் கண்கொண்டு பார்க்க மாட்டார். அவளுக்குக் கொஞ்சம் கஷ்ட நஷ்டங்களை எடுத்துச் சொல்லுங்கள் தம்பி என்று என்னிடம் உரிமையாகச் சொல்வார். பிறந்ததில் இருந்தே செல்வச் செழிப்பாக இருந்த அந்தப் பெண்ணிற்குப் பசி என்றாலே என்னவென்று தெரியாது. டயட்கூட இருந்ததில்லை என்பதால், கொழுக் மொழுக்கென்று தான் இருப்பாள். என் மீதும் எங்களுடைய அணி மீதும் மிக மரியாதையாக இருப்பாள். ஒன்றிரண்டு படங்களின் கதையை என்னிடம் சொன்னபோது, நான் மொக்கை யாக இருக்கிறது என்று சொன்னதாலேயே அந்தப் படங்களை மறுத்துவிட்டாள். இவனிடம் போய் எப்படிச் சிக்கிக்கொண்டாள் என்பதுதான் எனக்கு வியப்பாக இருந்தது. இவனும் நல்லவன்தான். ஆனால், அவனுடைய சுழி அவன் சும்மா இருந்தாலும் அவனை

விடாது. எங்களோடு பார்ட்டி கொண்டாடப் பலமுறை அந்தப் பெண் வந்திருக்கிறாள்.

நான் சொன்னால் அவள் கேட்பாள் என்பது விக்னேஷுக்குத் தெரியும். அதனால்தான் என்னைத் தேடி அவன் வந்தான். அவளை எப்படிச் சமாதானம் செய்வது என்று அப்போது எனக்குத் தெரியவில்லை. ஒரு ஹீரோ கதறி அழுவதைப் பார்க்க, சகிக்க முடியாமல் இருந்தது. இத்தனைக்கும் படத்தில் பெண்கள் எல்லோரும் அவனை விரட்டி விரட்டிக் காதல் செய்வார்கள். ஒரு படத்தில் ஒரு பெண் அவனுடைய காதலுக்காக உயிரையும் கொடுக்கத் துணிவாள். சும்மா படத்திற்காக தான் அப்படி நடித்தாள். ஆனால், உண்மையிலேயே அவளுக்குக் காதல் வந்துவிட்டதாகச் சொல்லி அலைந்தான். எல்லோரும் சேர்ந்து அவனைத் தலையில் கொட்டிய பிறகே நிதானத்திற்கு வந்தான். இவனிடம் இருந்து தப்பித்த பெண்கள் டஜன் கணக்காக இருப்பார்கள். இந்தப் பெண் வெள்ளந்தி என்பதால் இவனிடம் வசமாக மாட்டிக் கொண்டாள். விக்னேஷின் நச்சரிப்பு தாங்க முடியாமல், அவளுக்கு ஃபோனைப் போட்டேன். அவள் ஃபோனில் சொல்லிக் கதறி அழுததைப் பற்றிச் சொல்வதற்கு முன்னால், நம் விக்னேஷ் பற்றிய சம்பவமொன்றைச் சொல்கிறேன்.

ஒரு முறை எல்லோரும் தாய்லாந்து போனபோது இவன் மட்டும் அறையை விட்டு வெளியே வரவேயில்லை. மசாஜ் செய்வதற்கு ஒரு பெண், காதல் செய்வதற்கு ஒரு பெண் என அறைக்குள் நுழைந்தவன் வெளியே வரவேயில்லை. இடையில் சாப்பிடப் போக அழைத்த போதுகூட எங்களைப் போகச் சொல்லிவிட்டான். பாவம் அந்தப் பெண்களுக்கும் பசிக்கும் என்பதால், அன்றைக்கு சாப்பாட்டை அனுப்பச் சொன்னோம். சாப்பாடு எடுத்துக்கொண்டு போன பணியாளர் களைக் கண்டபடி திட்டயிருக்கிறான். இப்படி வெளிநாட்டில் வந்து மானத்தை வாங்குகிறானே என கோபப்பட்ட நண்பன் ஒருவன் கிளம்பிப் போய் அவனுடைய அறைக் கதவைத் தட்டினான். திறந்த போது மூன்று பேரும் நிர்வாணமாக இருந்திருக்கிறார்கள். சாப்பிடக் கூட விடமாட்டேன் என்கிறான் என்று அந்தப் பெண்கள் சொல்லி யிருக்கிறார்கள். நாங்கள் வழக்கமாகச் செல்பவர்கள் என்பதால் அந்த விஷயத்தை அந்தப் பெண்கள் பெரிதாக எடுத்துக் கொள்ளவில்லை. இல்லாவிட்டால் உள்ளூர் தாதாக்கள் வந்து நிற்பார்கள். ஒரு பொருளைக் கூட அந்தப் பெண்கள் அறையிலிருந்து எடுத்துப் போக மாட்டார்கள். அப்படித் திருட்டு ஏதேனும் நடந்தால் தொழில் கெட்டுவிடும் என்பதால் அந்த விஷயத்தில் அந்த நாட்டுத் தாதாக்கள் கவனமாக இருப்பார்கள். அதே சமயம் அந்தப் பெண்கள் மீதும் ஒரு

துரும்பைக் கூட நம்மால் வீசி விட முடியாது. இவன் அந்தப் பெண்களை சித்ரவதைதான் செய்துகொண்டிருப்பான் என்பது நன்றாகத் தெரியும். ஆனால் ஒவ்வொரு சித்ரவதைக்கும் ஒவ்வொரு பணக் கட்டை எடுத்து வீசுவான் என்பதால் அந்தப் பெண்கள் பொறுமையாக இருந்தார்கள் போலிருக்கிறது.

திகட்டத் திகட்ட அவன் அந்தப் பெண்களுடன் இருந்தான். சாப்பிட் டானா என்றுகூட தெரியவில்லை. போதாக்குறைக்கு ஹெராயின் வேறு உட்கொண்டிருந்தான். காலையில் துவங்கியவன் மாலை வரை குடிக்காமல் கூட இதே வேலையாகதான இருந்தான். அப்படி என்னதான் செய்வான் என்று எனக்கும் எட்டிப் பார்க்கதான் ஆசை. ஆனால், பாழாய்ப் போன அந்த மரியாதை வந்து நின்று குதியாட்டம் போட்டது. அந்தப் பெண்களைப் போகும்போது பார்த்தேன். மலர்ந்த முகத்தோடு வந்தவர்கள் சோர்ந்து போய் போனார்கள். மதியம் குட்டித் தூக்கம் கூட போட விட்டிருக்க மாட்டான் போலிருக்கிறது. என்ன சந்தோஷமா என்று அந்தப் பெண்களைப் பார்த்துக் கேட்டபோது அவர்கள், ஆமாம் சந்தோஷம்தான் என மலர்ச்சியாகப் புன்னகைத் தார்கள். இந்த நாடு எதிரியைக் கூட சந்தோஷப்படுத்துவதற்காக உருவான நாடு என்று நினைத்துக்கொண்டேன். இந்த மக்கள் முகத்தில் நான் புன்னகையைத் தவிர வேறெதையும் பார்த்ததில்லை. அடுத்தவனுக்குப் பணி செய்வதற்காகவே ஒரு நாடு பிறந்திருக்கிறது என்று சொன்னால்கூட தவறாகாது. ஆனால், விக்னேஷைப் போன்ற வர்கள் அந்த நாட்டை, அந்த நாட்டுப் புன்னகையை வன்புணர்ச்சி செய்து கொண்டிருக்கின்றனர் என்று தோன்றியது.

மாலையில் எல்லோரும் பாதத்திற்கு மசாஜ் செய்து கொள்வதற்காகப் போனோம். விக்னேஷ் வர மாட்டேன் என்று மறுத்தான். பாத மசாஜ் செய்தால் எக்ஸ்ட்ரா எனர்ஜி அந்த விஷயத்தில் வரும் என்று கொளுத்திப் போட்டவுடன் உடனடியாக வருவதற்கு ஒத்துக் கொண்டான். மசாஜ் பார்லரின் உரிமையாளரான அந்தப் பெண் அவர்களது பாணியில் கட்டியணைத்து வரவேற்றாள். விக்னேஷ் கட்டியணைத்தபோது அவளுடைய மார்பகத்தைப் பிடித்துக் கிள்ளினான். அந்தப் பெண் விநோதமான இந்த ஜந்துவை வித்தியாச மாகப் பார்த்தாள். எங்களுக்கு அவமானமாக இருந்தது. பொதுவாகவே அங்கு மசாஜ் செய்யும் பெண்கள் விபசாரம் செய்ய மாட்டார்கள். அதற்குத் தனி, இதற்குத் தனி என்பதில் குறியாக இருப்பார்கள். அந்தப் பெண் பிடித்திருந்து ரொம்ப மெனக்கெட்டால் மட்டுமே அதற்கு ஒத்துக் கொள்வார்கள். இதையெல்லாம் இவனுக்கு எப்படிச் சொல்லிப் புரியவைப்பது? அவனைப் பொறுத்தவரையில் எல்லா பெண்களும்

காசு கொடுத்தால் அதற்கு வருவார்கள் என்றுதான் சின்னத்தனமாக நினைத்துக் கொண்டிருக்கிறான்.

நாங்கள் ஆளுக்கு ஒரு மணி நேர மசாஜைத் தேர்ந்தெடுத்து வரிசையாக அமர்ந்தோம். அப்போது வரிசையாக அமர்ந்து கண்களை மூடி மசாஜ் செய்து கொண்டிருந்தபோது அவன் மட்டும் மசாஜை ரசிக்காமல், மசாஜ் செய்யும் பெண்ணின் மார்பகங்களில் காலை வைத்து நோண்டிக் கொண்டிருந்தான். அதைப் பார்த்துவிட்ட நான் ‘டேய் தடிமாடு’ என திட்டித் தலையில் ஒரு போடு போட்டதும் கால்களை அவசரமாக நகர்த்திக் கொண்டான். சும்மா விளையாட்டுக்கண்ணே என்று அகோரமாய்ச் சிரித்தான். இவனையெல்லாம் எப்படிக் கதாநாயகனாகப் போட்டுப் படம் எடுக்கிறார்கள்? சிரிக்கும்போது அகோரமாய் இருக்கிறான் என்று நினைத்தேன். அதற்கு சந்திரனை ஹீரோவாகப் போட்டுப் படம் எடுக்கலாம். ஆனால், அந்தப் பயல் இதற்கெல்லாம் ஒத்து வரமாட்டானே?

அப்படிப்பட்ட ஒருத்தனைப் பற்றி அந்த நடிகை வேறு என்னதான் சொல்லிவிடப் போகிறாள்? நான் தொலைபேசி செய்தபோது அவள் எதிர்முனையில் விடாமல் அழுதுகொண்டு இருந்தாள். அவளைத் தேற்றிப் பேச வைப்பதற்குள் பெரும்பாடு ஆகிவிட்டது. அவளது அம்மாவிற்கு இந்தக் காதல் விஷயமும் தெரியாது. இவர்கள் சேர்ந்து கூத்தடிக்கிற விஷயமும் தெரியாது. ஒரு முறை என்னைப் பார்க்கப் போவதாகச் சொல்லிவிட்டு வந்திருக்கிறாள். அவள் அம்மா என்னை அழைத்து இவள் வந்தாளா என உறுதிப்படுத்தியபோது நானும் ஆமாம் என்று சொல்லி வைத்தேன். அவளுடைய அம்மாவிற்கு மட்டும் தெரிந்தால், என்னையும் சேர்த்துக் கொன்று போட்டுவிடுவாள். நான் அவளுடைய அம்மாவிடம் எதையும் சொல்ல மாட்டேன் என உறுதியளித்த பிறகு அவள் மெல்ல பேச ஆரம்பித்தாள். ஆனால், பேச ஆரம்பிப்பதற்கு முன்னமே, அவனுடன் திரும்பவும் உறவு என்பதை மட்டும் வலியுறுத்தக் கூடாதென சத்தியம் வாங்கிக் கொண்டாள்.

அவனது செக்ஸ் டார்ச்சர் தாங்க முடியவில்லையாம். பல வீடியோக்களைக் காட்டி அது மாதிரி இருக்கச் சொல்லியிருக்கிறான். அதுவாவது பரவாயில்லை. பிற நடிகர்களுடன் எப்படியெல்லாம் உறவு கொண்டாய் என்பதைச் சொல்லி அந்த நடிகர் செய்வது போலவே நடித்துக் காட்ட வேண்டுமாம். நடிகையாக இருந்துகொண்டு இதைக் கூட நடித்துக் காட்டாவிட்டால் எப்படி என்பானாம். அப்போதுதான் அவனுக்கு மூட் செட்டாகுமாம். அதற்கடுத்து அவள் சொன்னதையெல்லாம் வெளியில் சொல்லவே முடியாது. ஒரு அண்ணன் போலவான ஒருத்தரிடம் இதையெல்லாம் சொல்லவேண்டிய

துர்பாக்கிய நிலை எந்தப் பெண்ணுக்கும் வரக் கூடாது. அவனிட மிருந்து காப்பாற்றுங்கள் என்று அவள் பங்கிற்குக் கதறி அழுதாள். உடனடியாக இதிலிருந்து தப்பிக்க தான் வேறு யாரையாவது கல்யாணம் கூட பண்ணிக்கொள்ளத் தயாராக இருப்பதாகச் சொன்னாள். எனக்கு உடனடியாக அவன் மீது கோபம் வந்தது. இழுத்துப் போட்டு நாலு மிதி மிதிக்கலாம் என்றுகூட தோன்றியது. ஆனால், அவசரப்படக் கூடாது என்று நினைத்துக் கொண்டேன். இவனை வைத்துதான் பல திட்டங்கள் போட்டு வைத்திருக்கிறேன். தவிர பல நாடுகளுக்கு இவன் புண்ணியத்தில்தான் சென்று வருகிறேன் என்பதால் பொறுமை காத்தேன். அவனைத் தம்பி மாதிரி நினைத்துப் பேசத் துவங்கினேன். என்னுடைய பொறுமையான குரல் அவனைச் சாந்தப்படுத்தியது. என்னுடைய பேச்சிற்கு அவன் செவி சாய்த்தான்.

நான் அவனைச் சமாதானம் செய்தேன். கொஞ்ச காலம் போனால் எல்லாம் சரியாகிவிடும் என்றேன். டாக்டரிடம் போகவேண்டுமா என்றான். அவன் எப்படி அந்தக் கேள்வியை என்னிடம் கேட்டான் என்பதில் எனக்கு ஆச்சர்யம். உண்மைதான். அவனை டாக்டரிடம்தான் அழைத்துச் செல்ல வேண்டும். ஆனால், நான் அப்படி நினைத்துச் சொல்லவில்லை. சொன்னால் சிதறிவிடுவான் என்பது எனக்கு நன்றாகத் தெரியும். அவன் சிதறுவதோடு மட்டுமல்லாமல், சில தயாரிப் பாளர்களின் வாழ்க்கையையும் சிதறடித்து விடுவான். ஏற்கெனவே அவனை நம்பிப் பணம் போட்டவர்கள் நட்டாற்றில்தான் நீந்திக் கொண்டிருக்கிறார்கள். அதிலிருந்து அவர்களைக் காப்பாற்றவே இன்னொரு ஆள் வர வேண்டியிருக்கிறது. இந்தச் சூழலில் மேலும் குழப்பத்தை உருவாக்கக் கூடாது என்பதாலும், என்னுடைய தேவைகள் கருதியும் நான் பொய் சொல்லலாம் என்று தீர்மானித்தேன். அவனைச் சமாதானப்படுத்தும் குரலில், ''உன் வயதில் இப்படி இல்லாவிட்டால்தான் டாக்டரிடம் போகவேண்டும்'' என்றேன் நான். இந்தப் பதில் அவனுக்குப் போதுமானதாக இருந்தது. இழந்த அவனுடைய தன்னம்பிக்கையை இதன் மூலம் மீட்டெடுத்தான்.

நான் அவன் எதிர்பார்க்காத நேரத்தில் அந்தக் கேள்வியைக் கேட்டேன். ''எனக்கு ஒரு படம் பண்ணித் தர்றீயா தம்பி?'' அவ்வளவு நேரம் கதறி அழுது கொண்டிருந்தவன் உடனடியாகச் சுதாரித்துக் கொண்டான். ''எல்லார்ட்டயும் என் மார்க்கெட்டுக்குத் தகுந்த மாதிரி 10 கோடி வாங்கறேண்ணே. நீங்க அஞ்சு கொடுங்க போதும்'' என்றான்.

''சந்திரன் அண்ணன்ட்டயும் ஒரு வார்த்தை சொல்லிடுங்கண்ணே'' என்றான் அவனாகவே.

''சொல்லிரலாம் தம்பி. அப்படியே இந்தப் பெண் மேட்டரையும் சொல்லிரவா'' என்றதும் அவன் பதறிவிட்டான்.

''வேண்டாம்ணே. சந்திரன் அண்ணாவின் முகத்தில் அப்புறம் முழிக்கவே முடியாது'' என்றான். பரவாயில்லை. சந்திரன் மேஜிக் பல இடங்களில் வொர்க் அவுட் ஆகத்தான் செய்கிறது.

15

ஒரு முறை நானும் சந்திரனும் எங்களுடைய இளங்கலை விடுதி நண்பர்கள் ஏற்பாடு செய்திருந்த பார்ட்டியில் கலந்து கொள்வதற்காக எங்கள் கல்லூரிக்குப் போனோம். சென்னை கிறித்துவக் கல்லூரி. அது கல்லூரியல்ல. காட்டிற்குள் ஒரு நந்தவனம். அதை இயற்கையான காடு என்றுதான் எல்லோரும் நினைப் பார்கள். ஆனால், அது திட்டமிட்டு உருவாக்கப்பட்ட காடு. ஒருவரின் கனவு அப்படியொரு நிறுவனமாக வளர்ந்து நிற்பதை நினைத்தால் ஆச்சர்யமாக இருக்கிறது. ஒரு காலத்தில் பொட்டல் காடாய் இருந்த இடத்தில், இப்படி ஒரு காட்டை உருவாக்க வேண்டும் என எப்படிதான் அவருக்குத் தோன்றியதோ? நாவல் மரங்கள் அடர்ந்த அந்தச் சாலை வழியாக நடப்பதே பெருஞ்சுகம். நான் எப்போதெல்லாம் சோர்ந்து போகிறேனோ அப்போதெல்லாம் அந்தப் பெருஞ்சுகம் தான் என்னை மீட்டெடுத்து இருக்கிறது.

கல்லூரிக்குள் கால் வைத்ததும் என்னுடைய உடல் மொழி மாறியது. நான் என்னை இலகுவாக உணர்ந்தேன். சந்திரன் காரை நிறுத்தியதும், இறங்கி ஓடிப் போய் பார்க்கிங்கிற்குப் பக்கத்தில் உள்ள எனக்குப் பிடித்த மரத்தடியில் அமர்ந்தேன். நான் ஒரு ஐந்து நிமிடம் அங்கேயே தலையைத் தொங்கப் போட்டு அமர்ந்து இருந்தேன். இதோ இந்த இடத்தில் எத்தனை பெண்

பிள்ளைகளோடு அமர்ந்து அரட்டை அடித்திருப்பேன் என்பதை நினைக்கையில் கிளுகிளுப்பாக இருந்தது. அத்தனை பிள்ளைகளுக்கும் கல்யாணம் ஆகிவிட்டது. கல்யாணத்திற்குப் போய் அத்தனை பேருக்கும் முறைவாசல் செய்துவிட்டேன் என்பதில் எனக்குப் பரம திருப்தி. அத்தனை பெண் பிள்ளைகளும் அவர்களின் கணவன் மார்களிடம் என்னைப் பற்றி பெருமையாகச் சொன்னார்கள். கொண்டாட்டமான பழைய நினைவுகளில் மூழ்கிய நான் மூச்சை நிதானமாக இழுத்துவிட்டேன். ஒரு சிகரெட்டைப் பற்ற வைத்தேன்.

எங்கள் கல்லூரியில் சிகரெட் பிடிப்பதில் பிரச்சினையில்லை. ஒரு காலம் வரை வகுப்பறைக்குள்ளேயே சிகரெட் பிடித்துக்கொண்டு இருந்திருக்கிறார்கள். பெண்களும் சிகரெட் பிடிப்பதெல்லாம் சாதாரணம் அங்கே. அப்புறம் பெண் சீனியர்கள் சண்டை போட்டதால், வகுப்பறைக்குள் மட்டும் சிகரெட் பிடிக்கக் கூடாதென தடை போட்டுவிட்டார்களாம். வகுப்பறை வாசல் வரை சிகரெட் பிடித்துக்கொண்டு போகலாம். தடையில்லை. சந்திரன் கல்லூரியில் படிக்கும்போது சிகரெட் பிடிக்க மாட்டான். நான் வாசலில் நின்றபடி சிகரெட் பிடித்துக் கொண்டிருக்கும் அழகை, என் வகுப்புப் பெண்கள் வகுப்பறைக்குள் அமர்ந்து ரசித்துக் கொண்டிருப்பார்கள். சிகரெட்டை கடைசிப் பஞ்ச் வரை உறிஞ்சிவிட்டு அணைத்தபடி நான் வகுப்பறைக்குள் நுழையும்போது அந்தப் பகுதியே புகை மண்டலமாக இருக்கும். ஆனாலும், என் தோழிகள் அது குறித்து என்னிடம் வருத்தம் தெரிவித்ததில்லை. அதில் ஒரு சில தோழிகளுடன் சேர்ந்து திருட்டுத்தனமாக சிகரெட் குடித்திருக்கிறேன். நான் சிகரெட் பிடித்ததை ரசித்தவர்களும் என்னுடன் திருட்டு சிகரெட் அடித்த என் தோழிகளும் கூட இந்தச் சந்திப்பிற்கு வந்திருந்தனர். வண்ண மயமான அந்த நிகழ்வில் என்னுடைய வருகை என்னுடைய நண்பர்களுக்குக் கண்டிப்பாக புதிய வண்ணங்களைச் சேர்த்திருக்கும். ஏனெனில், இது என் உலகம். இங்கு நான்தான் கதாநாயகன். எனக்குப் பிடித்த மரத்தடியில் அமர்ந்து பொறுமையாக நான் சிகரெட்டைக் குடித்து முடிக்கிறவரை சந்திரன் காருக்கு அருகிலேயே பொறுமையாகக் காத்திருந்தான். ஏதோ பாடலை முணுமுணுத்துக் கொண்டிருந்தான். உற்சாகமான மன நிலையில் இருந்தான் என்பதை எளிதாகவே உணர முடிந்தது. என்னைப் பார்த்து 'Fucker' என்று சொல்லிவிட்டுச் சிரித்தான். நான் புகைத்துக் கொண்டிருந்த சிகரெட்டை நோக்கி அவனுடைய கையைக் காட்டினான். நான் தர முடியாதென மறுத்தபோது மீண்டும் அந்த வார்த்தையை அழுத்தமாக உச்சரித்தான். துரை நல்ல மூடில் இருக்கிறார் என்பது தெரிந்ததால் நான் இன்னொரு சிகரெட்டை எடுத்து நீட்டினேன். ஆனால், அவன் நான் குடித்த சிகரெட்டைதான் கேட்டான். கொடுத்தேன்.

நான் முன்னே நடக்க என்னைப் பின்தொடர்ந்து நடந்து வந்தான். நான் நின்ற இடங்களில் எல்லாம் அவனும் நின்றான். எங்களது தாமஸ் ஹால் வாட்ச்மேன் அண்ணன் ஓடி வந்து என்னைக் கட்டிப் பிடித்துக் கொண்டார். பத்தாண்டுகள் கழிந்த பிறகும், அவர் என்னை ஞாபகத்தில் வைத்திருந்ததை நினைக்கையில் பெருமிதமாக இருந்தது. நான் சந்திரனை அவருக்கு அறிமுகம் செய்து வைத்தேன். கொஞ்ச நேரத்தில் அவர் சந்திரனையும் நினைவில் பிடித்தார். மதியம் எங்களுக்குப் பிடித்தமான சாப்பாடு மெஸ்ஸில் போடுகிறார்கள் என்று சொன்னான் சமையல் உதவியாள் தம்பி.

திங்கள் முதல் சனி வரை எங்களது மெஸ்ஸில் அசைவம் போடுவார்கள். ஞாயிற்றுக் கிழமை மதியம் மட்டும் சுத்த சைவம். பருப்பு, நெய், சாதத்திற்குப் பாகற்காயைப் புளியில் ஊற வைத்துக் காய வைத்து அதை எண்ணெயில் பொறித்தெடுத்து வைப்பார்கள். கூடவே பக்கோடாவும் வைப்பார்கள். ஒரு வாரம் பாகற்காய் என்றால், இன்னொரு வாரம் கத்தரிக்காயை அதே மாதிரி பொறித்துத் தருவார்கள். நான் சைவத்தைதான் மெஸ் கட்டணம் குறைவு என்று தேர்ந்தெடுத்து இருந்தேன். சந்திரனுக்கான அசைவ ஒதுக்கீடுகள் எனக்கு வந்து சேர்ந்துவிடும். அவை போக எனக்கென்று கட்டணமில்லாத அசைவ அயிட்டங்களும் வந்துவிடும். நான் அடித்தட்டு மக்களின் செல்லப் பிள்ளையாக இருந்தேன். வழக்கமாக ஞாயிற்றுக் கிழமை மதிய சாப்பாட்டை பியர் புட்டிகளோடுதான் வரவேற்போம். தினம் விதம் விதமாக எப்படிச் சாப்பிடுவது என்பதை நான் கல்லூரி வந்த பிறகுதான் உணர்ந்தேன். எங்கள் கல்லூரியைப் பொறுத்தவரை ஹாஸ்டலை முழுக்க நிர்வகிப்பது மாணவர்களாகிய நாங்கள்தான். ஒவ்வொரு துறைக்கும் ஒரு அமைச்சரை நியமித்து மூன்று மாதங்களுக்கு ஒரு முறை பார்லிமெண்ட்போல் கூட்டம் போடுவோம். விவாதங்கள் தூள் பறக்கும். விடிய விடிய மாணவர்கள் பார்லிமெண்ட் நடக்கும்.

சந்திரன் அவனுடைய மலையாள லாபியைப் பயன்படுத்தி என்னை சைவ உணவு அயிட்டங்களுக்கான அமைச்சராக ஆக்கினான். அந்த ஒரு வருடம் முழுக்க ஊழலில் நான் ஊறினேன். ஊழலென்றால் காசெல்லாம் வாங்க மாட்டேன். எனக்குத் தெரிந்த நண்பர்களைச் சாப்பாட்டிற்கு அழைத்து வருவேன். கட்டணமில்லாமல் அவர் களுக்குப் படியளக்க வேண்டும். தண்ணி அடிக்கும்போது என்னுடைய அறைக்கு நான் கேட்கும் அயிட்டங்களை அனுப்பிவிட வேண்டும். அவ்வளவுதான். பெரிய ஊழலெல்லாம் செய்தால் எல்லோரும் சேர்ந்து டின் கட்டி விடுவார்கள் என்பது எனக்கு நன்றாகத் தெரியும். புல்லுக்குப் பாய்வதைக் கொஞ்சம் மடை மாற்றி என்னுடைய அறைக்குத் திருப்பிவிடுவேன் என்பதால் யாருக்கும் இதில் பிரச்சினையில்லை.

விவசாயக் குடும்பத்தைச் சேர்ந்த எனக்கு மடை மாற்றத் தெரியாதா? சந்திரனுக்கும் தெரியும். ஆனால், சாப்பாட்டு விவகாரம் என்பதால் கண்டுகொள்ளாமல் விட்டுவிடுவான். ஒரேயொரு முறை மட்டும் ஒரு பெங்காலிப் பையன் பார்லிமெண்டில் வைத்து என்னைக் கேள்வி மேல் கேள்வி கேட்டுக் கொண்டிருந்தான். பார்லிமெண்ட் இடைவேளையில் அவனை என்னுடைய அறைக்கு அழைத்துப் போய் கத்தியைத் தூக்கிக் கழுத்தில் வைத்தவுடன் பயந்துவிட்டான். யாரிடமாவது சொல்லி விடுவான் என நானும் பயந்து கொண்டிருந்தேன். பயபுள்ள படித்து முடிக்கிற வரைக்கும் பயந்துகொண்டே இருந்தான். அதற்கடுத்து என்னுடைய ஊழல் சாம்ராஜ்யத்தை யாரும் கேள்வி கேட்கவே இல்லை.

சந்திரனிடம் வரும்போதே தெளிவாக வேண்டுகோள்கள் விடுத் திருந்தேன். அதை அவனும் ஒத்துக் கொண்டான். நான் எவ்வளவு பணத்தை வீசியடித்தாலும் கண்டுகொள்ளக் கூடாது. நான் எவ்வளவு கடித்தாலும் தடுக்கக் கூடாது. சந்திரன் மாதிரியான ஆட்களை இப்படி வேண்டுகோள் விடுத்துதான் மசிய வைக்கவேண்டும். அன்றைய பார்ட்டிக்கு அழைத்திருந்த நண்பர்கள் பியர்களை பாட்டில் பாட்டிலாக வாங்கி அடுக்கி இருந்தனர். நான் கடுப்பாகி ஜூனியர் ஒருத்தனை அழைத்துக் காசை எடுத்துக் கொடுத்து விஸ்கி வாங்கிவரச் சொன்னேன். சந்திரன் எனக்கொரு பியரை எடுத்து உடைத்துக் கொடுத்தான். அவனுக்கொன்றை எடுத்துக்கொண்டான். தன்னிச்சையாக ஒரு மரத்தை நோக்கி எதுவும் பேசாமல் நடந்து போய் நின்றுகொண்டு குடித்தோம். என்ன நினைத்தானோ, என்னைப் போய் நண்பர்களோடு இருந்து பார்ட்டியை அனுபவிக்கச் சொன்னான். அவன் தனிமையில் மூழ்க விரும்புகிறான் என்பதை உணர்ந்த நான் அவனை விட்டு விலகினேன். ஆனால், அவ்வப்போது அவனையும் கண்காணித்துக் கொண்டு தானிருந்தேன்.

இதே மரத்தடியில் இதே மாதிரி ஒரு நாள் இரவு முழுவதும் குடித்துவிட்டு படுத்துக் கிடந்திருக்கிறோம். மாதங்கியிடம் அவன் காதலைச் சொல்லி, அவள் ஏற்றுக்கொண்ட அன்றுதான் அப்படிக் குடித்தோம். வழக்கமாக என்னிடம் எதையும் கேட்க மாட்டான். அவன்தான் தந்துகொண்டே இருப்பான். அன்று வழக்கத்தை மீறி மாதங்கியிடம் காதலைச் சொல்லக் கிளம்பும்போது என்னுடைய வெள்ளைச் சட்டையைக் கேட்டான். நான் அவனை இருக்கச் சொல்லிவிட்டு, உடனடியாக அதைத் துவைத்தேன். விடுதியில் இருந்த ராட்சதக் காற்றாடிகளை வைத்தும் வெய்யிலில் போட்டும் உடனடி யாகக் காய வைத்து அயர்ன் செய்து தந்தேன். அதைப் போட்டுக் கொண்டுதான் அவன் மாதங்கியிடம் அவனது காதலைச் சொல்லப்

போனான். வெள்ளைச் சட்டையில் சின்ன அழுக்குக்கூட படாமல் காதலை வென்று வந்த அழகன் அவன். சந்திரனை ஒப்பிடுகையில், மாதங்கி கொஞ்சம் அழகு கம்மிதான். ஆனால், இப்போது மாதங்கிதான் அழகாக இருக்கிறாள். சந்திரனை வாழ்க்கை துவைத்து எடுத்ததில், முன்பைவிட ஆள் சுருங்கிப் போய்விட்டான் என்பது அவன் நின்று கொண்டிருந்த தோரணையிலேயே தெரிந்தது.

என்னுடைய பழைய நண்பர்கள் என்னைக் கொண்டாடியதை எல்லாம் தள்ளி நின்று ரசித்துக் கொண்டிருந்தான். என்னுடைய ஜூனியர்கள் என்னைத் தோளில் தூக்கி வைத்து மைதானமெங்கும் சுற்றி வந்தார்கள். சந்திரன் அவன் படிக்கும்போது தங்கியிருந்த அறைக்குப் போய் அப்போது தங்கியிருந்த ஜூனியரோடு பேசிக் கொண்டிருந்தான். அவனுடைய விலை உயர்ந்த பேனாவை அந்த இளைஞனுக்குப் பரிசாக அளித்தான். நான் தூரத்தில் இருந்து கையசைத்து அழைத்து அவன் கையில் இன்னொரு பியரைத் திணித்தேன். அவன் மறுக்காமல் வாங்கிக் கொண்டான். அன்றைய தினம் சந்திரன் அவனுடைய அளவை மீறி நான்கு பியர்களைக் குடித்து முடித்தான். அரை பாக்கெட் சிகரெட்டுக்கும் மேல் ஊதித் தள்ளினான். நான் அவனைத் தடுத்தபடியே இருந்ததை அவன் ரசித்தான் என்றுதான் நான் நம்ப ஆசைப்படுகிறேன்.

அவன் அந்த அறையில் இருந்தாலும் தூரத்தில் கொண்டாடிக் கொண்டிருந்த என்னை ரசித்துக் கொண்டிருந்தான் என்பதை என்னால் உணர முடிந்தது. நாங்கள் திரும்பி வரும்போது, அதிசயமாக முக்கியத்துவம் இல்லாத ஒரு சில வார்த்தைகளைப் பேசினான். இவனிடம் என்ன இருக்கிறதென்று மாதங்கி இவனைக் காதலித்தாள். பேசுவதற்கே காசு கேட்கிறானே இவன்? பெண் பிள்ளைகளுக்கு நசநசவென்று பேசும் ஆண்களைதான் பிடிக்கும் என எங்கோ எழுதி யிருந்ததைப் படித்த நினைவு. பெண் பிள்ளைகளுக்குக் கதைகளைச் சொல்லிக்கொண்டே இருக்க வேண்டும் என்றும் கேள்விப் பட்டிருக்கிறேன். நான் அதைதான் என்னுடைய பெண் தோழிகளுக்குச் செய்து கொண்டிருக்கிறேன். இவனை எப்படி அவள் காதலித்தாள் என்பதில் எனக்குக் கேள்வி எழுந்தது. ஒரு நிமிடம் நான் சிந்தித்துப் பார்த்தேன். எல்லோரிடம் இல்லாதது ஒன்று இவனிடம் இருக்கிறது என்பது புரிந்தது. நான் திரும்பி ஏறிட்டு அவனைப் பார்த்தேன். ஏதோ சிந்தனையில் பாட்டு கேட்டவாறு ஸ்டைலாக காரை ஓட்டிக் கொண்டிருந்தான். இவன் மட்டும் சினிமாவுக்குப் போயிருந்தால், அந்த இளம் நடிகனையெல்லாம் ஓரம் கட்டி இருப்பான். நானும் இந்த நாய்ப்பாடு பட்டிருக்க மாட்டேன்.

16

சந்திரனின் தாய் மாமா அவனைப் பார்க்க அடிக்கடி வரும்போது, என்னையும் பார்க்க வருவார். சந்திரனைத் தவிர அவனது தாய் மாமனிடம் அவனது ஒட்டுமொத்தக் குடும்பம் பேச்சுவார்த்தை வைத்துக் கொள்ளவில்லை. தாய்மாமா வாழ்ந்து கெட்டவர். ஒரு காலத்தில் அவரை மாதிரி இருந்தவரும் கிடையாது. இப்போது அவரை மாதிரி சீப்படுகிறவரும் கிடையாது. சந்திரன் அவரை மாமா என்று அழைக்கும்போது இருப்பதை விட நான் அவரை மாமா என்றழைக்கும்போது அதிக பாசம் இருக்கும் என்று என்னிடம் அடிக்கடி சொல்வார். ஆனால், சந்திரன் அவரைத் தங்கத் தாம்பாளத்தில் வைத்துத் தாங்கிக் கொண்டிருந்தான். அவன் அவரிடம் குறைவாகப் பேசுவான். நான் நிறைவாகப் பேசுவேன். அதனால் என்னைப் பிடித்துத் தொங்குகிறார். ஆனால், நான் ஒரு நாள் அவரை நட்டாற்றில் நிறுத்திவிடுவேன் என்பது அவருக்கு எப்படித் தெரியும்? பிரகாஷ் மாமாவை அந்தக் குடும்பமே ஒதுக்கி வைத்தது. ஆனால், மாமா அதற்கெல்லாம் அசரவில்லை. அவர் எப்படி முன்பு இருந்தாரோ, அப்படியே ஒவ்வொரு முறை பார்க்கும் போதும் இருந்தார். குடித்துவிட்டு அந்தக் குடும்பத்தை நடுத் தெருவில் இழுத்து வைத்துத் திட்டுவார். ரகசியங்களையெல்லாம் சொல்லிவிடுவேன் என்று மிரட்டுவார். எல்லாம் பேச்சோடுதான். நான் தோண்டித் துருவிக் கேட்டபோதுகூட ரகசியங்கள்

எதையும் சொன்னதில்லை. அவரிடம் ரகசியங்களே இல்லை என்று தான் பட்டது. அம்மா எல்லோரையும் மிரட்டுவதற்காக அந்த வார்த்தையைப் பயன்படுத்திக் கொண்டிருந்தார் ஜோதிடர்கள்போல. அவருடைய ஜாதகத்தை சுந்தர் அண்ணாவிடம் கொண்டுபோய்க் காட்டலாம் என்று அல்பாசையாக நினைத்து ஒரு முறை கேட்டேன். ''ஜாதகம் எதுக்கு மாப்பிள்ளே... நீ கேட்டால் நடந்ததெல்லாம் சொல்லுவேன். நடக்கப் போவதையும் சொல்லுவேன்'' என்றார். அதென்ன மாமா நடக்கப் போவது என்றவுடன், ''ரயில்ல அடிபட்டு யாருக்கும் தெரியாம செத்துப் போவேன். என்னைக்காவது நான் மூணு மாசத்துக்கு ஒரு தடவ உன்ன கான்டாக்ட் பண்ணாட்டி செத்துப் போயிட்டேன்னு நினைச்சுக்க'' என்றார்.

ஒரு முறை சென்னைக்கு அவசர அவசரமாக ஓடி வந்தார். அத்தை பூரி சுடும்போது கையில் எண்ணெயைக் கொட்டிக் கொண்டதாகச் சொன்னார். நாங்கள் பதறியடித்து ஃபோன் அடித்தால் எதிர்முனையில் போலீஸ் இன்ஸ்பெக்டர் பேசுகிறார். வேறெதுவும் சிக்கலை இழுத்துக் கொண்டு வந்துவிட்டாரா என்று நினைத்து விரிவாக விசாரித்தோம். கொதிக்கிற எண்ணெயை அந்த அத்தையின் கையில் கொட்டிவிட்டுத் தப்பித்து ஓடி வந்திருக்கிறார். அவரைப் பிடித்துக் கொண்டுபோய் நான் வேண்டாமென்று சொல்லச் சொல்ல காவல் துறையிடம் சந்திரன் ஒப்படைத்தான். அவர்கள் அவரை குடும்ப வன்முறைச் சட்டத்தில் ஒரு வருடம் உள்ளே போட்டார்கள். ஜெயிலுக்குப் போன நான்கே நாட்களில், 'மாமா பேசறேன் மாப்பிள்ளே' என என் லைனுக்கு வந்தார். அதற்குள் விடுதலையாகிவிட்டாரா என யோசிக்கும்போது, ஜெயில்ல இருந்துதான் பேசறேன் மாப்பிள்ள என்றார். யாரையோ கணக்குப் பண்ணி உற்சாகமாகப் பேசினார். அவருக்கு எப்படி ஃபோன் கிடைத்தது என்பதில் எனக்கு வியப்போ வியப்பு. இன்னொரு விஷயம் எனக்கு உவப்பானதாக இருந்தது. ஒரு வேளை நான் பார்க்கிற சில்லறைச் சமாசாரங்களின் காரணமாக ஜெயிலுக்குப் போனால், ஃபோன் பேசலாம் என்கிற திருப்தி வந்தது. மாமாவிடம் அதைப் பற்றியெல்லாம் விளக்கமாகக் கேட்டேன். ஜெயில் சாப்பாடு துவங்கி எல்லாவற்றையும் புட்டுப் புட்டு வைத்தார். வர்றியா மாப்பிள்ள என்றார். ஏதோ பழக்க தோஷத்தில் வாய் தவறிக் கேட்டுவிட்டார் என்றுதான் நினைத்தேன். ஆனால், இன்னொரு முறை கேட்டபோது, பார்ட்டி சீரியஸாகதான் கேட்கிறார் என்பது உறைத்தது. ''கைல எண்ணெய் ஊத்துனதுக்கெல்லாம் பிடிச்சுப் போட்டா தமிழ்நாட்டுல குறைஞ்சது ஒரு பதினஞ்சு லட்சம் பேரையாவது பிடிச்சு உள்ளே போடணும் மாப்பிள்ள'' என்றார். நான் ஃபோனைப் பக்கத்தில் இருப்பவரிடம் கொடுக்கச் சொன்னபோது மறுக்காமல் கொடுத்தார்.

''நீங்க யாரு எவருன்னு எனக்கு விவரமெல்லாம் தெரியாது. ஆனால், ஒரு விஷயத்த மட்டும் கேட்டுக்கோங்க. அவருக்கு ஒரு தடவைக்கு மேல சோறு போடாதீங்க'' என்று சொல்லிவிட்டு தொலைபேசி இணைப்பைத் துண்டித்தேன்.

இன்னொரு முறை ஃபோன் பண்ணி 'வயித்தால போகுது' என்றார். எனக்கு அவர் சொன்ன விதம் மனதைப் பிசைந்தது. சந்திரனுக்குத் தெரியாமல் பணம் செலவழித்து அவரை ஜாமீனில் எடுத்தேன். ஆயிரம் இருக்கலாம். ஆனால், பிரகாஷ் மாமா என்றால், எனக்குப் பிரியம் அதிகம். மாமா அந்த அளவிற்கு நல்லவர். குடிக்காவிட்டால் மனதால்கூட யாருக்கும் தீங்கு நினைக்க மாட்டார். ஆனால், குடித்து விட்டால் மிருகமாக மாறிவிடுவார். மிருகமென்றால் சாதாரண மிருகமல்ல. டிஸ்கவரி சேனலில் காட்டுவார்களே அதைவிட கொடூர மான மிருகமாகிவிடுவார். குடிதான் அவருக்கு முக்கிய பிரச்சினை. அந்தக் குடிதான் அவரைத் தெருவிற்கு அழைத்து வந்தது. அந்தக் குடிதான், வசதியான வீட்டில் இருந்து வந்தாலும், அவரை பிளாட் ஃபாரங்களில் தூங்க வைத்தது. அந்தக் குடிக்கு மாமா எப்படி வந்து சேர்ந்தார்? சந்திரன் ஆச்சி அவரை தலைப் பையன் என்று சொல்லி பொத்திப் பொத்தி வளர்த்திருக்கிறது. மதியம் கறிக் குழம்பு வைக்கும் போதெல்லாம் பதினைந்து வயதிலேயே காசு கொடுத்து சாராயம் குடிக்க அனுப்பியிருக்கிறது. அந்த ஆச்சி இருக்கிற வரை மாமா மைனர்போல சுற்றியிருக்கிறார். கேட்ட போதெல்லாம் கொடுத்துக் கொண்டிருந்திருக்கிறது அந்த ஆச்சி. ஒரு முறை அவர் கேட்கும்போது பணம் கொடுக்கவில்லை, ஆதலால் அந்த ஆச்சியின் கையை முறுக்கிக் கீழே தள்ளிவிட்டிருக்கிறார். பாவம், அதன் காரணமாக மருத்துவ மனையில் அனுமதிக்கப்பட்டிருந்த ஆச்சி ஒரு மாதம் கழித்து செத்துப் போனது. எல்லோரும் ஆச்சி தவறி விழுந்ததாகத்தான் நினைத்துக் கொண்டிருந்திருக்கின்றனர். ஆச்சியைப் பாடையில் தூக்கி வைக்கும் போது வீறுகொண்டு அழுது இந்த விஷயத்தை மாமா கக்கிய பிறகுதான் எல்லோருக்கும் விஷயமே தெரிந்திருக்கிறது. அந்த ஆச்சி சாகற வரை யாரிடமும் இந்த விஷயத்தைச் சொல்லாமல் இருந்ததை மெச்சி இழவிற்கு வந்தவர்கள் பேசிக் கொண்டிருந்திருக்கிறார்கள். அதில் சிலர் இவருக்கு அறிவுரை சொல்லப் போய், மாமா அவர்களது குடும்பப் பெண்களின் ஒழுக்கத்தையெல்லாம் பற்றி சந்தி சிரிக்க வைத்திருக்கிறார் என்பதால், அடித்துக் கை கால்களையெல்லாம் கட்டிப் படுக்க வைத்துவிட்டனர்.

அவருக்கு எல்லோரும் சேர்ந்து ஆச்சி இருக்கும்போது கோலா கலமாகத் திருமணம் செய்து வைத்தார்கள். திருமணம் செய்தாலாவது குடியை விடுவார் என்று எதிர்பார்த்தார்கள். மாமா குடியை

நிறுத்தவில்லை. மாறாக, அப்புறம்தான் அதிகமாகக் குடிக்க ஆரம்பித்தார். குடித்துவிட்டுப் பேசாமல் படுத்து என்னை மாதிரி முடங்கிவிட்டால் தேவலை. ஆனால், மாமா குடிப்பதே மற்றவர்களை வம்புக்கு இழுக்கதான் என்றுதான் எல்லோரும் சொல்லிக் கொண்டார்கள். ஒரு முறை மாமாவின் வீட்டில் மட்டன், உருளைக் கிழங்கு போட்டுக் குழம்பு வைத்திருக்கிறார்கள். மாமா அந்த அத்தையின் தட்டில் குடிபோதையில் லட்டைப் போட்டு அதைத் தொட்டுக்கொண்டு சாப்பிடச் சொல்லி இருக்கிறார். அவரும் அப்படிச் சாப்பிட்டிருக்கிறார். அந்த அத்தை முடியாதென மறுத்தவுடன் போட்டு அடித்திருக்கிறார். வெறுத்துப் போன அத்தை தன்னுடைய அறைக்குப் போய் தீக்குளித்துச் செத்துவிட்டது. போதையில் இருந்த மாமா, அப்படியே படுத்துத் தூங்கிவிட்டார். பக்கத்து வீட்டுக்காரர்கள் கருகிய வாசனை வருகிறதென கதவை உடைத்து உள்ளே வந்தபோதும் மாமா தூங்கிக் கொண்டிருந்திருக்கிறார். ஊரே சேர்ந்து அவரின் முகத்தில் காறித் துப்பியிருக்கிறது.

அந்த வழக்கில் குடும்பமே சேர்ந்து அவரை வெளியே கொண்டு வந்தது. அதற்கப்புறமும் அவர் குடியை விடவில்லை. அவர் எல்லோரையும் துரத்திக்கொண்டே இருந்தார். அவரை எல்லோரும் துரத்தியபடி இருந்தனர். ''மாமா சின்ன வயசுல அவனை எப்படி யெல்லாம் தூக்கி வளர்த்திருக்கிறேன்'' என சந்திரனிடம் சொல்வதைப் போல அவனை வளர்த்த கதையை என்னிடம் பலமுறை சொல்லி இருக்கிறார். அந்தக் கதையில் ஒரு புல்லட் வரும். ஒரு பூட்ஸ் காலணி வரும். கைக் குழந்தையாக இருக்கும் சந்திரன் வருவான். விஜயகாந்த் படம் போட்ட டாலர் சங்கிலி வரும். தெருமுக்குக் கடையில் உள்ள புரோட்டா சால்னா வரும். கைக்குழந்தை எப்படி புரோட்டா சால்னா சாப்பிடும் மாமா என்றால், அவன் சாப்புடுவான் மாப்பிள்ள, நீ நம்பு என்பார். தொடர்ந்து பல வருடங்களாக அந்தக் கதையை அவர் சொல்லிக் கொண்டிருக்கிறார் என்பது அவர் கதை சொல்லும் விதத்தை வைத்தே அறிந்து கொள்ளலாம். அந்தக் குடும்பத்திலேயே சந்திரன் மட்டும்தான் நல்லவன் என்று சொன்னார். ஒரு முறை போதையில் கட்டியணைத்து, 'நான் செத்தா நீ தூக்கிப் போடணும் மாப்ளே' என்றார். அவர் இரண்டாவதாக குடும்பத்தை எதிர்த்துத் திருமணம் செய்துகொண்ட பெண்ணுடனும் அவருக்கு ஆழமான கசப்புணர்வு இருந்தது. இரண்டு திருமணத்திலும் அவருக்குக் குழந்தைகள் இல்லை என்பதால், என்னையும் சந்திரனையும் அவருடைய குழந்தைகளாகப் பார்த்தார். அந்த அத்தை டெய்லரிங் வேலை பார்த்துக் குடும்பத்தைக் கவனித்துக் கொண்டார். அந்த அத்தைக்கு இது இரண்டாவது திருமணம் என்பதால், இவரை அனுசரித்துப் போய்க் கொண்டிருந்தார்.

அந்த அத்தை அனுசரித்துப் போகிறது. நான் ஏன் அனுசரித்துப் போக வேண்டும்? ஒரு வகையில் நான் என்னுடைய பிம்பமாக அந்த மாமாவைப் பார்த்தேன். தவிர, எனக்குச் சொல்லிக் கொள்கிற மாதிரி தாய் மாமா இல்லை. ஒத்தையாகப் பிறந்தது என்னுடைய அம்மா. அதனால்தான் ஒத்தையாகக் கஷ்டமும் பட்டுக் கொண்டிருக்கிறது. அம்மாவிடம் ஒரு நாள் மாமாவின் கதையைச் சொன்னேன். ''வீடு தங்காத ஆத்மாக்கள் அப்படிதான் அலைவார்கள்'' என்று தத்துவார்த்த மாகச் சொன்னது எனக்கு வித்தியாசமாகத் தெரிந்தது.

அவர் வந்து போகும் போதெல்லாம் ஒருபோதும் அவர் எங்களிடம் பணம் வாங்கியதில்லை. அவருக்கான பணத்தை அவரே கொண்டு வந்து செலவழிப்பார். எங்களுக்கும் செலவழிப்பார். சந்திரனோடு சேர்ந்து குடிக்க மாட்டார். குடிக்கிறபோது அவன் வந்தால்கூட விரட்டி விட்டுவிடுவார். ஏன் மாமா என்றால், இவன் அறிவுரை சொல்ல ஆரம்பித்தால் ஒரு ஆஃப் பத்தாது மாப்பிள்ள என்பார். என்னோடு சேர்ந்து குடிப்பார். அவர் என்னோடு சேர்ந்து குடிக்கும் போதெல்லாம் சந்திரனைப் பற்றி மட்டுமே பேசிக் கொண்டிருப்பார். அவர் எங்கு வேலை பார்க்கிறார், எங்கே தங்குகிறார் என்பதைப் பற்றியெல்லாம் சொல்லவே மாட்டார். அவர் அந்தச் சந்தோஷமான காலத்திலேயே உறைந்து போயிருந்தார். சந்திரனின் கல்யாணத்தை சாகறதுக்குள் பார்த்து விடவேண்டும் என்று சொல்லிக்கொண்டே இருந்தார். ஆனால், அந்தக் கல்யாணத்திற்குத் தன்னால் போக இயலாது என்பதையும் அறிந்தே இருந்தார். கல்யாணத்திற்குப் பட்டெடுத்துத் தா மாப்பிள்ள என சொல்லிக்கொண்டே இருப்பார். யாருடைய கல்யாணத்திற்கு மாமா என்றால், என்னுடைய இன்னொரு கல்யாணத்திற்குதான் மாப்பிள்ள என்று சொல்லிவிட்டு இன்னொரு கட்டிங்கை ஊற்றிக் கொள்வார். என்னுடைய கல்யாணம் எப்போது, ஊரில் பெண் பார்க்கி றார்களா என்று விசாரித்தபடியே இருப்பார். காசு பணம் பாக்காதே மாப்பிள்ள, நல்ல குணவதியாகப் பார் என்று சொல்லிக்கொண்டே இருப்பார்.

ஒரு முறை குடித்துக் கொண்டிருக்கும்போது திவ்யாவைப் பற்றிச் சொன்னேன். குடிப்பதை நிறுத்தியவர் தன்னுடைய உடைமைகளை எடுத்துக்கொண்டு உடனடியாக தள்ளாடியபடி கிளம்பினார். நான் எவ்வளவோ சமாதானம் செய்தும் கேட்கவில்லை. விடாப்பிடியாக வெளியேறுவதிலேயே குறியாக இருந்தார். 'துரோகம் பண்ணக் கிளம்பிட்ட இல்லையா? நீயும் என்ன மாதிரி தெருவுக்குதான் வருவ' என்பதை மறுபடி சொல்லிக்கொண்டே தூங்கிப் போனார். மறுநாள் காலையில் எழுந்தபோது, அவர் சொல்லிக்கொள்ளாமல் போய் விட்டிருந்தார்.

17

நான் திரும்பவும் ஒழுங்காக வேலைக்குப் போகத் திட்டமிடுகிறேன் என்றான் வாத்தி. அவன் வந்து நின்ற தோரணையைப் பார்த்தவுடன் நான் மிரண்டு போய்விட்டேன். நடமாடும் தங்க நகைக் கடைபோல வந்து நின்றான். எனக்கு உண்மையிலேயே பெருமை யாக இருந்தது. நிறையப் பேரை நான் வளர்ந்த பிறகு பார்த்திருக்கிறேன். ஆனால், வாத்தியின் வெற்றி எனது மனதிற்கு நெருக்கமாக இருந்தது. அவன் கட்டிய கட்டடத்தின் அஸ்திவாரம் முழுக்க அனுபவித்த அவமானங்களைச் செங்கல்லாக அடுக்கியிருந்தான். வாத்தியார் வேலை பார்க்கிறான் தம்பி. நாங்கள் எல்லோரும் செல்லமாய் வாத்தி என்போம். ஒரு முறை சாகசச் சுற்றுலாவுக்குக் கொல்லி மலைக்கு நண்பர் களோடு போகையில் தற்செயலாகப் பழக்கமானான். எங்களுடைய கொல்லி மலை சோர்ஸ் அவனை அறிமுகப்படுத்தும்போதே அவமானப்படுத்திதான் அறிமுகம் செய்துவைத்தான். வாத்தி அதையெல்லாம் கண்டுகொள்ளவே இல்லை. அவர் அப்படிதான் சார் விடுங்க என சாதாரணமாகக் கடந்து சென்றான். அது வழக்கமானதுதான் என்பதை எங்களால் புரிந்துகொள்ள முடிந்தது என்றாலும் எனக்கு ஒரு ஓரத்தில் வலித்தது. எங்களுக்குக் காட்டுக் கோழியை அடித்து அம்மியில் வைத்து மசாலா அரைத்து ஒரு குழம்பு செய்து கொடுத்தான் பாருங்கள்... அது மாதிரி நான் எங்கும்

அதற்கு முன் சாப்பிட்டதே இல்லை. கூடவே குடித்துக்கொள்ள நொச்சி மரக் கள்ளை ஒரு பிளாஸ்டிக் குடத்தில் எங்கிருந்தோ வாங்கிக்கொண்டு வந்து கொடுத்தான். பஞ்ச காலங்களில் நொச்சி மரத்திலிருந்து உதிரும் ஒன்றை அரிசிபோல பாவித்து கஞ்சி காய்ச்சிக் குடிப்பார்களாம். உண்மையா என்று தெரியவில்லை. விதந்தோதி சொன்னார்கள் என்பதால் நம்பி உங்களிடம் சொல்கிறேன். அற்புதமான அந்த இடத்தைப் பற்றிப் பெரிய அளவில் யாருக்கும் தெரியாமல் போனது குறித்து எனக்கு ஆச்சரியம்தான். ஏதோ ஆர்வக்கோளாறில் எல்லோரும் ஆகாய கங்கை நீர்வீழ்ச்சியைப் பார்ப்பதற்காக இறங்கிப் போய் விட்டோம். கிட்டதட்ட ஆயிரம் படிக்கட்டுகள். இறங்கும்போது தெரியவில்லை. எல்லோரும் நல்ல குடி போதையில் வேறு இருந்தோம். ஏறும்போதுதான் அதன் விபரீதம் உறைத்தது. இரண்டு பேர் பாதி வழியிலேயே படுத்துவிட்டார்கள். டோலி ஏதாவது இருந்தால் கொண்டுவரச் சொல்லிப் பிதற்றினார்கள். தவழ்ந்து தவழ்ந்து ஏறிக் கொண்டிருந்தோம். நான் ஒரு படியில் தவழ்ந்து உருண்டு படுத்துக் கிடந்தபோது ஒரு பாட்டியொன்று அசால்ட்டாக ஏறி மேலே போனதைப் பார்த்ததும் வெட்கமாக இருந்தது. இதே போலதான் ஒரு தடவை இதே மாதிரி சபரி மலைக்குப் போகையில் அதன் சின்னப் பாதையில் சுருண்டு விழுந்துவிட்டேன். கூட வந்த அண்ணன் ராஜன் சாமி என்னைத் தட்டி எழுப்பி தைரியம் கொடுத்து சன்னிதானத்துக்கு அழைத்துப் போனார். அந்தச் சம்பவத்திற்குப் பிறகு குடியைக் குறைக்க வேண்டும் என்று எனக்கு உறுதியாகத் தோன்றியது. உடற்பயிற்சி அவசியம் என்பதை உணர்ந்துகொண்டேன். அதனால் அதற்கும் கடவுளுக்கும் எந்தச் சம்பந்தமும் இல்லை. அதேபோலதான் அந்த ஆகாய கங்கை அனுபவம் வாய்த்தது. திரும்பும் வழியில் எங்களால் காரின் உள்ளே கூட ஏறி அமர முடியவில்லை. கால்கள் இரண்டும் வீங்கி வலித்தது. ஆனாலும் உள்ளூர மகிழ்ச்சி, எல்லோர் மத்தியிலும் தாண்டவமாடியது. வலிக்கு அருமருந்தாய் நொச்சிக் கள்ளைக் கொண்டாடினோம்.

கள்ளைக் குடிப்போம். டாய்லெட் போவோம். மறுபடியும் கள்ளைக் குடிப்போம். டாய்லெட் போவோம். வயிற்றிலுள்ள அத்தனை பூச்சிப் புழுக்களையும் தள்ளி வெளியே எடுத்துவிட்டது நொச்சிக் கள். இந்தப் பெரிய குடும்பத்துப் பையன்களுடைய மிகப் பெரிய பிரச்சினை எது தெரியுமா? ஒழுங்காக டாய்லெட் போக முடியாது. ஏதாவது தூண்டூக்கி இருந்தால்தான ஒழுங்காக டாய்லெட் போக முடியும். அதற்காக தாய்லாந்திற்கு டாய்லெட் போவதற்கு முன்பு அருந்திக் கொள்ளவே மூலிகை மருந்தை வாங்கி வந்து ஸ்டாக் வைத்திருப்பார்கள். சொல்ல மறந்துவிட்டேன். நானும்கூட அந்தத் தாய்லாந்து மூலிகை

மருந்தைதான் அவ்வப்போது பயன்படுத்திக் கொண்டிருந்தேன். வாத்தியின் கதைக்கு வரலாம். வாத்தி கொல்லி மலை அடிவாரக் கிராமத்திலுள்ள விவசாயக் குடும்பம். கஷ்டப்பட்டுப் படித்து வாத்தியார் ஆகி, அந்த மலைக் கிராமத்தின் ஒரேயொரு வாத்தியாராக இருந்தான். அங்குள்ள மரவள்ளிக் கிழங்கை ஆலைகளுக்கு ஏற்றுமதி தொழிலையும் செய்து கொண்டிருந்தான். பணம் கணிசமாகப் புரண்டாலும் அவனுக்கான மரியாதையை வென்றெடுக்கத் துடித்துக் கொண்டிருந்தான். இப்படியான ஒரு விவசாயக் குடும்பத்தின் வீட்டில்தான் எங்களைத் தங்க வைத்தான். எனக்கு அந்த இடம் சகஜமாக இருந்தது. என்னுடைய நண்பர்கள் இதுபோல் ஒரு மலைக் கிராமத்தில் நொச்சிக் கள் குடித்தபடி கயிற்றுக் கட்டிலில் படுத்துக்கொண்டு வானத்தைப் பார்த்தபடி படுத்துக் கொண்டிருப்பதை புது வித அனுபவ மாகக் கருதினார்கள். இதற்கு முன்னர் அதுபோல் அனுபவித்தது இல்லையென்பதால் அந்தச் சூழலை நன்றாக அனுபவித்தார்கள்.

வாத்தி வேறு சாதிப் பெண்ணொருத்தியைக் காதலித்தான். அந்தப் பெண் சேலத்தில் உள்ள கல்லூரி ஒன்றில் பி.இ. படித்துக் கொண்டிருந்தாள். என்னைத் தனியாக ஒதுக்கிக் கொண்டுபோய் அந்தப் பெண்ணின் புகைப்படத்தைக் காட்டினான். சினிமா நடிகை மாதிரி இருந்தாள். செட்டாகுமா வாத்தி என்று கேட்டபோது, சினிமா பாணியில் வாத்தி வச்ச குறி தப்பாது என்றான். கவட்டையில் கல் கொண்டு அடிப்பதைப்போல காதலையும் கருதுகிறவர்களை என்ன வென்று சொல்வது? அந்தப் பெண்ணிற்கு அவன் வாத்தியார் வேலை பார்க்கிறான் என்கிற விஷயமே தெரியாது. இன்னொரு புகழ் பெற்ற கல்லூரியில் பி.இ. நான்காமாண்டு படிப்பதாக அந்தப் பெண்ணிடம் பொய் சொல்லி இருந்தான். அதற்குரிய உடை தோரணை என வாரத்தில் சில நாட்கள் வேறு ஒரு ஆளாக மாறிப் போய்விடுவான். மலைக் கிராமத்து ஊர்த் தலைவரைச் சரிக்கட்டி அடிக்கடி சேலம் போய் விடுவான். அவனது மரவள்ளிக் கிழங்கு வியாபாரத்தில் ஊர்த் தலைவரையும் ஒரு பங்குதாரராகச் சேர்த்திருந்தான். வாத்தி பாடம் எடுப்பதை ஊர்க்காரர்கள் யாரும் பார்த்ததேயில்லை. ஆனால், குழந்தைகளிடம் மட்டும் அவன் குறித்த பயம் இருந்தது. அவன் இது மாதிரி மட்டம் அடித்துச் சொந்த வேலைகளில் ஈடுபட்டுக் கொண்டிருந்தான் என்றாலும் பாடம் எடுக்கிற விஷயத்தில் அவன் கில்லி. குழந்தைகளுக்கு ஆங்கிலப் பாடம் அவசியம் என்பதை எங்களிடம் வலியுறுத்திக்கொண்டே இருந்தான். நாங்கள் போயிருந் போது நண்பன் ஒருத்தனை வலியுறுத்தி அழைத்துப் போய் அந்தக் குழந்தைகளுக்கு ஆங்கிலப் பாடம் எடுக்க வைத்தான். குழந்தைகள்

பாவம், மரவள்ளிக் கிழங்கைச் சப்பிக்கொண்டு ஷேக்ஸ்பியரை நினைத்துக் குழம்பிக் கொண்டிருந்தார்கள். குழந்தைகளுக்கு ஏ ஃபார் ஆப்பிள் சொல்லித் தராமல் ஷேக்ஸ்பியர் குறித்து நண்பன் முழங்கிக் கொண்டிருந்ததை நாங்கள் எல்லாரும் சொல்லிச் சிரித்தோம். பாவம், அவனும் என்ன செய்வான். அவன் என்ன வைத்துக் கொண்டா வஞ்சகம் செய்கிறான்?

வாத்தியை நீண்ட காலம் கழித்து சென்னையில் பார்த்தேன். கழுத்து நிறைய தங்கச் சங்கிலிகளுடன் வெள்ளைச் சட்டை போட்டிருந்தான். அதிகாரத்தில் இருப்பவர் ஒருவரின் வீட்டில் உள்ள சமையல்காரர் தன்னுடைய ஊர்க்காரர் என்றான். அந்தச் சமையல்காரரால், அந்த வீட்டை விட்டு வெளியேறி வேலைகளைக் கொண்டுவரும் ஆட்களைத் தேடிக் கொண்டிருக்க முடியாது. அதை அந்த வீட்டில் இருப்பவர்கள் உட்கார அனுமதிக்கவும் மாட்டார்கள். தெரிந்தால் சமையல்காரரைத் தெருவிற்கு அனுப்பி விடுவார்கள் என்பதால் வாத்தியை அவர் புரோக்கர் மாதிரி பயன்படுத்திக் கொண்டார். வாத்தியும் அவரிடம் நியாயமாக நடந்து கொண்டதாகவே பட்டது. பெரும்பாலும் இது மாதிரியான பினாமி காரியங்களில் நேர்மை மிகவும் முக்கியம். நேர்மையிலும் ஒரு சிட்டிகை குறைந்து விட்டாலும் வீசிக் கடாசி விடுவார்கள். வாத்தியின் மீதும் எனக்கு நம்பிக்கை இருந்தது. அவன் திட்டமிட்டு மேலேறிக் கொண்டிருப்பவன் என்பதால் என்னை மாதிரி முட்டாள்தனங்கள் எதையும் செய்து விடமாட்டான் என்பதில் எனக்கு அசைக்க முடியாத நம்பிக்கை. வாத்தி அந்தச் சமையல்காரரைத் தெய்வம்போல கொண்டாடினான். தெருவிற்கு வர முடியாத அந்தத் தெய்வம் வாத்தியை உற்சவ மூர்த்தியாக ஆக்கிவிட்டது.

என்னைப் பார்த்தபோது தான் செட்டிலாகிவிட்டதாகச் சொன்னான் வாத்தி. வாரத்தில் மூன்று நாட்கள் சென்னையில்தான் இருப்பதாகச் சொன்னான் வாத்தி. வாத்தியார் வேலையை ராஜினாமா செய்துவிட்டாயா என்று கேட்டேன். ''அதெப்படிங்க விடுவேன். சம்பாதிச்சுட்டுப் போய் மறுபடியும் செட்டிலாக ஓர் இடம் வேண்டாமா?'' என்றான். அவனுக்குப் பதிலாகப் போலியாக ஒரு வாத்தியாரை ஏற்பாடு பண்ணிக் கொடுத்துவிட்டு வந்திருக்கிறான். அவன் வெறும் கையெழுத்து மட்டும் போட்டுக் கொள்வான். ''அந்தப் போலி வாத்தியாராவது ஒழுங்கா ஸ்கூலுக்குப் போய் பாடம் எடுக்கிறாராடா தம்பி?'' என நான் கேட்டபோது, ''போறாங்கங்க'' என வெட்கப்பட்டுக்கொண்டே சொன்னான். ஊரில் பிரச்சினையில்லையா என்று கேட்டேன். மரவள்ளிக் கிழங்கு வியாபாரத்தின் வழியாக ஊர்த் தலைவருக்கு நல்ல வருமானம் என்று சொன்னான்.

அதே வாத்தியை முதன்முதலில் கொல்லி மலையில் பார்த்தபோது, அவனது ஒவ்வொரு அசைவிலும் தாழ்வு மனப்பான்மை தெரிந்தது. அன்று சென்னையில் பார்த்தபோது வெகுவாக மாறியிருந்தான். என்னுடன் கை குலுக்கிவிட்டுதான் பேசவே ஆரம்பித்தான். பேச ஆரம்பித்து கொஞ்ச நேரத்திற்குப் பிறகுதான் கைகளை விடுவித்துக் கொண்டான். அப்போது நான் அந்தப் பெண்ணைப் பற்றிக் கேட்க வில்லை. அந்தப் பெண்ணை அவன் உறுதியாகத் திருமணம் செய்து கொண்டிருந்திருப்பான் என்று தோன்றியது. ஏனெனில், வாத்தி குறி என்றைக்கும் தப்பாது என்று நினைத்துக்கொண்டு அந்தக் கேள்வியைக் கேட்காமல் இருந்தேன்.

அதற்கடுத்து மூன்றாவது முறையாகச் சந்தித்தபோது அவன் திரும்பவும் வேலைக்குச் செல்லப் போகிறேன் என்று சொன்னபோது அந்தக் கேள்வியை மறுபடி கேட்க நினைத்தேன். அதற்கு முன்னர் முக்கியமான அந்தக் கேள்வியை முதலில் கேட்டேன்.

''இப்பவாவது ஸ்கூலுக்குப் போய் தினம் பாடம் எடுப்பியாடா தம்பி?'' என்றேன்.

''என்னங்க இப்பிடிச் சொல்லிட்டீங்க. மரவள்ளிக் கிழங்கு வியாபாரத்தை யாரு பாப்பாங்க. முழுச் சம்பளத்தையும் வாங்கிக்கற மாதிரி ஒரு ஆள எனக்குப் பதில் ஏற்பாடு பண்ணியிருக்கேன். நான் அப்பப்ப போய்ப் பாத்துக்குவேன். சென்னைக்கு வரமாட்டேன் அவ்வளவுதான்'' என்றான் துளிகூட அலட்டிக் கொள்ளாமல். இந்த முறை அவன் சென்னைக்குத் திரும்பி வரமாட்டான் என உறுதியாகப் பட்டது. அவன் நினைத்த காரியத்தை முடித்துவிட்டது போலதான் சொல்லிக் கொண்டிருந்தான்.

''அதுக்கு அந்த வேலய விட்டே தொலைச்சிரலாம்'' என்றதும், ''அதெப்படிங்க விட முடியும். அது கௌரவம்'' என்றான். எனக்கு என்ன பேசுவதென்று விளங்கவில்லை. எனக்குத் தெரிந்த என்னுடன் படித்து இப்போது தமிழ் ஆசிரியர்களாக, ஆங்கில ஆசிரியர்களாக இருக்கும் பல நண்பர்கள் கௌரவத்திற்காகதான் அந்த வேலையில் இருக்கிறார்கள். அவர்களது சென்னை வாழ்வை அந்த கௌரவமான தொழிலில் வரும் பணத்தைக்கொண்டு ஈடு செய்யவே முடியாது.

''அந்தப் பொண்ணு என்னாச்சுலே?'' என்றேன் வாத்தியைப் பார்த்து.

''அது பெரிய பிரச்சினையா ஆயிருச்சுங்க. அந்தப் பொண்ணுக்கு கல்யாணம் ஆயிருச்சுங்க'' என்ற வாத்தியிடம், ''அப்ப நல்ல மாப்பிள்ளை கிடைச்சுருச்சுன்னு சொல்லு'' என்றதும் மனம் விட்டுச்

சிரித்தான். வாத்தி கிளம்பிப் போனான். வாத்தியின் தேடல் முடிவுக்கு வந்துவிட்டதாக எனக்குத் தோன்றியது. அந்தப் பெண்ணுக்குத் திருமணம் ஆகாவிட்டாலும், இவன் கல்யாணம் செய்திருக்க மாட்டான் என்று தேன்றியது. அந்தப் பெண் ஒரு சாக்கு. அவ்வளவுதான்.

18

இடையில் ஒரு குறுகிய காலப் பயணமாக டெல்லி போனேன். காஞ்சிபுரத்தைச் சேர்ந்த பட்டுத் தயாரிப்பு நிறுவனம் ஒன்றிற்கு மத்திய அரசின் பாரம்பரியம் மிக்க விருதை வாங்கித் தரவேண்டும். அந்த நிறுவனத்தின் உரிமையாளர் இதற்காக நடையாய் நடந்தார். நல்ல தொகை ஒன்றையும் அதற்காகத் தருவதற்குத் தயாராக இருந்தார். நண்பர்கள் என்னைப் போய் அந்த வேலையை முடித்துத் தரும்படி சொன்னார்கள். எனக்கு டெல்லியில் நல்ல தொடர்புகள் உண்டு. அந்த நிறுவனத்தின் உரிமையாளரும் நானும் டெல்லிக்கு விமானத்தைப் பிடித்தோம். பொதுவாகவே இந்த மாதிரியான வேலைகளை நான் எடுக்கும்போது, அது சம்பந்தப்பட்டவர்களின் செலவில் தங்குவதில்லை. சாப்பிடுவதில்லை. குடிப்பதில்லை. வேலையை முடித்துத் தந்தவுடன் உடனடியாக பணத்தைத் தந்துவிட வேண்டும். அதை மட்டும்தான் எதிர்பார்ப்பேன். அந்த நிறுவனத்தின் உரிமையாளர் அந்த வகையில் நேர்மை யானவர். பெருந் தொகையை விருது பெற்றவுடன் தருவதாக உத்தரவாதம் தந்திருந்தார். விருது அறிவிப்பதற்கு நான்கு நாட்கள் மட்டுமே இருந்தன. நாங்கள் இருவரும் டெல்லி கிளம்பினோம். அந்த உரிமையாளரின் உறவுகள் விமான நிலையத்திற்கு வந்து வெற்றித் திலகமிட்டு அவரை வழியனுப்பி வைத்தனர்.

அந்த விமானத்தில் என்னுடன் அவரது தொழில் பற்றி விவரித்துக் கொண்டே வந்தார். எனக்கொரு யூனிட் போடுவதற்கு உதவிகள் செய்வதாக எல்லாம் ஆசைகள் காட்டிக் கொண்டிருந்தார். நான் அவரிடம், எனக்கு பிஸ்கெட் துண்டுகளைப் போடாதீர்கள் என்று கறாராகச் சொன்னதும் அதைப் புரிந்துகொண்டார். அதற்கடுத்து அமைதியாக என்னுடன் பயணம் செய்தார். நான் ஜவஹர்லால் நேரு யூனிவர்சிட்டி கேம்பஸில் தங்கிக் கொள்கிறேன் என்று சொல்லி விட்டேன். என்னுடன் இளங்கலை படித்த சில நண்பர்கள் அந்தக் கல்லூரியில் மேற்படிப்பைப் பல வருடங்களாகப் படித்துக் கொண்டிருந்தார்கள். அந்த வளாகத்தை விட்டு வெளியே வர மனம் இல்லாமல் அங்கேயே உழன்று கொண்டிருக்கிறார்களோ என்றுகூட எனக்குத் தோன்றும். நான் போனபோது ஹோலி கொண்டாட்டங் களுக்கான ஏற்பாடுகள் நடந்து கொண்டிருந்தன. என்னைக் கொண்டாடி வரவேற்றார்கள் என்னுடைய நண்பர்கள். நான் கொண்டுபோயிருந்த பணத்தை அவர்கள் முன் கொட்டினேன். எல்லோரும் தினம் கொண்டாட்டமாகப் பொழுதுகளை எதிர்கொண்டோம். என்னுடைய டெல்லி மலையாளத் தொடர்புகள் மூலம் விருது வாங்குவதற்கான வேலைகளை முதல் இரண்டு நாட்களில் செய்து முடித்தேன். விருது கண்டிப்பாகக் கிடைத்துவிடும் என்கிற உத்தரவாதம் கிடைத்தவுடன் அந்த உரிமையாளரை ஊர் சுற்ற அனுப்பிவிட்டு, நான் அந்த வளாகத்தில் முடங்கிப் போனேன். ஹோலிக்கான முன்னேற்பாடுகளை நானும் சேர்ந்து செய்தேன். பாங்கு தயாரிப்பதற்கான பெண் கஞ்சா இலைகள் உட்பட மூலப் பொருட்களை நானும் சேர்ந்து போய் வாங்கிக் கொடுத்தேன்.

நண்பர்கள் தீவிரமாக இயங்கிக் கொண்டிருந்தார்கள். அவர்களின் நம்பிக்கையை நான் பாழ்படுத்த விரும்பவில்லை. சமூகத்தை மாற்றிவிட முடியும் என உறுதியாக நம்பிக் கொண்டிருந்தார்கள். அந்த நம்பிக்கையைப் பற்றி ஆழமாக விவாதித்தார்கள். என்னுடனும் சில நண்பர்கள் விவாதம் செய்ய ஆரம்பித்தபோது ஜெயம் அவர்களைத் தடுத்து நிறுத்தினான். ஜெயம் என்னுடைய உயிர் நண்பன். அவனுக்கு என்னைப் பற்றி நன்றாகத் தெரியும் என்பதால், அவனுடைய நண்பர்களை எச்சரித்து விவாதத்தில் இருந்து என்னை விடுவித்து விட்டான். அதில் ஒரு நண்பன் நல்ல கஞ்சா போதையில், அம்மணமாக அந்த வளாகத்தைச் சுற்றி வந்தான். எல்லாவற்றில் இருந்தும் விடுதலையாகும் மன நிலையை எங்களுக்கு உணர்த்துவதற்கு அப்படி அலைந்தான் என எல்லோரும் பெருமையாகப் பேசிக்கொண்டிருந் தனர். பணம் இல்லாவிட்டால் இயல்பாகவே அப்படி அலைய நேரிடும் என்று நான் சொல்லலாம் என்று நினைத்தேன்.

அப்போது என்னை அந்தத் தோழர் வந்து சந்தித்தார். அந்தத் தோழர் ஏற்கெனவே எனக்கு நல்ல பழக்கம். ஒரு முறை ஒரு தொடர்பின் வழியாக நான் மேக மலைக்குப் போனபோது, எனனுடன் துணைக்கு அந்தத் தோழரை அனுப்பியிருந்தார்கள். மேக மலையைப் பற்றி உங்களுக்குச் சொல்ல வேண்டியதில்லை. சுற்றுலாவாசிகள் கைப்படத் துலங்காத கன்னிக் காடுகளை உடையது மேக மலை. இத்தோடு அந்த வர்ணனையை நிறுத்திக் கொள்கிறேன். தோழர் உள்ளூர் கம்யூனிஸ்ட் அலுவலகம் ஒன்றில் முழு நேர ஊழியராக இருந்தார். அப்போது அவர் முதுகலை படித்து முடித்திருந்தார். அங்கிருந்துதான் எப்படியோ நூல் பிடித்து மேல் படிப்பிற்காக இங்கு வந்து சேர்ந்திருக்கிறார் என்பதை உணர்ந்து கொண்டேன். நாங்கள் போனபோது, மலையேறுவதற்கு முன்னர் அடிவாரத்தில் அமர்ந்து குடித்துக் கொண்டிருந்தோம். அப்போது எங்களிடம் தயங்கித் தயங்கி வந்து நின்ற அந்தத் தோழர், கிங்ஸ் சிகரெட் ஒன்று வேண்டுமென்றார். நாங்கள் எடுத்துக் கொடுத்ததும் அதைக் கொண்டுபோய் காருக்குக் கீழே அமர்ந்து மறைவாகப் புகைத்தார். என்ன காரணம் என்று அழைத்து விசாரித்தேன். கட்சியின் முழு நேர ஊழியராக இருக்கும் ஒருத்தர் இது போன்ற ஆடம்பர நடவடிக்கைகளில் ஈடுபடக் கூடாது. யாராவது பார்த்து விட்டால் சிக்கல் தோழர் என்றார் என்னிடம். எனக்குச் சிரிப்பு வந்து விட்டது. கிங்ஸ் சிகரெட் குடிப்பது ஆடம்பர நடவடிக்கையா? அப்படி யானால் நானெல்லாம் உறுப்பினராக இருந்தால் என்னைக் கழுவிலேற்றி விடுவார்கள் என்று நான் சொன்னபோது அவர் சிரித்துக் கொண்டார்.

அந்தத் தோழரை நான் மறுபடியும் அந்த வளாகத்தினுள் பார்ப்பேன் என்று கனவில்கூட நினைத்ததில்லை. நன்றாகப் பூசி மெழுகியிருந்தார். அவர் தோரணை கூட கொஞ்சம் மாறியிருந்தது. அந்த வளாகத்தின் சுதந்திரத்தை அவர் அனுபவித்துக் கொண்டிருந்தார். என்னைப் பார்த்ததும் வந்து கட்டியணைத்துக் கொண்டார். நான் அந்தப் பழைய அனுபவத்தைப் பற்றி மறந்தும் கூட அப்போது பேசவில்லை. அப்படி ஒரு சம்பவம் நடந்ததாகக் காட்டிக் கொள்ளக்கூட இல்லை.

''நீங்கள் தேடுவது கிடைத்துவிட்டதா தோழர்'' என்றார் பணிவாக. இதைக் கேட்கும்போது என்னுடைய சினத்தைத் தூண்டும்படியான சின்னச் சமிக்ஞையைக் கூட அவர் உடலில் காட்டவில்லை. அந்த நிதானம் எனக்கு ரொம்பப் பிடித்திருந்தது.

''கிடைத்துவிடும் தோழர். அடுத்த கட்டம் பற்றி யோசித்துக் கொண்டிருக்கிறேன்'' என்றேன்.

''உங்கள் சமூகம் உங்களைப் போலான ஆட்களிடம் இருந்து நிறைய எதிர்பார்க்கிறது'' என்றார்.

''என் சமூகம் நான் போய் நின்றால் புரோக்கர் பயலே என்று சொல்லி என்னை நம்பாமல் கல்லெறிந்தே கொன்றுவிடும்'' என்றேன். அவர் சிரித்துக்கொண்டே சொன்னார்.

''யார் சொன்னது தோழர். அவர்கள் தங்களது மீட்பருக்காகதான் காத்திருக்கிறார்கள். தங்களுக்கான மீட்பர்கள் தங்களிடமிருந்து உருவாக வேண்டும் என்றுதான் அவர்கள் விரும்புகிறார்கள். வேறு வழியில்லாமல்தான் மற்றவர்களை மீட்பர்களாகக் கருதிக் கொண்டிருக்கின்றனர். நீங்கள் உங்களை வெளிப்படுத்திக் கொள்ளும் பட்சத்தில் உங்களைக் கொண்டாடவே செய்வார்கள். ஒரு வேளை நீங்கள் தவறேதும் செய்திருக்கிற பட்சத்தில் உங்களை மன்னித்து ஏற்றுக்கொள்ளவும் தயாராக இருப்பார்கள்'' என்றார் நிதானத்துடன். இதை அவர் மிக மரியாதையான மொழியில் சொன்னார்.

''நான் தவறேதும் செய்திருப்பதாகக் கருதவில்லை'' என்று நான் சொன்னவுடன் அவர் பதறிப் போய்விட்டார். ஒரு பேச்சிற்காகதான் அப்படிச் சொன்னேன் என அந்த விருந்து முடியும் வரை என்னிடம் சொல்லிக்கொண்டே இருந்தார். நான் அவரைச் சமாதானப் படுத்தினேன். அதற்கடுத்து அவர்களிடம் நான் பேச்சுக் கொடுக்கவே யில்லை. எனக்கு நன்றாகத் தெரியும். அவர்களிடம் பேச்சுக் கொடுத்தால், நானும் இன்னொரு வகையில் அம்மணமாக அந்த வளாகத்தில் அலைய வேண்டியிருக்கும். அவர்கள் நம்பிக்கையுடன் பல விஷயங்களைப் பற்றி விவாதித்தார்கள். அவர்கள் பேசுவதில் உள்ள பல விஷயங்கள் சாத்தியமாகாதவை என்பது எனக்கு நன்றாகத் தெரிந்தது. ஆனால், அந்த நம்பிக்கை எனக்கு மிகவும் பிடித்திருந்தது. எந்த எதிர்பார்ப்புமில்லாமல் அவர்கள் விதைக்கும் நம்பிக்கையைதான் என்னைப் போன்ற ஆட்கள் அறுவடை செய்து கொண்டிருக்கிறோம் என்று பட்டது.

நான் அந்த விருந்து முழுக்கவும் மரியாதையாக அவர்களிடம் உரையாடினேன். என்னுடைய பணத்தையும் தொடர்புகளையும் பற்றி அவர்களிடம் ஒரு சொல் கூட சிந்தவில்லை. என்னை எளியவனாகவே காட்டிக் கொண்டேன். அதென்ன எளியவன்? அவர்களை ஒப்பிடு கையில் உண்மையிலேயே நான் எளியவன்தானே? அங்கிருந்து கிளம்பும்போது அந்தத் தோழரை அழைத்துக் கொஞ்சம் பணம் கொடுத்தேன். அவர் அதை வாங்கிக்கொள்ள மறுத்துவிட்டார். நான் கார் ஒன்றை ஏற்பாடு செய்து மார்க்கெட்டிற்குச் சென்று நல்ல தின்பண்டங்கள், பெங்காலி இனிப்புகளை வாங்கினேன். அவர்கள் ஒரு மாத காலம் குடிப்பதற்கான விஸ்கி, பிராந்தி ஆகியவற்றை வாங்கிக் கொண்டு வந்து என்னுடைய நண்பனின் அறையில் வைத்தபோது

அதில் ஒரு சிலர் ஆட்சேபித்தார்கள். ஒரு வேளை வெளியில் அறை எடுத்துத் தங்கினால், அதை விட அதிகமாக செலவாகியிருக்கும் என்று சொல்லி அவர்களைச் சமாதானம் செய்தேன். இந்த அணுகுமுறையில் சொன்னதால் அவர்கள் ஏற்றுக் கொண்டார்கள். எங்கிருந்தோ எனக்காகத் தேடியலைந்து இமய மலை அடிவாரத்தில் கிடைக்கும் ஹேஷைக் கொண்டுவந்து எனக்குப் பரிசளித்தார்கள். நான் ஹோலி பண்டிகையைக் கொண்டாடிவிட்டுதான் போகலாம் என்றிருந்தேன். ஆனால், எனக்கு நிறைய வேலைகள் இருந்தன. அவர்கள் வசந்தத்தை வரவேற்கத் தயாராகிக் கொண்டிருந்தனர். எனக்கெதற்கு வசந்தம்? நான் தினந்தோறும் வசந்தத்தின் வாயிலிலேயே வீணை மீட்டிக் கொண்டிருப்பவன்தானே என்று நினைத்துக் கொண்டேன். எனக்குள் ஏதோ ஒரு நம்பிக்கை ஒன்று இந்தப் பயணத்திற்குப் பிறகு வந்து ஒட்டிக் கொண்டுவிட்டதாக உறுதியாக நம்பினேன்.

விருது கிடைத்துவிட்டது. சொன்னபடி நடந்து கொண்டார்கள் என்னுடைய மலையாள அதிகாரிகள். நான் அந்த நிறுவனத்தின் உரிமையாளரை அழைத்துப் பணத்தைக் கேட்டேன். அவர் ஹவாலா வழியாகப் பணத்தை டெல்லியில் குவித்திருந்தார். நான் தனித்தனியாக ஒரு வெள்ளைக் கவரில் அதிகாரிகளுக்குக் கொடுக்க வேண்டிய பணத்தைப் போட்டு அதனுடன் ஸ்வீட் பாக்ஸ்களை வைத்து எல்லோருக்கும் பட்டுவாடா செய்தேன். அடுத்த வருட விருதுக்கான தொகையைக் கொஞ்சம் ஏற்றித் தருமாறு என்னிடம் அதிகாரிகள் சொன்னபோது, ''உங்களை மாதிரி ஆட்களை மகிழ்விக்கும் வர்க்கத்தின் பிரதிநிதி நான்'' என்றேன். எல்லோரும் மகிழ்ந்து போனார்கள். ஒரு அதிகாரி அலுவலகத்திற்குள் ஓடிப் போய் முடியப் போகும் வருடத்திற்கான டயரியை எடுத்து வந்து கொடுத்ததோடு மட்டு மல்லாமல் அதில் வாழ்த்தி எழுதிக் கையெழுத்திட்டுக் கொடுத்தார். இவர்களை மட்டும் அனுப்பினால் போதும், பாகிஸ்தானுடன் பேச்சு வார்த்தை நடத்தி காஷ்மீர் பிரச்சினையை முடித்துத் தந்துவிடுவார்கள். உடம்பு முழுக்க அத்தனை நெளிவு சுழிவுகள்.

விமானத்தில் கிளம்பியபோது ஏதோ ஒன்று வித்தியாசமாக இருப்பதை உணர்ந்தேன். ஆமாம், விருது கிடைத்தவுடன் அந்த உரிமையாளரின் உடல்மொழியே மாறியிருந்தது. ஒரு பெருமிதம் அவரது உடலெங்கும் பூசி மெழுகினாற்போல இருந்தது. அவர் என்னிடம் அலட்டிக் கொள்ளவில்லை. ஆனால், விமானத்தின் பணிப் பெண்கள் எல்லோரிடமும் அலட்டிக் கொண்டிருந்தார். விருதுக்காக அவரது சட்டையில் குத்தும் பேட்ஜை இப்போதும் அணிந்து கொண்டிருந்தார். அதை அகற்றச் சொல்லலாமா என்று நினைத்தேன். ஆனால், அவர்

யாரென்றே தெரியாத மாதிரி என்னுடைய பயணத்தைத் தொடர்ந்தேன். அந்த விமானப் பயணத்தில் நான் நிறைய விஷயங்களைச் சிந்தித்துக் கொண்டு வந்தேன். இப்படி ஆழமாகச் சிந்திப்பது ஒரு புது விதமான கிறக்கமான மன நிலையைக் கொண்டுவந்தது. இந்தக் கிறக்கத்தைதான் என்னுடைய ஜே.என்.யூ. நண்பர்கள் விரும்புகிறார்களோ என்று தோன்றியது. இந்தக் கிறக்கத்திலேயே இருக்க வேண்டும் என மனம் விரும்பியது. இதே போலான கிறக்கத்தைதான் நான் சுந்தர் அண்ணாவிடம் தீவிர விவாதத்தில் இருந்து மீண்டு சிந்தித்துக் கொண்டிருந்தபோது அடைந்தேன். அவர்களை நினைத்தால் எனக்குப் பெருமையாக இருந்தது. என்னுடைய அம்மா நூறு நாள் வேலைத் திட்டத்தில் வேலையில் இருந்தபோது சம்பளத்தில் கமிஷன் அடித்தார்கள். வருமானம் போதவில்லை. அந்தச் சமயத்தில் இவர்களைப் போன்றவர்கள்தான் என்னுடைய அம்மாவிற்கு மட்டு மல்லாமல் எல்லா அம்மாவிற்காகவும் போராடினார்கள். முழு தினக் கூலியையும் வாங்கித் தந்தார்கள். அதை வைத்துதான் நாங்கள் கொஞ்ச காலம் நிம்மதியாக இருக்க முடிந்தது என்பது ஞாபகத்திற்கு வந்தது. நான் தற்செயலாகத் திரும்பிப் பார்த்தபோது, அந்த உரிமையாளர் அந்தத் தோரணையைத் தொடர்ந்து கொண்டிருந்தார். அவரைப் பார்க்க எனக்குப் பரிதாபமாக இருந்தது.

19

அந்தக் காலகட்டத்தில் கையில் நிறையப் பணம் புழங்க ஆரம்பித்தது. எங்காவது தனியாகப் போகலாம் என உடனடியாகத் தோன்றியது. ஆனால், போக முடியாது. நிறைய சந்திப்புகள் மிச்சமிருந்தன. இந்தச் சந்திப்புகளுக் காகதான் நான் ஒரு வருட காலம் காத்திருந்தேன். என்னைப் புத்துணர்ச்சி செய்துகொள்ள வேண்டும் என்று தோன்றியது. திவ்யா ஊரில் இல்லை. நான் மேரியட்டில் தனியாக அறை எடுத்து யாருக்கும் தெரியாமல் ஒரு மூன்று நாள் முழுக்கத் தங்கிவிட்டு வரலாம் என்று நினைத்தேன். நான் வெளியூர்களுக்கு, வெளி நாடுகளுக்குத் தனியாகப் போய்த் தங்கியிருக் கிறேன். ஆனால், உள்ளூரில் அதுபோல் தங்கியிருந்த தில்லை. இந்த முறை தங்கலாம் என்று தோன்றியது. நகரில் உள்ள நவீனமான அந்தப் புரோக்கரை அழைத்தேன். அவன் எனக்குத் தகுந்த மாதிரியான பெண்ணை அனுப்புவதாகச் சொன்னான்.

இது போன்ற பெண்கள் உயர் ரகத்தைச் சேர்ந்தவர்கள். வெறும் படுக்கையை மட்டும் அவர்கள் பகிர்ந்து கொள்வதில்லை. நமக்கான இன்டலெக்சுவல் பார்ட்னர்களாகவும் அவர்கள் இருப்பார்கள். அவர் களிடம் படுக்கையைப் பற்றிப் பேசலாம். பிற விஷயங்களைப் பற்றிப் பேசலாம். மறைவான அரசியல் காரியங்களைப் பற்றிக்கூட பேசலாம்.

பெரும்பாலும் நம்பகமானவர்களாக இருப்பார்கள். படுக்கையைப் போலவே பேசுவதற்கும் அதிக முக்கியத்துவம் கொடுப்பார்கள். ஒரு தோழியுடன் பேசுவது போலான உணர்வைத் தந்தபடியே இருப்பார்கள். அதனால்தான் நாள் ஒன்றிற்கு நாற்பதாயிரம் ரூபாயைக் கட்டணமாக வசூலித்துக் கொண்டிருந்தார்கள். கிட்டதட்ட ஆங்கிலம் உட்பட குறைந்தது மூன்று மொழிகளாவது தெரியும். அதில் ஒருத்தி ஒரு முறை தான் சைகை மொழியை வேறு கற்றுக் கொண்டிருப்பதாகச் சொன்னாள். ஏன் என்று கேட்டேன். 'சைகை மொழி பேசவேண்டிய வாடிக்கையாளருடன் இருக்கவேண்டிய நிர்ப்பந்தம் ஏற்பட்டால் என்ன செய்ய?' என்றாள்.

அவள் அறைக்கு வந்ததும் அவளுடைய கைப் பையைப் பத்திரமாக எடுத்து மேஜை மீது வைத்தாள். தன்னுடைய தலை முடியை அவிழ்த்துவிட்டு அதைக் கொண்டையாகக் கட்டிக்கொண்டாள். நான் அவளைப் பார்த்து ஹலோ சொன்னேன். அவள் சிரித்துக் கொண்டாள். ''உங்களுக்கு ரெஸ்ட் ரூம் போக வேண்டும் என்றால் போய்விட்டு வரலாம்'' என்றேன். ''இப்போது தேவையில்லை. தேவைப்பட்டால் போய்க் கொள்கிறேன்'' என்றாள். நான் படுத்துக் கொண்டே அவளிடம் பேசிக் கொண்டிருந்தேன். காபி வேண்டுமா என்று கேட்டுவிட்டு ஆர்டர் செய்துகொள்ளச் சொன்னேன். அவளும் தனக்கான காபியை ஆர்டர் செய்தாள். அவள் அதை ரசித்துக் குடித்து முடிக்கும் வரை அமைதியாக இருந்தேன். அவளைக் குளித்துவிட்டு வரும்படி சொன்னேன். அவள் நான் இதையெல்லாம் சொல்லும் போது ஆச்சரியப்பட்டுப் போவதை உணர்ந்தேன். அவள் குளிப்பதற்கு எவ்வளவு நேரம் வேண்டுமானாலும் எடுத்துக் கொள்ளலாம். எனக்குப் பிரச்சினையில்லை என்று சொன்னேன்.

டவலை எடுத்துக்கொண்டு கிளம்பிய அவள், ''இது எனக்கு புது விதமான அனுபவமாக இருக்கிறது. இருந்தாலும் அநியாயப் பொறுமைதான் உனக்கு'' என்று சொன்னாள்.

''யார் கண்டது? நீ குளிக்கும்போது கூட கதவைத் தட்டி உன் அனுமதியைக் கேட்டுவிட்டு நான் உள்ளே நுழையலாம்'' என்றேன்.

''அனுமதியைக் கேட்டுவிட்டு என்று சொல்கிற இந்தத் தன்மை எனக்கு பிடித்திருக்கிறது'' என்றாள்.

''நீ ரொம்பவும்தான் என்னைப் பற்றி நினைத்துக் கொண்டிருக்கிறாய்'' என்றேன்.

''எனக்கு தெரியும். நான் பல இடங்களில் காபி குடித்தவள்'' என்று சிரித்துக்கொண்டே சொல்லிவிட்டுக் குளியலறைக்குள் நுழைந்தாள்.

நான் ஒரு வேளை உள்ளே நுழையலாம் என்பதை எதிர்பார்த்து குளியலறைக் கதவைத் திறந்து வைத்துக்கொண்டு குளித்தாள். நான் பொறுமையாக அவளுக்காகக் காத்திருந்தேன். அவள் எப்படிக் குளித்துக் கொண்டிருப்பாள் என்பதை யோசித்தேன். கிளுகிளுப்பாக இருந்தது. வெளியே வந்த அவள் பக்கத்து வீட்டுப் பெண் போலவே இருந்தாள். குளியலறையின் கதவில் சாய்ந்துகொண்டு காதலோடு என்னைப் பார்த்தாள். நானும் பார்த்தேன். இரவு உடையை அணிந்திருந்தாள். அதிலுள்ள கயிறொன்றைப் பிடித்து விளையாடிக் கொண்டு என்னையே பார்த்துக் கொண்டிருந்தாள்.

''ஆக நீ ரெடியாகிவிட்டாய், அப்படிதானே'' என்றேன். அவள் ஆமாம் என்று சொல்லாமல் தலையை ஆட்டினாள். நானும் தலையாட்டிய வுடன் அப்படியே ஓடி வந்து என்னுடைய படுக்கையில் தள்ளி ஏறி என்னை மல்லாக்கப் படுக்க வைத்து அவள் என்னுடன் விளையாட ஆரம்பித்தாள்.

அந்த முழு உறவிற்குப் பிறகு நான் ஆசுவாசமடைந்தேன். அவளிடம் பேசவேண்டும் என்று தோன்றியது. இதை யாரிடமும் சொல்லக் கூடாது என்று சொன்னேன். அவள், சத்தியத்தை நான் எப்போதும் காப்பாற்றுவேன் என்று சொன்னாள். அவள் மீது எனக்கு நம்பிக்கை இருந்தது. திவ்யாவின் பெயரைச் சொல்லாமல் நான் அந்த முழுக் கதையையும் சொன்னேன். அவள் யூகிக்க முடியாமல் பெயரையும் இடங்களையும் மாற்றி மாற்றிச் சொன்னேன். அவள் சிரித்துக் கொண்டாள்.

''நீ சொல்கிற விஷயம் உண்மை. ஆனால், ஆட்கள், இடங்கள் எல்லாம் கற்பனையாக ஜோடிக்கப்பட்டவை என்பதை என்னால் புரிந்துகொள்ள முடிகிறது. பரவாயில்லை. தவறில்லை. இந்த அளவிற்கு உண்மையை யாவது நீ பேசுகிறாய் என்கிற வகையில் எனக்கு சந்தோஷம்தான். எனக்கு அது பெருமையாகவும் கூட இருக்கிறது'' என்றாள். நான் அவளைக் கட்டிப் பிடித்துக்கொண்டேன். அவள் அமைதியாக என்னுடைய முகத்தை நிமிர்ந்து பார்த்துவிட்டு அந்த விஷயத்தை அழுத்தமாகச் சொன்னாள்.

''நீ குறிப்பிடுகிற எக்ஸ் என்கிற பெண்ணிடம் எதைத் தேடுகிறாயோ அது என்னிடமும் இருக்கிறது என்பதைப் புரிந்து கொள். தேவையில்லாமல் உன்னுடைய வட்டத்திலிருந்து உன்னை நீயே வெளியேற்றிக் கொள்ளாதே'' என்றாள். அவளிடம் சுந்தர் அண்ணா என்னைப் பற்றிச் சொன்ன விஷயங்களை எல்லாம் சொன்னேன். அதில் எனக்கு நம்பிக்கையில்லை என்று மட்டும் உடனடியாகச்

சொல்லிவிட்டு நிறுத்திக் கொண்டாள். அதன் பிறகு அதைப் பற்றிப் பேசுவதற்கு அவள் ஆர்வம் காட்டவில்லை என்பது எனக்கு வியப்பாக இருந்தது.

நாங்கள் எல்லாமும் முடிந்து ஓய்வாகப் படுத்துக் கிடந்தபோது அவள் என்னிடம், ''நான் வந்ததிலிருந்து நீ நடந்துகொண்ட முறையைப் பார்த்து வியந்துவிட்டேன். நீ இப்படி இருந்ததற்கு ஏதேனும் சிறப்புக் காரணம் இருக்கிறதா?'' என்றாள்.

''படுக்கையில் நான் மட்டுமே செயல்பட்டுக் கொண்டிருக்க முடியாது நாம் செயல்பட வேண்டும் என்று விரும்பினேன். அவ்வளவுதான்'' என்று சொல்லிக்கொண்டே அவளது டவலை விலக்கி துருத்திக் கொண்டிருந்த அவளுடைய மார்பக ஓரத்தில் பேனா கொண்டு திவ்யா என்றெழுதி அதை முத்தமிட்டேன்.

''இது என்ன புதுவிதமாக இருக்கிறதே'' என்று அவள் சொல்லும்போது அவளது குரலில் கிறக்கம் வழிந்தோடியது.

''என்றாவது ஒரு நாள் யாரிடமாவது இந்தக் கதையைச் சொல்லும் போது இது அவர்களுக்கு ரொம்பப் பிடிக்கும். அதனால்தான்'' என்றேன் நான்.

20

எங்கள் நண்பனொருவன் அடிக்கடி சோர்ந்து போய்ப் படுத்துக்கொண்டான். எங்கள் குழுவிலிருந்த ஒருத்தன் அவனை நகரில் புகழ் பெற்ற அந்த சித்த மருத்துவரிடம் அழைத்துப் போய்க் காட்டலாம் என்றான். அந்தச் சித்த மருத்துவர் எல்லா தொலைக்காட்சிகளிலும் தோன்றிப் பேசுவார். அவரது அறிவுரைகள் இல்லாத பத்திரிகைகளே கிடையாது என்கிற அளவிற்கு எல்லா இடங்களிலும் நீக்கமற நிறைந்திருப்பவர் அவர். நண்பனைக் கட்டித் தூக்கிக்கொண்டு போய் அவர் முன்னர் நிறுத்தினோம். அவர் அவனைத் தொடவில்லை. அவனிடம் எதுவும் பேசவில்லை. அவனையே குறுகுறுவென்று பார்த்துக் கொண்டிருந்தார். என்ன நினைத்தாரோ, திடீரென சாமி வந்ததுபோல் தலையை ஆட்டிவிட்டு, அழைத்துக்கொண்டு போய் நன்றாகச் சாப்பிட வைத்து ஒரு மாதம் கழித்து அழைத்து வாருங்கள். உணவே மருந்து, மருந்தே உணவு என ஆசீர்வாதம் செய்து அனுப்பி வைத்தார்.

வந்த பின்னரும் அவன் அப்படிதான் இருந்தான். நான்தான் பைத்தியக்காரர்களாக இருக்காதீர்கள் என்று சொல்லி அவனை அலோபதி மருத்துவர் ஒருவரிடம் அழைத்துச்சென்றேன். அவர் அவனைத் தீர பரிசோதித்து விட்டு எங்களைக் கடிந்து கொண்டார். சித்த மருத்துவரிடம் சென்ற விஷயத்தைச் சொன்னதும்

கடுமையாக முறைத்துவிட்டு, பல்வேறு பரிசோதனைகளுக்கு எழுதிக் கொடுத்தார். பரிசோதனை முடிவுகளைப் பார்த்துவிட்டு அவனுக்கு கேன்சர் கடுமையாகத் தாக்கியிருப்பதாகச் சொன்னார். ஒரு மாத காலம் நாங்கள் தாமதித்திருந்தால், அந்த நோய் முற்றிலும் அவனது உணவுக் குழாய் உள்ள பகுதிக்கு அகலப் பரவியிருக்கும் என்று சொன்னவர், படித்த நீங்களே இவ்வாறு செயல்படலாமா என எங்களை அமர வைத்து ஒரு அரை மணி நேரம் வகுப்பெடுத்தார்.

எனக்குத் தீராத குழப்பம். நான் சித்த மருத்துவத்திற்கு எதிரி கிடையாது. ஆனால், எப்படி இவர்கள் பார்த்தே நோயைத் தங்களால் கண்டுபிடிக்க முடியும் என்று கருதுகிறார்கள்? ஒரு வேளை அவனுக்கு ஏதாவது ஆகியிருந்தால் என்ன ஆகியிருக்கும்? தமிழ்நாடே கதறியிருக்கும். அந்தச் சித்த மருத்துவரும் கதறியிருப்பார். ஏனெனில் நண்பன் அப்படியான குடும்பத்தைச் சேர்ந்தவன். எப்படி இது போன்ற மருத்துவர்களைத் தொலைக்காட்சிகளும் பத்தரிகைகளும் கொண்டாடு கின்றன என்று எனக்கு வியப்பாக இருந்தது. என்னுடைய பேராசிரியர் அன்புச் செல்வனிடம் இது குறித்துப் பார்க்கும்போது பேசவேண்டும் என்று நினைத்துக்கொண்டேன். நண்பன் சீக்கிரமே நலம் பெறவேண்டும் என எல்லோரும் பூங்கொத்து அனுப்பினார்கள். நான் அவனைத் தொடர்ந்து மருத்துவமனைக்கு அழைத்துச் சென்றேன். பத்திய உணவுடன் மாத்திரைகள் எடுத்துக்கொள்ள அறிவுறுத்தப் பட்டான். அதிலிருந்து அவன் மீண்டு வந்த பிறகு நான்தான் அவனுக்கு எல்லாமும் ஆகிப் போனேன். அவனது வீட்டார்கூட என்னிடம் நல்ல விதமாகப் பேச ஆரம்பித்தார்கள். நான் அவர்களது குடும்பத்தில் ஒருவனாகிப் போனேன்.

என்னுடைய பேராசிரியரை ஒரு சந்தர்ப்பத்தில் தாம்பரத்திற்குப் போகும்போது சந்தித்தேன். அவர் தாம்பரத்தில் புதிதாக வீடு கட்டியிருந்தார். அந்த கிரஹப் பிரவேசத்திற்கு சந்திரன் மட்டும் போய் வந்தான். நான் போகவில்லை. பேராசிரியர் அன்புச் செல்வன் எங்கள் இருவருக்கும் ஆங்கிலப் பாடம் எடுத்தவர். எங்களைப் பையன்கள் போல கல்லூரிக் காலத்தில் பார்த்துக் கொண்டவர். என் ஆங்கிலப் புலமைக்கு சந்திரன் ஒரு காரணம் என்றால், இன்னொரு காரணம் பேராசிரியர். கல்லூரிக் காலங்களில் எனக்குச் செலவுக்குப் பணம் கொடுத்து உதவியதும் இவர்தான். நான் அவர் பேச்சிற்கு என்றென்றைக்கும் கட்டுப்படுவேன். அது அவருக்கும் நன்றாகத் தெரியும். நான் போனபோது அவர் அவசரமாக எங்கோ வெளியில் கிளம்பிக் கொண்டிருந்தார். என்னைப் பார்த்ததும் திகைத்த அவர், உள்ளேயிருந்த அக்காவை அழைத்து, உன்னுடைய துரை

வந்திருக்கிறார் என நக்கலாகச் சொன்னார். அக்கா அதையெல்லாம் கண்டு கொள்ளவில்லை. வாடா என்று சொல்லி அழைத்துக்கொண்டு போய், வீட்டையெல்லாம் சுற்றிக் காட்டியது. ''ஏதாவது மாமூல் வாங்குகிறாரா? இழைத்து இழைத்துக் கட்டியிருக்கிறார்'' என நான் கிண்டல் செய்தேன். ''வாங்கிட்டாலும்...'' என அக்கா அலுத்துக் கொண்டது.

அவசரமாகக் கிளம்பியவர் எனக்காக வாசலில் இருந்த அறையில் நான் வருகிற வரை காத்துக் கொண்டிருந்தார். நான் ஒரு க்ரீன் டீயைக் கையில் எடுத்துக்கொண்டு அவருக்கு எதிரில் இருந்த நாற்காலியை இழுத்துப் போட்டேன். ''அவசரமாக கிளம்புகிறீர்கள் என்பது எனக்கு தெரியும். ஆனால், என்னுடைய ஒரு கேள்விக்கு மட்டும் பதில் சொல்லிவிட்டு கிளம்புங்கள்'' என்றேன். என்ன என்பது மாதிரி என்னை நிமிர்ந்து பார்த்தார். நான் சித்த மருத்துவருக்கும் எங்களுக்கும் இடையிலான அந்த அனுபவம் பற்றிச் சொன்னேன். பேராசிரியர் நன்றாகச் சாய்ந்து அமர்ந்தார். நான் சொல்வதை உன்னிப்பாகக் கேட்டார். ''இதில் உன்னுடைய கருத்து என்ன?'' என்றார். ''நான் குற்றம் சொல்லும் போதே தெரியவில்லையா?'' என்றேன்.

''உனக்கு பிரச்சினை அந்த சித்த மருத்துவரா? சித்த மருத்துவமா?'' என்றார். நான் ஒன்றும் பேசாமல் அமர்ந்திருந்தபோது அவரே பேச ஆரம்பித்தார்.

''இங்கு பிரச்சினை சித்த மருத்துவரிடம்தான் இருக்கிறது. நீ ஒரு போலி மருத்துவரைப் பார்த்துவிட்டு உலகமே அப்படியிருக்கிறது என கற்பனை செய்து கொண்டிருக்கிறாய். பார்த்தே ஒருவனது நோய்க் கூறுகளைக் கண்டுபிடிக்கும் திறமைகொண்ட சித்த மருத்துவர்கள் பலரை நான் சந்தித்து இருக்கிறேன். ஒருவன் நடந்து வரும்போதே அவன் என்ன நோயால் தாக்கப்பட்டிருக்கிறான் என்பதைக்கூட கண்டுபிடித்து விடுவார்கள். அத்தகைய திறமை பெற்றோர் ஸ்டெதஸ் கோப்பைப் பயன்படுத்த மாட்டார்கள். அலோபதி மருத்துவத்தின் பரிசோதனை அறிக்கைகளைப் பயன்படுத்த மாட்டார்கள். நாடி பிடித்தே சகலத்தையும் சொல்லிவிடுவார்கள். பாரம்பரிய மருத்துவம் என்பது அலோபதி மருத்துவத்தை முற்றாக நிராகரிப்பது. இப்போ தெல்லாம், உடலுக்கு மருந்தே தேவையில்லை என்று கூட பாரம்பரிய மருத்துவ அறிவு கொண்டவர்கள் பேசத் துவங்கியிருக்கின்றனர். உடலை இயற்கையுடன் இணைத்து எப்படி வாழ்வது என்றும் ஆராய்ச்சிகள் நடந்து கொண்டிருக்கின்றன'' என பேசிக் கொண்டிருந்தவர் திடீரென நிறுத்தி, ''இதைப் பற்றி விளக்கமாக என்னால் சொல்ல முடியும். ஆனால், உன்னைப்போல பணத்தை

மட்டுமே தேடியலைபவர்களால் அதைப் புரிந்துகொள்ள முடியாது. குறிப்பாக, உன்னால் புரிந்துகொள்ள முடியாது'' என்று சொல்லிவிட்டு எழுந்துகொண்டார். எனக்குச் சுருக்கென்று இருந்தது. அவரை நான் எங்கேயாவது பாதி வழியில் இறக்கிவிடுகிறேன் என்று சொன்னபோது அதை மறுத்துவிட்டு, ''ஓய்வாக இருக்கும்போது வா. உன்னுடன் நிறைய பேசவேண்டும்'' என்றார். சொல்லிவிட்டு படியில் இறங்கிக் கடந்து போனார்.

எனக்குள் ஒரு விதமான மோசமான மனநிலை பெருகியது. வந்தபோது இருந்த உற்சாகம் வடிந்து போனது. நிறையக் கேள்விகளை அவரிடம் கேட்க நினைத்தேன். ஆனால், அவர் என்னைச் சமமாக நடத்தி உரையாடலைத் தொடரவில்லை என்பதால் அதை நான் கேட்க வில்லை. தவிர, அவர் என்னைப்போல பணத்தை மட்டும் தேடி அலைபவர்கள் என அழுத்திக் குறிப்பிட்டுச் சொன்னது என்னை உறுத்திக்கொண்டே இருந்தது. ஏதோ அவருக்குள் என்னைப் பற்றிய சித்திரம் தவறாக உருவாகியிருக்கிறது என்பதைப் புரிந்துகொள்ள முடிந்தது. கண்டிப்பாக அந்தச் சித்திரத்தை வரைந்தது சந்திரனாகதான் இருக்கும். அவரை இன்னொரு நாள் சந்தித்து அதை விளக்கி அதிலிருந்து விடுபட வேண்டும் என நினைத்துக் கொண்டேன். எனக்கு அவர் முக்கியம். அந்த அக்கா முக்கியம். எந்தச் சூழலிலும் அவர்களை நான் இழக்கத் தயாராக இல்லை. அவர்களே மறுத்தாலும்கூட அவர்களை விடுவதாக இல்லை. பேராசிரியரைத் தனியாக அவரது கல்லூரியில் போய்ப் பார்ப்பது என்கிற முடிவிற்கு அப்போது வந்தேன். பணத்திற்காக மட்டும் அலைபவன் என்கிற அந்த ஒற்றைச் சொல் மட்டும் என்னை உறுத்திக்கொண்டே இருந்தது.

21

சஞ்சனா அவளுடைய கல்யாணத்திற்காக என்னிடம் வாங்கியிருந்த பணத்தைத் திருப்பித் தருவதற்காக என்னைச் சந்திக்க வந்திருந்தாள். ''ஏன் டார்லிங் ரொம்ப சோகமாக இருக்கிறாய்?'' என்று நான் கேட்டபோது அவள் தலையைக் குனிந்துகொண்டாள். அவளைத் தொந்தரவு செய்யக் கூடாது என்பதற்காக அவளுக்குப் பிடித்த ஐஸ்க்ரீமை ஆர்டர் செய்துவிட்டுக் காத்திருந்த போது கூட நான் எதுவும் பேசவில்லை. சஞ்சனா கடலூரைச் சேர்ந்தவள். அவளுடைய அப்பா அங்கு மீன்பிடித் தொழில் செய்து கொண்டிருக்கிறார். அவளைப் படிக்க அனுப்பியதில் அவருக்கு விருப்பமே இருந்ததில்லை. காதல் கத்தரிக்காய் என்கிற வார்த்தைகளை இன்னும் விடாப்பிடியாக அவர் நம்பிக் கொண்டிருந்தார். ஆனால், சஞ்சனா அப்படிப்பட்ட பெண் இல்லை. என்னுடைய தோழி. தோழியென்றால் தோழி அவ்வளவுதான். அவளுக்கும் மாதங்கிக்கும் இடையில்தான் எப்போதும் என்னைச் சீராட்டுவதில் போட்டி மூளும். இறுதியில் எப்போதும் மாதங்கிதான் ஜெயிப்பாள். சஞ்சனா அந்த அளவிற்கு சென்டிமெண்ட்டாக இறங்கி அடிக்கற ஆள் இல்லை.

சஞ்சனா நல்ல வேலையில் சேர்ந்த பிறகும் கூட அவளுடைய அப்பா அவளது திருமண விஷயத்தில் ஒரு துரும்பைக் கூட கிள்ளிப் போடவில்லை. அவருடன் மீன்

பிடிக்க வருபவர்களை மாப்பிள்ளைகளாகத் தூண்டில் போட்டு அழைத்து வந்தார். அவள் ஒரு முறை அது சம்பந்தமாகப் பேசியபோது, நான் விடாப்பிடியாக அவளுடைய அப்பாவின் யோசனையை மறுத்தேன். திருமணத் தகவல் மையத்தில் அவளுடைய பெயர், சாதி விவரங்களை நான்தான் போய்ப் பதிவு செய்து கொடுத்தேன். அதன் பாஸ்வர்ட் உள்ளிட்ட விவரங்கள் எனக்கும் தெரியும் என்பதால் அவளுக்காக ஸ்க்ரீன் செய்து கொண்டிருந்தேன். ஒரு முறை பையன் ஒருவன் கட் வைத்த டிசைன் பனியனோடு நின்று கொண்டிருப்பது போல ஒரு புகைப்படம் எடுத்து அனுப்பியிருந்தான். அது எனக்கு உறுத்தலாக இருந்தது. நானும் கூட ஒரு நாள் இப்படி ஒரு புகைப்படத்தை யாருக்காவது அனுப்பி வைப்பேன். ஆனால், சத்தியமாக கட் பனியனுடன் மட்டும் போஸ் கொடுக்க மாட்டேன் என்று சஞ்சனாவிடம் எவ்வளவோ எடுத்துச் சொன்னேன். எங்கோ தப்பிருப்பதாக நான் சுட்டிக் காட்டியதை சஞ்சனா கேட்கவில்லை. அவளது மனதிற்குப் பிடித்த மணாளனாக அவனையே தேர்ந்தெடுத்தாள் அவள். ஒரு வேளை அவளுடைய ஊரான கடற்கரைப் பக்கங்களில ஆண்கள் மேலாடை இல்லாமல் அலைவது சகஜமான காட்சிகளாக இருப்பதால் அவளுக்கு இந்தப் பனியன் பெரிய விஷயமாகப் படவில்லையோ என்னவோ? அவளுடைய அப்பாவிற்கும் ஒன்றும் படவில்லை. கல்யாணத்தின்போதும் அதற்கு முந்தைய பேச்சு வார்த்தைகளின்போதும் ஒதுங்கியே இருந்தார். கடமைக்குச் சில பவுன்களை மட்டும் போட்டுவிட்டு ஒதுங்கிக் கொண்டார். கூர்ந்து கவனித்தால் அவர் புறக்கணித்திருக்கிறார் என்பதை எல்லோரும் புரிந்துகொள்ள முடியும்.

''என்ன டார்லிங், சிக்கலான பிரச்சினையா என்ன?'' என்றேன் அவளது அமைதியைக் கலைத்து.

''ஆமாம். விட்டால் கொஞ்சம் சிக்கலாகப் போய்விடும் போலதான் தெரிகிறது'' என்றாள். அதற்கடுத்து சில நிமிடங்கள் பேசவில்லை. நான் அவளுடைய மௌனத்தைக் கலைத்த பிறகு அவள் கொட்டிய தெல்லாம் கொஞ்சம் அதிர்ச்சி ரகம்தான். தேனிலவு முடிந்து திரும்பி இருக்கிறார்கள். வீட்டில் துணிமணிகளை எல்லாம் எடுத்து வைத்துக் கொண்டிருக்கும்போது, அவளுடைய மாமியார் வந்து பின்புறமாக நின்று பார்த்துக் கொண்டிருந்திருக்கிறார். அது வித்தியாசமாகப் படவே இவளும் என்ன ஆன்ட்டி என கொஞ்சம் கோபமாகவே கேட்டிருக் கிறாள். 'உங்கள் வீட்டிலிருந்து வரும்போது புது பேன்டீஸ் எதுவும் கொண்டு வரவில்லையா, பழையதைதான் போட்டுக்கொள் கிறாயாமே' என்று அந்த அம்மாள் கேட்டதும், இவள் அவமானத்தில்

குறுகிப் போய்விட்டாளாம். இந்த விஷயம் அந்த அம்மாளுக்கு எப்படித் தெரியும்? அவளது கணவனுக்கும் அவளுக்கும் மட்டுமே தெரிந்த விஷயத்தை அந்த அம்மாள் வெளிப்படையாகக் கேட்டதும் அவனிட மிருந்து விவாகரத்து வாங்குவதுதான் முதல் வேலை என்று கிளம்பி வந்துவிட்டாள்.

''இந்த விவகாரத்தைத் தவிர மற்ற விவகாரங்களில் அவன் இதே அளவு ஆர்வத்தைக் காட்டுகிறானா?'' என நான் பூடகமாகக் கேட்டேன்.

''ஆமாம். ஆமாம். அதிலெல்லாம் பயல் கொஞ்சம் நன்றாகதான் செயல்படுகிறான்'' என்றாள் கேலியான சிரிப்புடன். அதோடு இன்னொரு சம்பவத்தையும் மறைமுகமாக, பூடகமாக என்னிடம் சொன்னாள். தேனிலவிற்குக் கொடைக்கானலுக்குப் போயிருக் கிறார்கள். இவளுக்கு ஊர் சுற்றவேண்டும் என்று விருப்பம். அவனுக்கு அறைக்குள் இருந்து இவளைச் சுற்றவேண்டும் என்று விருப்பம். முதல் இரண்டு நாட்கள் அவன் அறையை விட்டே வெளியேறவில்லையாம். வெறுத்துப் போன இவள் ஹோட்டலில் காலையிலேயே பிரியாணி வேண்டும் என்று ஆர்டர் செய்திருக்கிறாள். அவன் திகைத்துப் போய் ஏனென்று கேட்க, உனக்குதான் பிரியாணி ரொம்பவும் பிடிக்குமே. அதனால்தான் ஆர்டர் செய்திருக்கிறேன் என்று சொன்னதோடு மட்டுமல்லாமல், இன்னும் நாம் இருக்கப் போகும் மூன்று நாட்களும் பிரியாணிதான் ஆர்டர் செய்யப் போகிறேன் என்று சொல்லியிருக்கிறாள்.

''என்ன சொன்னான்?'' என நான் ஆர்வத்தோடு கேட்டேன். ''அந்த ஜடத்திற்கு நான் என்ன சொன்னேன் என்பதே புரியவில்லை'' என்றாள். இவ்வளவு அசமந்தமாக இருக்கிறானா என நான் கேட்டுவிட்டு, ''அசமந்தமான ஆட்கள் குடும்பம் நடத்துவதற்கு லாயக்கான வர்கள்தான்'' என்றேன். அவள் நான் ஏதோ சொல்ல வருகிறேன் என்பதைப்போல நிமிர்ந்து அமர்ந்தாள். ''சஞ்சனா, பொதுவாக பெண்கள் உங்களது அனுபவங்களை தோழிகளுடன் பகிர்ந்து கொள்கிறீர்கள். ஆண்கள் கொஞ்சம் அதில் தயக்கம் காட்டுவார்கள். அவனுக்கு அவனுடைய அம்மாதான் எல்லாமும் போலிருக்கிறது. அவளிடம் அதைப் பற்றி சொன்னது தவறுதான். ஆனால், அவன் என்னை வைத்துக்கொண்டா வஞ்சகம் செய்கிறான். ஏதோ ஆர்வக் கோளாறில் சொல்லியிருப்பான். மற்றபடி நல்லவன்தானே. ஊரெல்லாம் போய் கொட்டடிக்காமல் குடும்பத்தில்தானே சொல்லி யிருக்கிறான். நீ கண்டித்து அவனை சரியான வழிக்குக் கொண்டு வந்துவிட்டால் எல்லாம் சரியாகிவிடும்'' என்று நான் சொன்னதைக் காது கொடுத்துக் கேட்டாள். அவளைச் சமாதானப்

படுத்துவதற்காகதான் நான் அதைச் சொன்னேன். என் கண் முன்னால் அவன் வந்து நின்றால், கொளுத்திவிடுவேன் என்பதுதான் உண்மை. பிள்ளைகளை வளர்க்கச் சொன்னால், குட்டி நாய்களை வளர்த்துக் கொண்டிருக்கிறார்கள் என்பதை நினைக்கையில் எனக்குச் சிரிப்பாக வந்தது.

தவறாக எடுத்துக்கொள்ள மாட்டாய் என்றால் ஒரு கேள்வி கேட்கலாமா என்று சஞ்சனாவைப் பார்த்துக் கேட்டேன். கேள் என்பதுபோல தலையை ஆட்டினாள். ''மாதங்கி இந்த விஷயத்தில் சந்தோஷமாக இருக்கிறாளா?'' என்றேன். அவள் என்னை நிமிர்ந்து பார்த்தாள். பின்னர் உதட்டைப் பிதுக்கினாள். வேறு ஒன்றும் பேசவில்லை. நானும் கேட்க விரும்பவில்லை. அவள் எதற்காக உதட்டைப் பிதுக்கினாள் என்பதை நான் அதற்கப்புறம் தெரிந்துகொள்ளக் கூட விரும்பவில்லை. மாதங்கி-சந்திரன் விஷயத்தில் இது மாதிரி வெறும் நூல் மட்டுமே நான் விட்டுக் கொண்டிருந்தேன். சஞ்சனா சமாதானம் அடைந்திருந்தாள். அங்கிருந்து அவளது கணவனைத் தொலைபேசியில் அழைக்கச் சொன்னேன். அவன் சந்தோஷமாகக் கிளம்பி வந்தான். எங்களோடு ஐஸ்க்ரீம் சாப்பிட இணைந்துகொண்டான். என்னுடைய கைகளைச் சந்தோஷமாகப் பிடித்துக் குலுக்கினான். அவர்கள் கிளம்பும்போது, ''பாஸ், முண்டா பனியன்ல நீங்க ரொம்ப ஃபிட்டா தெரியறீங்க'' என்றேன். ''தேங்க்ஸ் ப்ரோ. தேங்க்ஸ் ப்ரோ. வீட்டுக்கு ஒரு நாள் சாப்பிட வாங்க. அம்மா சுறா புட்டு நல்லா பண்ணுவாங்க'' என்றான் அப்பாவியாக. நான் சஞ்சனாவைப் பார்த்து சிநேகிதமாகச் சிரித்தேன். அவள் என்னைப் பார்த்து உற்சாகமாகச் சிரித்தாள்.

22

தனசேகர் எனக்கு ஒரு அமைச்சரின் உதவியாளர் ஒருத்தரை அறிமுகம் செய்து வைப்பதாகச் சொல்லியிருந்தான். தனசேகர் கன்னியாகுமரிக்காரன். அவன் சென்னைக்கு வந்த புதிதில் அவனைப் பார்த்திருக்கிறேன். அவனது வளர்ச்சியை அருகில் இருந்து பார்த்தவன் என்கிற முறையில் சொல்கிறேன். தவறான காரியங்கள் என்று இந்த உலகில் என்னவெல்லாம் இருக்கிறதோ, அதையெல்லாம் துணிந்து செய்வான். அது குறித்த குற்ற உணர்வை நான் அவனிடம் கண்டதே இல்லை. ஆனால், அதற்குக் காரணம் இருக்கவும் செய்கிறது என்று என்னிடம் ஒரு முறை விவாதம் செய்தான். என்ன விட்டுர்றா தம்பி என கதறியவுடன் விட்டுவிட்டான். உண்மையிலேயே மஞ்சள் பையுடன் சென்னை வந்தவன் சென்னையில் காஸ்ட்லியான ராதா கிருஷ்ணன் சாலையில் தனியாக வீடு எடுக்கும் அளவிற்கு வளர்ந்து விட்டிருந்தான்.

ஒரு முறை அவன் தொடர்ந்து எனக்கு செல்ஃபோனில் அழைத்துக்கொண்டே இருந்தான். அவன் எப்போதும் எங்கள் நண்பர்கள் குழாமில் இருப்பவர்களை அழைப்பதே இல்லை. ஆனால், அன்று வழக்கத்திற்கு மாறாக, அழைத்துக்கொண்டே இருந்தான். அழைப்பை எடுக்கும் மன நிலையில் இல்லாமல் இருந்தேன் நான். வேறு வழியில்லாமல் அழைப்பை எடுத்தபோது, பாத்ரூமில் இருந்து அழைப்பதாகச் சொன்னான்.

அவனது குரலில் பதற்றம் தெரிந்தது. தனது வீட்டிற்கு வெளியே ஆட்கள் வந்து குவிந்திருப்பதாகவும், தன்னை அவர்கள் கொலை செய்ய முயற்சிப்பதாகவும் சொன்னான். நான் நண்பர்களைத் திரட்டிக்கொண்டு அவனைப் பார்க்கப் போனேன். வீட்டு வாசலில் நான்கைந்து பேர் நின்று, கீழ்த்தளத்தில் இருந்த அவனது வீட்டுக் கதவைப் பலமாகத் தட்டிக் கொண்டிருந்தனர். பார்ப்பதற்கு எல்லோரும் வசதியான பின்புலத்தைச் சேர்ந்தவர்கள் மாதிரி தெரிந்தது. என்ன விஷயம் என்று விசாரித்ததில் தெரிய வந்தது இதுதான்.

ஊட்டியில் உள்ள ஹோட்டல் ஒன்றிற்கு பார் லைசென்ஸ் எடுத்துத் தரவேண்டுமென இவனை அணுகி இருக்கிறார்கள். இவனும் இவனோடு மூன்று பேரை அழைத்துக்கொண்டு ஊட்டி போய் ஒரு வாரம் தங்கியிருந்திருக்கிறான். அந்த ஒரு வாரம் முழுக்க குடியும் கொண்டாட்டமுமாகப் பொழுதைக் கழித்திருக்கின்றனர். இவர்களைக் கட்டித் தீனி போட முடியாது என்பதை உணர்ந்த அந்த ஹோட்டல் உரிமையாளர் அவர்களை நாசூக்காகத் தவிர்த்து இருக்கிறார். இவர்கள் அந்த உரிமையாளரிடம் ஒரு லட்சம் ரூபாய் அட்வான்ஸ் கேட்டிருக்கிறார்கள். அவர் வேலை முடிந்ததும் ஒரு தவணையில் 20 லட்சம் ரூபாயையும் தந்துவிடுகிறேன். ஆனால், வேலை முடியாமல், ஒரு பைசாகூட தர முடியாது என கை விரித்ததும், சொல்லாமல் கொள்ளாமல் திரும்பக் கிளம்பி வந்துவிட்டனர். கிளம்பி வரும்போது, சும்மா வரவில்லை. அந்த உரிமையாளரின் அறையில் இருந்த, ரோலக்ஸ் வாட்சைத் திருடிக்கொண்டு வந்துவிட்டான். அதற்காகதான் அவனைத் தேடி இங்கு வந்திருக்கிறார்கள்.

நான்தான் வந்திருக்கிறேன் என்று குரல் கொடுத்ததும் தயக்கத்துடன் வந்து கதவைத் திறந்தான். நான் விறுவிறுவென அவனது பீரோவை நோக்கி நடந்தேன். பணம் மற்றும் இதர பொருட்களை அவன் எங்கே ஒளித்து வைப்பான் என்பது எனக்கு நன்றாகத் தெரியும். வாசலில் வைத்து அவனை அடித்துக் கொண்டிருந்தார்கள். எங்களூரில் பீம புஷ்டி அல்வாவைக் கத்தியைக் கொண்டு தட்டும்போது ஒரு விநோத சத்தம் வரும். அவனை அவர்கள் அடிக்கும்போது வந்த சத்தம் அந்த மாதிரியே இருந்தது. ரோலக்ஸ் வாட்சை அவன் ஒளித்தெல்லாம் வைக்கவில்லை. கட்டில் மேல் அது அனாதையாகக் கிடந்தது. கறுப்பு நிற தெரு நாய்போல கிடந்த அந்த வாட்சை எடுத்து வந்து அதை அவர்களிடம் கொடுத்தேன். போகும்போதும் அவனை அடித்துவிட்டுப் போனார்கள். அவர்கள் கிளம்பிப் போன பிறகு அந்த இடத்திற்கு வந்த வீட்டு உரிமையாளர் உடனடியாக வீட்டைக் காலி பண்ணச் சொன்னார். இல்லாவிட்டால் காவல் துறையிடம் முறையிடப் போவதாகவும் சொன்னார்.

தனசேகரனைப் பொறுத்தவரை இந்த வீடு அவனது அடையாளம். மரியாதை எல்லாமும். சின்ன வயதிலிருந்தே இப்படி ஒரு வீட்டில் வசிக்க வேண்டும் என்பது அவனது கனவு. அவனால் மேன்சனுக்குக் கூட வாடகை கொடுக்க அப்போது முடியவில்லை என்பதால், எங்களுடன் ஒட்டிக்கொண்டு தூங்குவான். அவனது அம்மா ஒரு முறை எப்படியோ இவனைத் தேடிக்கொண்டு மேன்சன் அறைக்கே வந்துவிட்டார். அவர் வந்தபோது இவன் டீ குடிக்கப் போயிருந்தான். திரும்பி வந்தவுடன் நாங்கள் கேள்வி கேட்பதற்கு முன்னர் 'என்னோட பெரியம்மா' என்றான். என்னோடு அப்போது நின்று கொண்டிருந்த நந்தாவிற்குக் கோபம் எங்கிருந்துதான் பொத்துக்கொண்டு வந்ததோ, தனசேகரின் பொடனியில் ஓங்கி ஒரு அறை விட்டான். தனசேகர் எந்த எதிர்ப்பையும் காட்டவில்லை. அந்த அம்மா நெகிழ்ச்சியாக எங்களைப் பார்த்தார். கையிலிருக்கிற பணத்தைத் துடைத்து எடுத்துக் கொடுத்து அவரைத் திரும்பவும் ஊருக்கு அனுப்பி வைத்தோம். இடையில் சில காலம் திடீரென தனசேகர் காணாமல் போனான். எப்போதாவது எங்களுக்குள் அவனைப் பற்றிய பேச்சு வரும்போது, திருச்சியில் இருக்கிறானா அல்லது பாளையங்கோட்டையில் இருக்கிறானா என்று சொல்லிச் சிரிப்போம்.

திரும்பவும் ஒரு நாள் அவன் வந்தபோது, காரில் வந்து இறங்கினான். நாங்கள் ஆச்சர்யப்பட்டுப் போனோம். இது எப்படி குறுகிய காலத்திற்குள் சாத்தியமானது என்று வியந்து போனோம். விசாரித்த போது அமைச்சர் ஒருவரின் உதவியாளரோடு அவன் நெருக்கமாக ஆன விஷயம் தெரிய வந்தது. எங்களைக் காரில் ஏற்றிக்கொண்டு இந்த வீட்டைக் கொண்டுபோய்க் காட்டினான். வீட்டில் அத்தனை விதமான ஆடம்பரப் பொருட்களையும் வாங்கிப் போட்டிருந்தான். அந்த ஆடம்பரம் எங்களில் ஒரு சிலருக்குக் கூச்சத்தை உண்டு பண்ணியது. எனக்கு இது ஒன்றும் பெரிதாகத் தெரியவில்லை. நான் கப்பல் மாதிரியான வீடுகளில் எல்லாம் படுத்துத் தூங்கியிருக்கிறேன் என்கிற விஷயம் தனசேகருக்கும் தெரியும் என்பதால் என்னிடம் மட்டும் அவன் அலட்டிக் கொள்ளவேயில்லை. ''என் கனவு நிறைவேறிவிட்டது அண்ணா'' என்றான் நாடக பாணியில். அவன் நாடக பாணியில் இதைச் சொன்னாலும், அவனுடைய கண்கள் கலங்கியிருந்தன. ''உன்னுடைய அம்மாவை அழைத்து வந்து உன்னுடன் வைத்துக் கொள்ளலாமே'' என நான் கேட்டதை அவன் வேண்டுமென்றே கவனிக்கவில்லை.

சொந்த அம்மாவையே பெரியம்மா என்று சொன்னவனிடம் வேறு என்னதான் எதிர்பார்க்க முடியும்? அதற்கடுத்து நான் அந்த வீட்டிற்கு ஓரிரு முறை சென்றிருக்கிறேன். என்னைத் தங்கத் தட்டில் வைத்துத்

தாங்குவான். என்றாலும், அங்கு போகும் போதெல்லாம் ஒரு உறுத்தல் இருந்துகொண்டே இருந்தது எனக்கு. ஏன் என்ன காரணம் என்று விளங்கவில்லை. அவனது கனவு நிறைவேறியது என்று சொன்ன வீட்டைதான் அப்போது காலி பண்ணச் சொல்லிவிட்டார்கள். ஆனால், அதற்கெல்லாம் அவன் கலங்கவில்லை. இப்படி ஒரு சம்பவமே நடக்கவில்லை என்பதுபோல என்னுடன் என்னுடைய அறைக்குத் தங்குவதற்காகக் கிளம்பி வந்தான்.

அன்றிரவு நாங்கள் நிறையப் பேசினோம். நிறையக் குடித்தோம். ''இப்போது ஒரு டீலிங் பண்ணிக்கொண்டு இருக்கிறேன். அது முடிந்தால், நிரந்தரமாக செட்டில் ஆகிவிடுவேன்'' என்றான் நெகிழ்ச்சியாக. ஊரில் உள்ள வீட்டின் ஓடுகளைப் பிய்த்து எறிந்துவிட்டு பெரிய மச்சு வீடு ஒன்றை எடுத்துக் கட்டவேண்டும் என்று சொன்னான். எதற்காக அம்மாவைப் பெரியம்மா என்று சொன்னாய் என்று கேட்டபோது, தெரியாமல் சொல்லிவிட்டேன் என்று மனதார மன்னிப்புக் கேட்டான். கல்யாணம் பண்ணிக் கொள்ளலாமே என்று நான் சொன்னபோது, ஒரு பெண்ணைக் காதலிப்பதாகச் சொன்னான். அவளை மகாராணி மாதிரி வைத்துக் கொள்வேன் என்றான். ''நீ பட்ட கஷ்டத்திற்கு பிற்காலத்தில் உன் வாழ்க்கை நன்றாக அமையும்'' என்று சொன்னேன் நான். நான் அப்படிச் சொன்னபோது நெகிழ்ந்து போய், என்னுடைய கைகளைப் பிடித்துக் கொண்டான். பையிலிருந்த பணத்தைக் கொத்தாக எடுத்து எனக்குக் கொடுத்தான். ''டேய் தம்பி, அவ்வளவு பெரிய அப்பாடக்கர் ஆகிவிட்டாயா?'' என்று நான் கேட்டபோது, தலையைக் குனிந்து கொண்டான். அவன் வரலாறு முழுக்க எனக்குத் தெரியும் என்பதை அவ்வப்போது நான் சுட்டிக் காட்டிக்கொண்டே இருப்பேன். அது குறித்து அவன் கோபப்பட்டதே கிடையாது. சிரித்துக் கொள்வான் அல்லது தலையைக் குனிந்து கொள்வான். அது அப்போதைய அவனது மன நிலையைச் சார்ந்த விஷயம்.

திவ்யாவிடம் இந்த ரோலக்ஸ் வாட்ச் விவகாரத்தை நான் சொன்ன போது அவள் முகத்தைச் சுளித்தாள். நான் ஏதாவது நினைத்துக் கொள்வேனோ என்று நினைத்தாளோ என்னவோ கொஞ்ச நேரம் கழித்து முகத்தைச் சுளித்ததற்காக மன்னிப்புக் கேட்டாள். நான் தனசேகர் பற்றிய மொத்தக் கதையையும் அவளிடம் சொன்னேன். சாப்பாட்டிற்கு வழியில்லாமல், அவன் கிட்டதட்ட பிளாட்ஃபாரத்தில் தூங்கிய கதைகளைச் சொன்னேன். பணம் அவனை விரட்டிய கதைகளைச் சொன்னேன். பணத்தை அவன் விரட்டிய கதைகளைச் சொன்னேன். எதுவும் பேசாமல், மொத்தக் கதையையும்

பொறுமையாகக் கேட்டுவிட்டு, ''அவன் இதிலேயே கிடந்து உழலட்டும். ஆனால், அவனுக்கு யாராவது வழி காட்டவேண்டும்'' என்றாள்.

நாங்கள் அதற்கடுத்து தனசேகரை மறந்து போனோம். ஒரு நாள் சட்டமன்ற உறுப்பினர் வளாகத்தில் எல்லோரும் பரபரப்பாக இருந்தார்கள். யாரோ ஒருத்தன், அமைச்சர் எங்கெல்லாம் பணம் வாங்குகிறார் என்பதைப் பட்டியலிட்டு அதைப் போஸ்டராக அச்சிட்டு அதை வளாகம் முழுக்க ஒட்டியிருந்தான். அமைச்சரின் ஆட்கள் நூற்றுக்கணக்கானவர்கள் கிளம்பி வந்து போஸ்டரைக் கிழித்துக் கொண்டிருந்தனர். ஒட்டப்பட்ட அடுத்த அரை மணி நேரத்தில், அத்தனை போஸ்டரையும் கிழித்து அப்புறப்படுத்திவிட்டனர். தனசேகர்தான் இந்த வேலையைச் செய்தது என எல்லோரும் பேசிக் கொண்டனர். அவன் அப்படிச் செய்யக் கூடிய ஆள்தான் என்பதால், நான் அதைப் பெரிய விஷயமாக எடுத்துக் கொள்ளவில்லை. இந்த விஷயம் அப்போது எல்லாப் பத்திரிகைகளிலும் பரபரப்பாக விவாதிக்கப்பட்டது. அமைச்சரை விட்டுவிட்டு சாமான்யனான தனசேகரை ஹாலிவுட் வில்லன் ரேஞ்சிற்கு எல்லோரும் மிகைப்படுத்தி எழுதிக் கொண்டிருந்தனர். கடைசி வரை தனசேகர் குறிப்பிட்ட அந்த அமைச்சரின் ஊழல் குறித்து யாரும் வாய் திறக்கவில்லை. எழுதவும் இல்லை. போகிற போக்கில் குறிப்பிட்டுச் சொன்னதோடு சரி. இந்தச் சம்பவம் நடந்த ஒரு சில வாரங்களுக்குப் பின்னர் பொத்தேரி ரயில்வே ஸ்டேஷன் அருகிலுள்ள தண்டவாளத்தில் தனசேகர் பிணமாகக் கிடந்தான். வேகமாகக் கடந்த ரயில், தண்டவாளத்தைக் கடக்க முயன்ற அவனை, அடித்துவிட்டுச் சென்றிருந்தது. எனக்கு எல்லாமும் விளங்கியது. அவனை அடித்துக் கொன்றது ரயிலல்ல. பணம். ஆமாம். பணம்தான் அவனைக் கொன்றது. இந்தச் சம்பவத்தைக் கேள்விப் பட்டதில் இருந்துதான் மாதங்கி இந்தத் துறையிலிருந்து என்னை வெளியேறச் சொல்லி அழுத்தம் கொடுத்துக் கொண்டிருந்தாள். அப்போது ஒரு முறை அவளைச் சந்தித்தபோது, சந்திரன் என்னைப் பற்றி விசாரித்ததாகச் சொன்னாள். ''சரியாக என்ன சொன்னான் என்று சொல்'' என்றேன். ''விசாரித்தான், அவ்வளவுதான்'' என்றாள் அவள்.

23

எங்களுக்குத் தெரிந்த விஸ்வநாதனை யாரோ கொலை செய்து தஞ்சாவூரில் உள்ள கால்வாயொன்றில் போட்டு விட்டார்கள். அவர் அதிகார மட்டத்தில் கொடி கட்டிப் பறந்தவர். அடாவடியான காரியங்களுக்காக அந்தப் பகுதியில் அறியப்பட்டவர். அவரைக் கொடூரமாகக் கொலை செய்து போட்டிருந்ததைப் பார்த்த அனைவரும் அதிர்ச்சியாகிவிட்டனர். அவருக்கே இந்த நிலை என்றால், நமக்கெல்லாம் எப்படி என பொது மக்களையே அந்தச் சம்பவம் உலுக்கி எடுத்தது. அதே சமயம் பொது மக்கள் மனதின் ஓரத்தில் மகிழ்ச்சி பரவியதையும் மறுக்க முடியாது. அவரைக் கொலை செய்தவர்களை போலீஸ் வலை வீசித் தேடிப் பிடித்து, சீக்கிரமே கைது செய்து நீதிமன்றத்தில் நிறுத்தியது. அப்போது ஊரில் இருக்கிற ரௌடிகளையெல்லாம் அழைத்துத் துப்பு துலக்கினார்கள். அத்தனை ரௌடி களும் காவல் துறையினர் காலில் விழுந்து நாங்கள் கொல்லவில்லை என்று சத்தியம் செய்தார்கள். பிணத்தின் அருகே கிடந்த தியேட்டர் நுழைவுச் சீட்டொன்றை வைத்துத் துப்புத் துலக்கி கொலை யாளியைக் கைது செய்தனர். கொலையாளி ஒரு மத்திய தர வர்க்கத்தைச் சேர்ந்தவர். அவர் எதற்காக இந்தக் கொலையைச் செய்தார் என்பதைப் பின்னால் சொல்கிறேன்.

கொலைக்கான காரணங்களாக அப்போது பல கதைகள் சொல்லப் பட்டன. அதில் ஒரு கதை என்னை மிகவும் கவர்ந்தது. கொலையாளி ஒரு வேலை மாற்றம் சம்பந்தமாக ஐந்து லட்சம் ரூபாயை விஸ்வநாதனிடம் கொடுத்திருக்கிறார். வேலையை முடித்துத் தரவில்லை. கொலையாளி கொடுத்த பணத்தைத் திரும்ப வாங்க நடையாய் நடந்திருக்கிறார். ஒருமுறை விஸ்வநாதன் வழக்கமான டென்னிஸ் விளையாடும் இடத்திற்குச் சென்றிருக்கிறார் கொலையாளி.

அங்கு அவருடைய நீண்டகால கல்லூரி நண்பர்கள் வந்தமர்ந்து அவரோடு சேர்ந்து குடித்துக் கொண்டிருந்திருக்கின்றனர். கொலையாளி ஓடிப் போய் அவருடைய காலில் விழுந்து, என்னுடைய பணத்தைத் தந்துவிடுங்கள் என்று அழுதிருக்கிறார். நண்பர்கள் முன்னிலையில் அவமானப்பட்டதாக நினைத்த அவர், கொலை யாளியை உடைகளைக் களைந்து வெறும் ஜட்டியுடன் முழங்காலிட்டு குடித்து முடிக்கிற வரை முட்டி போட்டு நின்று கொண்டிருக்கச் சொல்லியிருக்கிறார். மறுத்த கொலையாளியை அடித்துத் துவைத்திருக் கிறார். அவரைச் சமாதானம் செய்து அவருடைய நண்பர்கள்தான் கொலையாளியை விடுவித்திருக்கின்றனர்.

அந்த அவமானத்தைச் சகித்துக்கொள்ள முடியாத கொலையாளி, தனியாக வந்த அவரைச் சில ஆட்களுடன் சேர்ந்து ஸ்கெட்ச் போட்டுத் தூக்கினாராம். இது போலீஸ் தரப்பில் சொல்லப்பட்ட கதை. இதோடு இந்தக் கதை முடிந்திருந்தால், இதைச் சாதாரணமாக எடுத்துக் கொண்டிருப்பேன். ஆனால், அவரைக் கொலை செய்ய, மேலும் ஐந்து லட்சம் கடன் வாங்கி இருக்கிறார் என்பதுதான் என்னை நீண்ட நாள் உறுத்தியது.

அந்தக் கொலை வழக்கை விசாரிக்கையில், போலீஸ் மிகப் பெரிய ரௌடியான ஒருத்தரையும் அழைத்து விசாரித்தது. அவர் போனவுடன் அவர் முன்னால் கொலை செய்யப்பட்டுக் கிடந்தவரை எடுத்த ஃபோட்டோக்களைக் காட்டி இருக்கிறார்கள். இவர் ஒரே வரியில் முடித்துவிட்டார். இது நிச்சயமாக அமெச்சூர் ஒருத்தன் ஆங்காரத்தில் செய்த கொலை என்று சொல்லிவிட்டார். அப்புறம்தான் காவல் துறையினர் அந்தக் கோணத்தில் துப்புத் துலக்கவே ஆரம்பித்தார்கள். அந்த ரௌடியான கெஜி அண்ணன் எங்களுடைய உள் வட்டத்தைச் சேர்ந்தவர்தான். அவரைதான் மத்திய அமைச்சரின் பையனான ஒருவன் ஒரு பஞ்சாயத்திற்கு அழைத்துப் போனான். பஞ்சாயத்துக்குக் காரணமானவனும் ஒரு அதிகாரப் புள்ளிதான். விஷயம் வேறு ஒன்றுமில்லை. இரண்டு பேரும் சேர்ந்து ஒரு டீலிங்கை

முடித்திருக்கிறார்கள். கொடுக்க வேண்டிய ஐந்து கோடி ரூபாயை அவன் கொடுக்கவில்லை.

மிரட்டி வாங்கித் தரவேண்டும். அவனுடைய அப்பாவிற்கு விஷயம் தெரியாது. இவனுடைய அப்பாவிற்கும் விஷயம் தெரியாது. கெஜி அண்ணனைப் பொறுத்தவரை அவனும் அவருக்குத் தம்பிதான். அவன் லெதர் பாரில் இருப்பதாக விசாரித்துவிட்டு, எல்லோரும் அங்கேயே போனோம். கார் பார்க்கிங்கில் நின்றுகொண்டு கெஜி அண்ணனே அவனை அழைத்தார். அவன் வந்து நின்ற அடுத்த சில விநாடிகளில், கெஜி அண்ணன் அவனுடைய கன்னத்தில் ஒரு அறை விட்டார். கதி கலங்கிப் போன அவன் உடனடியாகப் பணத்தைத் தர ஒத்துக்கொண்டான். இதை முதலிலேயே அவன் செய்திருக்கலாம். அவன் எப்போதும் அப்படிதான். எல்லா விஷயங்களிலும் சிறு பிள்ளை போன்றே நடந்து கொள்வான். ஐந்து ரூபாய் செலவழிக்க வேண்டிய விஷயத்தைச் சொதப்பி ஐயாயிரம் ரூபாய் செலவழிப்பான். இத்தனைக்கும் அவர்களிருவரும் நகமும் சதையும்போலான நண்பர்கள். எங்களையெல்லாம் துண்டித்துவிட்டு எங்களுக்குத் தெரியாமல்தான் இந்த டீலிங்கை முடித்தார்கள். பழம் கடைசியில் எங்களது மடியிலேயே விழுந்துவிட்டது. இந்தப் பாலும் பழத்தை நான் தவற விட்டுவிடக் கூடாதென்று நினைத்துக் கொண்டேன். என்னால் முடிந்த அளவிற்கு இந்த விஷயத்தில் கொஞ்சம் பணத்தையாவது ஆட்டையைப் போட்டுவிட வேண்டும் என தீர்மானித்தேன். அதனால் கெஜி அண்ணனை விட்டு அந்த இரவு முழுவதும் இம்மிகூட விலகி இருக்கக் கூடாது என்று தீர்மானித்தேன்.

''துரோகம் மட்டும் பண்ணவே கூடாது'' என கிருஷ்ண பரமாத்மா மாதிரி அண்ணன் அவனுக்கு அறிவுரைகள் சொல்லிக் கொண்டிருந்தார். எல்லோரும் பூட்டை அண்ணனிடம் கொடுத்துவிட்டு, நிம்மதியாகக் குடிக்கப் போனார்கள். நான் மட்டும் அவர்கள் அருகில் இருந்தபடி அவர்கள் பேச்சில் குறுக்கிடாமல் அவர்கள் இருவரையும் கவனித்துக் கொண்டிருந்தேன். அவர்கள் இருவரும் தனியே அமர்ந்து பேசிக்கொண்டிருந்தனர். இல்லையில்லை, அண்ணன் பேசிக் கொண்டிருந்தார். அண்ணன் நின்றுகொண்டு அறிவுரைகள் வழங்கிக் கொண்டிருந்தார். அண்ணன் அமர்ந்துகொண்டு அறிவுரைகள் சொல்லிக் கொண்டிருந்தார். அண்ணன் அவனது தோளில் சாய்ந்து அறிவுரைகள் சொல்லிக் கொண்டிருந்தார். என்னால் இந்தக் காதல் காட்சியைப் பார்க்க முடியவில்லை என்பதால் அண்ணனிடம் சொல்லிவிட்டு நகர்ந்து போனேன். நான் சொன்னதைக் கூட அண்ணன் கவனிக்கவில்லை. அவனுடைய கன்னத்தைப் பிடித்துக்

கிள்ளிக் கொண்டிருந்தார். கொழுக் மொழுக்கென்று சிவந்து போயிருக்கிற அவனுடைய கன்னம் கிள்ளுவதற்கு லாயக்கானதுதான்.

நாங்கள் அவர்களைக் கூப்பிடப் போனபோது, உன்னை அடிச்சது தப்புதான்டா செல்லம் என கொஞ்சிக் கொண்டிருந்தார் அண்ணன். அவன் அழுது கொண்டிருந்தான். நானும் நாடக பாணியில் அவனுடைய கண்களைத் துடைத்துவிட்டேன். செல்லமாய் அவனுடைய முதுகில் ஒரு முறை அறைந்தேன். அவன் டக்கென்று கோபமானான். ''முதுகில் மட்டும் அடிக்காதீங்கண்ணே, எனக்கு ரொம்ப கோபம் வரும்'' என்றான். நான் சிரித்துக்கொண்டே செல்லமாய் வயிற்றில் ஒரு குத்து விட்டேன். அவ்வளவு நேரம் அழுது கொண்டிருந்த அவன் கெக்கே பிக்கேவென சிரித்தான். கடைசியாக எல்லோருக்கும் ஒரு ஷாட் ஆர்டர் செய்வதாகச் சொன்னான். எனக்கு உண்மையிலேயே பயமாக இருந்தது. அடுத்த நாள் தலைக்கு மேல் வேலையிருந்தது. கடைசியாக ஒரு ஷாட் என்றுதான் ஆரம்பமாகும். சென்னையில் ஆரம்பமாகும். அந்தக் கடைசி ஷாட் பாண்டிச்சேரியில் போய் விடியும். பல நாட்கள் இப்படிதான் அங்கே குடித்து முடித்து விட்டு பாண்டிச்சேரி போய் விடியற்காலையில் கடையைத் தட்டி சரக்குக் கேட்டிருக்கிறோம். பாண்டிச்சேரியை விடுங்கள், சென்னையிலேயே தட்டினால் சரக்கு எடுத்துத் தர பல கடைகளை இரவு முழுக்க மறைமுகமாகத் திறந்து வைத்திருக்கிறார்கள். இதைக் கேட்டுக் கொண்டிருக்கும் உங்களுக்கு நள்ளிரவில் என்றைக்காவது சரக்கு தேவைப்பட்டால் என்னை அழையுங்கள். இந்தா இருக்கிற கிண்டியிலேயே வாங்கித் தருகிறேன். என்ன, மட்டமான சரக்காக அது இருக்கும். பொறுத்துக் கொள்ளுங்கள். எல்லாக் கழுதையும் கல்லீரலைத்தானே பாதிக்கிறது? கல்லீரலை அதிகம் பாதிக்காத சரக்கு வேண்டுமானால், ஒரு லட்சம் ரூபாயாவது ஒரு பாட்டிலுக்குச் செலவழிக்க வேண்டும்.

கிளம்பும்போது தன்னுடைய கழுத்திலிருந்து தங்கத்தால் பொதியப் பட்ட ஒரு ருத்திராட்ச மாலையைக் கழற்றி அண்ணனுடைய கழுத்தில் போட்டான். எப்படியும் விலை சில லட்சங்களில் இருக்கும். விலையை விடுங்கள். அது அழகாக இருந்தது. அதைப் போட்டுக்கொண்டால் ஒரு தேஜஸ் கழுதை வந்து ஒட்டிக்கொள்ளும். காரில் போகும்போது அதைக் கழற்றி அண்ணன் எனக்குப் போட்டார். அண்ணன் எனக்குச் செய்ய வேண்டிய கடமை இருக்கிறது. ஏனென்றால், நான்தான் அண்ணனை இந்தக் கூட்டத்திற்கு அறிமுகம் செய்துவைத்தவன். ஆரம்ப காலத்தில் அண்ணன் ஊரில் குறு ரௌடியாக இருந்தபோது என்னுடன் என்னுடைய ஹாஸ்டல் அறையில் தங்கி இருந்திருக்கிறார். அவர்

கஷ்டத்தில் இருந்தபோது நான் சோறு போட்டிருக்கிறேன். இந்த ரௌடிகளிடம் ஒரு நல்ல பழக்கம் இருக்கிறது. சோறு போட்டவர்களை மட்டும் மறக்கவே மாட்டார்கள். அண்ணனும் மறக்க மாட்டார் என்பது நன்றாகத் தெரியும். அந்தச் செஞ்சோற்றுக் கடனைதான் அண்ணன் அப்போது அடைத்தார். அதே அண்ணனை இந்தக் கும்பல் நினைத்தால் எனக்கு எதிராகவும் திருப்ப முடியும் என்பதை நினைக்கையில் மெல்லியதாய் அச்சவுணர்வு வந்து அடங்கியது. அந்தத் தங்க ருத்திராட்ச மாலையைக் கைகளால் வருடிக் கொண்டேதான் இந்தக் கதையை உங்களிடம் சொல்லிக் கொண்டிருக் கிறேன். எதற்காக அந்த மாலையை எனக்குக் கொடுத்தார்? நான் ஒரு முறை விளையாட்டாக என்னுடைய அண்டர் ஆர்ம்ஸை திவ்யா ஷேவ் செய்து கொண்டிருந்தபோது அந்த மாலையைப் போட்டுக்கொள்ளச் சொல்லி திவ்யாவிடம் கொடுத்தேன். அடுத்தவர் பொருள் என்று சொல்லி, வாங்கிக்கொள்ள மறுத்துவிட்டாள். சும்மா கொஞ்ச நேரத்திற்குக் கூட அதை அணிந்துகொள்ள மறுத்துவிட்டாள். அதற்கப்புறம் நான் திவ்யாவைப் பார்க்கப் போகும் போதெல்லாம் அந்த மாலையைக் கழற்றி வைத்துவிட்டுச் செல்ல ஆரம்பித்தேன்.

எதற்காகக் கொலையாளி அந்தக் கொடூரமான கொலையைச் செய்தார்? பணம் கொடுத்ததை வாங்கச் செல்லும்போது சென்டிமெண்ட்டாக இருக்கட்டுமே என்று தன்னுடைய மனைவியையும் அழைத்துச் சென்றிருக்கிறார். பணத்தையும் அதிகாரத்தையும் பார்த்த மனைவி கைமாறிவிட்டார். போகட்டும், சனியன். என்னுடைய பணத்தை யாவது தந்துவிடுங்கள் என்று கதறியிருக்கிறார். கல்லூரியில் படித்துக் கொண்டிருக்கும் அவரது மகளையும் இந்தச் சூழலுக்குள் அவரது மனைவி துணையுடன் இழுத்து வர விஸ்வநாதன் முயற்சி செய்திருக்கிறார். ஒரு கட்டத்தில் அந்தப் பெண்ணை வலுக்கட்டாய மாக இழுத்துப் போகத் திட்டமிட்டிருக்கின்றனர். கல்லூரிக்கு அந்தப் பெண் போகும்போது தேவையில்லாத சிரமங்களைத் தந்திருக் கிறார்கள். மனம் வெறுத்துப் போன அவரும் அவரது மகளும் சேர்ந்து அமர்ந்து இந்தக் கொலைத் திட்டத்தைத் தீட்டியிருக்கிறார்கள். காவல் துறையினர் பெரிய மனது பண்ணி அந்த வழக்கிலிருந்து அந்தக் கல்லூரி மாணவியை விடுவித்துவிட்டனர். அதிகாரம் இருந்தால் என்ன வேண்டுமானாலும் செய்யலாம் என்பதற்கு ஒரு சாமான்யன் வைத்த ஆப்பை நான் நன்றாகவே ரசித்தேன். கத்தி ஒரு நாள் எல்லா பக்கமும் பாயும். கத்திக்கு இன்னார் இவர் என்றெல்லாம் தெரியாது. ஒரு நாள் கத்தி திவ்யாவின் கணவன் சொன்னால் என் பக்கம் பாயக்கூடும் என்பதை நான் உணர்ந்தே இருந்தேன். அதைத் தவிர இன்னொரு விஷயமும் இருக்கிறது. துரோகம் மட்டும் பண்ணவே கூடாது என

அவனிடம் அண்ணன் சொல்லிக் கொண்டிருந்தபோது, என் பக்கம் திரும்பி, உனக்கும் சேர்த்துதான் சொல்கிறேன் என்றார். அண்ணன் சொன்னபோது என் வயிற்றிற்குள் பந்துபோல ஏதோவொன்று உருண்டது. உடனடியாக சிறுநீர் கழிக்கவேண்டும் என்று தோன்றியது.

24

தொடர்ச்சியாக கொஞ்ச காலமாக மாதங்கியிடமிருந்து எனக்கு எந்தத் தொலைபேசி அழைப்பும் வரவில்லை என்பது எனக்கு விநோதமாகப் பட்டது. நான் இடையில் இரண்டு மூன்று முறை அவளை அழைத்துப் பார்த்தேன். என்னுடைய அழைப்புகளை அவள் எடுக்கவில்லை. இது மாதிரி எப்போதும் அவள் இருந்ததில்லை. அவளுடைய அலுவலகத்திற்கு நான் எப்போதும் போனதில்லை. ஆனால், அன்றைக்குக் கிளம்பிப் போனேன். அலுவலகத்தில் காத்திருந்தபோது என்னிடம் இதுபோல ஒருபோதும் மாதங்கி நடந்து கொண்டதில்லை என்பது நினைவுக்கு வந்தது. அவள் என்னிடம் எதையும் கேட்பாள். தயங்கியதில்லை. கண்டிப்பாக இது சந்திரனின் வேலையாகதான் இருக்கும். நேரே பேசத் தயங்கிக்கொண்டு, இதுபோல் மறைமுக அரசியல் செய்வதை என்றைக்கு அவன் நிறுத்துவானோ அன்றைக்குதான் உருப்படுவான் என்று நினைத்துக் கொண்டேன். அவனுக்கு வெற்றி இன்னும் வசப்படாததற்குக் காரணம் இது போன்ற செயல்களே என்று நான் நினைத்தேன். இதை அவனிடம் சொல்ல முடியாது. ஆனால், மாதங்கியிடம் சொல்ல முடியும். சொல்லவேண்டும் என்று நினைத்துக் கொண்டேன். ஆனால், வரப் போகும் மாதங்கி பழைய மாதங்கியா என்பதில் எனக்குச் சந்தேகம் வலுத்தது. இவ்வளவு நாள் அவள் என்னுடன் பேசாமல் இருந்தது என்னை உறுத்திக்கொண்டே இருந்தது.

எந்தச் சலனமுமில்லாமல் வந்து அமர்ந்தாள் மாதங்கி. நான் எடுத்த எடுப்பிலேயே, ''அவனுக்கு அந்த ப்ராஜெக்ட் கிடைத்துவிட்டதா? சிந்தித்துக்கொண்டே இருப்பதைவிட செயல்படுவது முக்கியம். அவனை செயல்படச் சொல்'' என்றேன்.

''சொல்லிவிடுகிறேன்'' என்றாள் ஒற்றை வார்த்தையில். வேறு ஏதாவது பேசுவாள் என்று எதிர்பார்த்தேன். ''இரு, வெளியில் போகலாம்'' என்று சொல்லிவிட்டு, அலுவலகத்தில் சொல்லிவிட்டு வந்தாள். நாங்கள் பெசன்ட் நகர் கடற்கரையோரத்தில் உள்ள இளைஞர்கள் கூடும் உணவகத்தில் போய் அமர்ந்தோம். அந்த இடம் எங்களுக்குப் புதிதல்ல. இந்த இடத்தில் ஒரு முறை அமர்ந்திருந்த போதுதான் ஒரு இளைஞன் அங்குள்ள பெண்களைக் கவர தன்னுடைய டூவீலரை விரட்டியபோது, கீழே விழுந்து முன் மண்டை கழன்று தொங்கியது. ஆள் செத்துவிட்டான் என்று நினைத்து ட்ராஃபிக் கான்ஸ்டபிள் உட்பட எல்லோரும் ஒதுங்கி நின்றார்கள். மாதங்கிதான் ஓடிப் போய் அவனைத் தூக்கி அருகிலிருந்த மருத்துவமனைக்கு எடுத்துச் சென்றாள். போகும்போது அவனைத் திட்டுவதை விட என்னைதான் அதிகமான வேகத்தில் வண்டி ஓட்டாதே என்று திட்டிக்கொண்டே வந்தாள். அதிலிருந்துதான் நான் என்னுடைய வேகத்தைக் குறைத்தேன். பயம் என்றில்லை. மாதங்கி சொன்னாள். அவளுக்காக. அவ்வளவுதான்.

அவள் ஏதாவது அவளாகவே கேட்பாள் என நான் காத்திருந்தேன். அவள் எதுவும் கேட்கவேயில்லை. நானாகவே ''என்னதான் பிரச்சினை உனக்கு?'' என்றேன். அவள் பதில் சொல்லாமல் கடலைப் பார்த்துக் கொண்டிருந்தாள். நான் கொஞ்ச நேரம் அமைதியாக அவளது முகத்தையே உற்றுப் பார்த்துக் கொண்டிருந்தேன். அவள் கோபமாக இருப்பதுபோல அமர்ந்திருந்தது அவளுக்கு செட் ஆகவில்லை என்பதை எப்படி எடுத்துச் சொல்வது?

''நான், நீ வந்தபோது சந்திரன் பற்றி சொன்னதை திரும்பப் பெற்றுக் கொள்கிறேன்'' என்றேன்.

''கொட்டியதை திரும்ப அள்ள முடியாது. தவிர மனதளவில் சந்திரனைப் பற்றி இதைத்தான் நீ நினைத்துக் கொண்டிருக்கிறாய். அதில் உறுதியாக இரு. அதுதான் மரியாதையாக இருக்கும். நீ ஒரு விஷயத்தில் சரண்டர் ஆகிறாய் என்றால், அந்த விஷயத்தை நீ பயன்படுத்திக்கொள்ளப் போகிறாய் என்று அர்த்தம். உன்னைப் பற்றி எனக்கு தெரியாதா?'' என்றாள். இதைச் சொல்லும்போது அவளது குரலில் கிண்டல் இருந்ததைச் சத்தியமாகக் கவனித்தேன். இது அவளது இயல்பல்ல என்பதால் நான் சீண்டப்பட்டேன்.

''அவன் என்னதான் எதிர்பார்க்கிறான்? ஆளாளுக்கு அவனைப் பற்றி ஏதோ ஒரு பெரிய பிம்பத்தை உருவாக்கிக் கொண்டிருக்கிறீர்கள்?'' என்றேன்.

அவள் அமைதியாகச் சொன்னாள்: ''அவன் எதையும் உன்னிடம் மட்டுமல்ல, யாரிடமும் எதிர்பார்க்கவில்லை. உன் விஷயத்தில் நீ தவறிப் போய்விடக் கூடாது என்று ஆசைப்படுகிறான். முடிவை உன் கையில் விட்டுவிட்டான்.''

''நான் தவறிப் போவதற்கு சின்னப் பையனா என்ன? ரெண்டு பேரும் என்னை ஒரு வெற்றியாளனாகப் பொருட்படுத்துவதே இல்லை. எனக்கு எல்லாம் தெரியும் என்பதை புரிந்து கொள்ளுங்கள். உங்கள் மீதுள்ள மரியாதைக்காக பல நேரங்களில் கட்டுப்படுவதுபோல நடித்துக் கொண்டிருக்கிறேன்'' என்றேன்.

''தேவையில்லை. உன்னைக் கட்டுப்படுத்தவும் முடியாது என்பது எங்களுக்கு நன்றாகத் தெரியும். ஆனால், எடுத்துச் சொல்ல விரும்புகிறோம். அவ்வளவுதான். எங்களுடைய பங்கினை சரியாக ஆற்ற விரும்புகிறோம்.''

''ஸாரி, ஏதோ ஒரு கோபத்தில் சொல்லிவிட்டேன். அள்ள முடியாதுதான். ஆனாலும், நான் கடைசியாகச் சொன்னது உட்பட எல்லாவற்றையும் திரும்பப் பெற்றுக்கொள்கிறேன்'' என்றேன்.

அவள் என்ன நினைத்தாளோ அவளது வழக்கமான குரலில், இட்ஸ் ஓகே என்றாள். அவள் சமாதானமடைந்து விட்டாள் என்பது தெரிந்தது. என்னைக் குறுகுறுவென்று பார்த்தாள். உன்னுடைய அம்மாவிற்கு ஏதாவது செய் என்று சொன்னாள். பின்னர் திடீரென ஒரு அவதாரம் எடுத்தாள். ''நீ செய்து கொண்டிருக்கிற வேலை உனக்கு சிக்கலை ஏற்படுத்தும். பொத்தேரி ரயில் நிலையத்தில் வந்து உன்னை அள்ளிப் போட்டு ஆம்புலன்ஸில் உன்னுடைய ஊருக்கெல்லாம் கொண்டுபோக முடியாது'' என்றாள்.

''ஹே... கூல் பேபி...'' என்று நான் சொன்னதை அவள் ரசிக்கவில்லை. எழுந்து செல்வதற்கு எத்தனித்தாள். நான் அவளது கைகளைப் பிடித்து அமர வைக்க முயன்றேன். என்னுடைய கையைத் தட்டிவிட்டு எழுந்து சென்றாள். நான் அப்படியே அமர்ந்திருந்தேன். அவள் ஆட்டோ பிடித்துச் செல்வதைப் பார்த்துக் கொண்டிருந்தேன். அவள் எதற்காக வந்தாள் என்பது எனக்கும் நன்றாகத் தெரியும். அவளுக்கும் நன்றாகத் தெரியும். இதோ இந்தக் கதையைக் கேட்டுக் கொண்டிருக்கும் உங்களுக்கும் நன்றாகத் தெரியும். கடவுளே, என்ன இது சோதனை? எல்லா நேரங்களிலும் யாருக்காவது கட்டுப்பட்டு வாழ்ந்தே

ஆகவேண்டுமா? எனக்கென்று ஆசைகளே இருக்கக் கூடாதா? உண்மையில் நான் வெற்றி பெற்றிருக்கிறேனா இல்லையா? இவர்கள் ஒருபோதும் என்னைப் பொருட்படுத்தப் போவதில்லையா? ஜோதிடர் சுந்தர் அண்ணா என்னுடைய லக்னத்தின்படி என்னுடைய இயல்பென்று சொன்னதெல்லாம் உண்மைதானா என்றெல்லாம் கடல் அலைகளைப் பார்த்துக் கேள்விகள் கேட்டுக் கொண்டிருந்தேன். அப்படியே அங்கு வந்து போகும் பெண்களை ரசித்துக் கொண்டிருந்தேன். பார்லரில் இருந்து வெளியே எடுக்கும் ஐஸ் க்யூப்களைப்போல இருந்தார்கள் அவர்கள். தூரத்தில் நடந்து வரும் ஒரு மூதாட்டியைப் பார்த்தேன். என்னுடைய அம்மா நடந்து வருவதைப் போல இருந்தது. நான் திரும்பவும் மாதங்கியை விரட்டிப் பிடிப்பதற்காக நான் எடுத்துக்கொண்டு போயிருந்த காரைக் கிளப்பினேன். அவளை விரட்டிப் பிடித்து மறுபடியும் இதே இடத்திற்கு அவளை அழைத்து வந்துவிடுவேன். திரும்பவும் முதலில் இருந்து ஆரம்பிப்பேன். இந்த விஷயம் என்றில்லை. எந்த விஷயத்தையும் என்னால் திரும்பவும் முதலில் இருந்து ஆரம்பிக்க முடியும். எந்தப் பக்கம் தலை இருக்கிறது என்கிற குழப்பத்தை உருவாக்கும் மண்ணுளிப் பாம்பு மாதிரி நான் என்பதை எப்படி எல்லோருக்கும் சொல்லிப் புரிய வைப்பது? எனக்கு இரண்டு பக்கமும் தலை இருக்கிறது. மண்ணை நோண்டி நோண்டி சென்றபடியே இருப்பேன். உங்களுக்கும் சந்தேகம் தேவையில்லை. வேண்டுமானால் என்னுடைய முகநூல் பக்கத்திற்குப் போய் என்னுடைய ப்ரொஃபைல் படத்தைச் சோதித்துப் பாருங்கள். மண்ணுளிப் பாம்பு படத்தைதான் வைத்திருக்கிறேன்.

25

எனது வாழ்க்கையையே மாற்றிப் போடும்படியான அந்தச் சந்திப்பிற்கான காலம் கனிந்து வந்தது. இந்தச் சந்திப்பு மட்டும் நல்ல விதமாக முடிந்துவிட்டால், நான் வாழ்க்கையில் நிரந்தரமாக செட்டிலாகிவிடுவேன். அந்த அதிகாரமிக்கவர் என் நண்பனுக்கு மிகவும் நெருக்கமானவர். அவர் எனக்கு எல்லாமும் செய்து தருகிறேன் என்று சொல்லியிருப்பதாக நண்பன் சொன்னதும் நான் இறக்கை கட்டிப் பறந்தேன். அந்தச் சந்திப்பிற்கு என்னிடம் நல்ல வெள்ளைச் சட்டை கிடையாது என்பதால், திவ்யா என்னை அழைத்துப் போய் எடுத்துத் தருவதாகச் சொன்னாள். நான் பழக ஆரம்பித்த புதிதில் எனக்குப் பிறந்த தினம் வந்தபோது, ''உனக்கு ஒரு கிஃப்ட் வாங்கியிருக்கிறேன். அநேகமாக நாளை மறுநாள் உன்னுடைய கைக்கு வந்துவிடும்'' என்றாள் திவ்யா. ஏதோ ஒரு ஆன் லைன் தளத்தில் போய் எனக்காக பெர்ஃப்யூம் ஆர்டர் செய்திருப்பாள் என்றுதான் நினைத்துக் கொண்டிருந்தேன். ஆனால், இரண்டு நாள் கழித்து ஒரு புத்தம் புது மாருதி ஸ்விஃப்ட் கார் என்னுடைய அறை வாசலில் வந்து நின்றது. அப்போது நான் தங்கியிருந்த மேன்சனின் வாசலில் இரு சக்கர வாகனத்தைக் கூட நிறுத்த முடியாது என்பதால், காருக்காகவே இடம் மாறினேன். அதற்கும் சேர்த்துதான் அவள் செலவழித்தாள். எனக்கு எப்போதுமே மாருதி ஸ்விஃப்ட் காரின் பின்புறத்தைப் பார்க்கும்போது திவ்யாவின் ஞாபகம் வந்துகொண்டே இருக்கும். ஒரு

முறை இதை அவளிடம் சொல்லவும் செய்தேன். ''உலகத்தில் அத்தனை கார் இருக்க, நான் குறிப்பாக எதற்காக அந்தக் காரைத் தேர்வு செய்தேன் தெரியுமா? நீ என்ன நினைத்தாயோ, அதையேதான் நானும் நினைத்தேன்'' என்றாள் திவ்யா. தவிர இன்னொரு விஷயத்தையும் சொன்னாள்.

''உனக்குப் பிடித்த பி.எம்.டபிள்யூ. காரைதான் வாங்கித் தரவேண்டும் என்று நினைத்தேன். ஆனால், இத்தனை பேர் சாப்பாட்டுக்கே கஷ்டப்பட்டுக் கொண்டிருக்கும்போது கார் வாங்க அவ்வளவு காசைச் செலவழிக்க வேண்டுமா என்பதற்காகதான் வாங்கவில்லை. அப்படி வாங்குவது...'' என்று நிதானமாகச் சொன்னவள் கொஞ்ச நேரம் யோசித்த பிறகு, அதை ''crime against humanity'' என்றாள். நான் அவள் கடைசியாகச் சொன்னது குறித்து தீவிரமாகச் சிந்தித்தேன்.

அவளைப் பொறுத்தவரை நான் மகாராஜாபோல இருக்க வேண்டும். மகாராஜாபோல உடைகள் அணிய வேண்டும். சாப்பிட வேண்டும். தவிர இன்னபிற விஷயங்களும் எனக்குக் கிடைக்க வேண்டும். எதற்காக இதையெல்லாம் எனக்குச் செய்கிறாள் என்பது எனக்குத் தெரியும். ஆனால், அதை நான் வெளிக்காட்டிக் கொள்வதில்லை. அவ்வளவு தான். எஸ்டிலாட் பெர்ஃப்யூமை எனக்காகத் தேடித் தேடி வாங்கிக் கொண்டு வந்து கொடுப்பாள். ஏன் அந்தப் பெர்ஃப்யூமை மட்டும் அழுத்திச் சொல்கிறேன் என்றால், அனுபவித்துப் பாருங்கள் தெரியும். என்னுடைய துணிமணிகளைக் கூட அவள்தான் அழைத்துப் போய் வாங்கிக் கொடுத்துக் கொண்டிருந்தாள். சில சமயங்களில் காரில் இருக்கும் என்னுடைய அழுக்கான துணிகளை லாண்டரியில் போட்டுத் துவைத்துக் கொண்டுவந்து தருவாள். நாளொன்றிற்கு மூன்று முறை இயல்பாகவே நான் குளிப்பேன். சட்டையில் எனக்கு எப்போதும் அழுக்குப் படக்கூடாது. எப்போதும் ஜீன்ஸ்தான் என்னுடைய விருப்ப உடை. ஆனால், இதெல்லாம் நான் செய்கிற வேலைக்கு ஒத்து வராதவை என்பதை எனக்கு ஒரு சம்பவம் உணர்த்தியது.

இந்த மாதிரியான தோற்றத்தில் அதிகாரமிக்கவர் ஒருவரைச் சந்திக்கப் போனேன். அவர் மேலும் கீழும் பார்த்துவிட்டு இன்னொரு முறை வரச் சொன்னார். மறுபடியும் இன்னொரு நாள் இதே மாதிரியான தோற்றத்தில் போனபோதும் திருப்பி அனுப்பப் போனார். நான் தடாலென காலில் விழுந்த மாதிரி இறங்கிப் போய் சார் என்னதான் பிரச்சினை என்னிடம் என்றேன். அவர் நிதானமாக எனக்கு வகுப்பெடுத்தார். ''தம்பி ஒவ்வொரு டிபார்ட்மெண்டுக்கும் ஒரு ஒழுக்கம் இருக்குது. நீ வாத்தியாரா இருந்துக்கிட்டு ட்ரவுசர் போட்டுக் கிட்டு ஸ்கூலுக்குப் போவியா? போலீஸா இருந்துக்கிட்டு வேட்டி கட்டிக்கிட்டு ஸ்டேஷனுக்குப் போவியா சொல்லு. அது மாதிரி

அரசியல்வாதிகளைப் பார்க்கப் போறதுக்கும் ஒரு ஒழுங்கு இருக்கு. அதுக்காக உன்ன வேட்டி கட்டச் சொல்லல. குறைந்தபட்சம் வெள்ளைச் சட்டையாவது போட்டுட்டுப் போ. அப்பதான் மரியாதை வரும். அப்படியே கழுத்திலயும் கைலயும் கொஞ்சம் தங்கத்தப் போட்டுக்கோப்பா. ஒரு கெத்து வரும் பாரு. அதுலய பாதி பேரு விழுந்துருவானுங்க'' என்றார். அவர் சொன்னது சரிதான் என்பதை அவருடைய அறையை விட்டு வெளியே வரும்போது உணர்ந்தேன். அந்தப் பகுதி முழுக்க வெள்ளை மயம். இந்த மாதிரி தோற்றத்தில் போன என்னை எல்லோரும் வித்தியாசமாகப் பார்த்தார்கள். அன்றைக்கு முடிவு செய்தேன். நாலைந்து வெள்ளைச் சட்டைகள் வாங்க வேண்டும். இப்போது அந்தக் குறிப்பிட்ட சந்திப்பிற்காகதான் வெள்ளைச் சட்டைகள் வாங்க திவ்யாவுடன் போனேன்.

இப்போதெல்லாம் உடைகள் விற்கும் பிராண்டட் நிறுவனங்கள் கூட வெள்ளைச் சட்டைக்கென்று தனிப் பிரிவையே ஒதுக்கித் தந்திருக் கிறார்கள். என்னைப் போலானவர்களும் அவர்களது கஸ்டமர்கள் தானே? திவ்யா தேடித் தேடி வெள்ளைச் சட்டைகளுடன் அவளுக்குப் பிடித்த பிங்க் நிறச் சட்டைகளையும் எடுத்துத் தந்தாள். எங்கள் குழுவிலேயே பிங்க் நிறச் சட்டைகளைப் போட்டுக்கொண்டு சுற்றுபவன் நானாக மட்டுமே இருக்கும். ஏற்கெனவே மாநிறம் கொண்ட என்னை அந்தப் பிங்க் நிறச் சட்டைகள் வேறு ஒருவனாகக் காட்டின. வெள்ளைச் சட்டைகள் எனக்கு மரியாதையைக் கொண்டு வந்தன. பிங்க் நிறச் சட்டைகள் எனக்குக் காதலைக் கொண்டுவந்து தந்தபடியே இருந்தன.

அதிகாரமிக்கவருக்கு ஏற்கெனவே என்னைப் பற்றிச் சொல்லி வைத்திருப்பார்கள் போலிருக்கிறது. அருமையாக வரவேற்றார். உடனடியாக விஷயத்திற்கு வந்துவிட்டார். வெளியில் நிறையப் பேர் காத்துக் கிடந்தாலும், என்னுடைய தொடர்புகள் என்னை உடனடியாக உள்ளே வரவழைக்கச் செய்தன. என்னுடைய திட்டத்தை அவரிடம் விவரித்தபோது மலர்ச்சியடைந்தார். அவருக்குப் பன்னிரண்டு சதவிகித கமிஷனைத் தந்துவிடுவதாகச் சொன்னதும் வாயைப் பிளந்துவிட்டார். ஏனெனில், அப்போது எல்லோரும் ஏழு சதவிகித கமிஷன் மட்டுமே தந்து கொண்டிருந்தனர். அவர் என்னைத் தொழில் செய்துகொள்ள அனுமதித்தார். ரேஷன் கடைகளில் வந்து போகும் கோடிக்கணக்கான சாக்குகளை ஒரு குறிப்பிட்ட விலையில் டெண்டர் போட்டு எனக்குத் தந்து விடவேண்டும். வேறு ஒரு ஆள் பெயரில் அதை நான் எடுத்து அதை விருதுநகரைச் சேர்ந்த வியாபாரி ஒருவருக்குக் கை மாற்றிவிடுவேன். ஒரு சாக்கிற்கு வரும் காசில் பன்னிரண்டு சதவிகிதத்தை அதிகாரமிக்கவருக்கு நான் தந்துவிடவேண்டும் என்பதுதான் எழுதப்படாத ஒப்பந்தம். அதிகாரமிக்கவரும் இந்த

ஒப்பந்தத்தை ஒத்துக்கொண்டார். அதில் அவருக்கு மகிழ்ச்சியே. எந்த வேலையும் செய்யாமல் மாதத்திற்கு ஐம்பது லட்சம் ரூபாய் கிடைக்கிறதென்றால் சும்மாவா? அவருக்கே ஐம்பது லட்சம் என்றால், எனக்கு எவ்வளவு கிடைக்கும் என்று நீங்களே கணக்குப் போட்டுப் பார்த்துக் கொள்ளுங்கள். எல்லாம் திவ்யாவின் ராசி. திவ்யாவின் மகிமை. அவள் வராவிட்டாலும் எனக்கு வசதிகள் வந்து சேர்ந்துவிடும். ஆனால், இவ்வளவு சீக்கிரத்தில் அது வந்திருக்காது என்று நினைத்துக் கொண்டேன். அப்படி யோசித்தது அபத்தமாக இருந்தது. எல்லாம் காதல் படுத்தும் பாடு. அப்போதுதான் என்னை இன்னொரு உயரத்தில் கொண்டுபோய் அமர வைக்கும் யோசனையைச் சொன்னார் அந்த அதிகாரமிக்கவர். சில்லறை தாதாவாக இருந்த என்னை சர்வதேச தாதாவாக மாற்றும் யோசனையைச் சொன்னார்.

ரேஷன் கடைகளுக்குப் பருப்புகள் மற்றும் இதர தானியங்களைக் கொள்முதல் செய்கிறார்களே, அந்த ரூட்டைப் பிடிக்கச் சொன்னார். சரியான ஆளைக் கொண்டுவந்தால் சில வருடங்களில் போர்ட் கிளப்பில் வீடொன்றை வாங்கி செட்டிலாகிவிடலாம் என்றார். அது சரியாகத்தான் பட்டது. நான் அந்த வேலையில் கடுமையாக மூழ்கிப் போனேன். திவ்யாவை சிறிது காலம் மறந்திருந்தேன். இல்லை, மறந்த மாதிரி நடித்துக் கொண்டிருந்தேன். மஹாராஷ்டிராவில் உள்ள மார்வாடி ஒருத்தர் என்னிடம் சிக்கினார். பணத்திற்குக் குறைவில்லை. ஆனால் தொடர்புகள் கிடைக்காமல் சிக்கலில் இருந்தார். நான் அவரை வளைத்துப் போட்டேன். எப்போதும் மார்வாடிகளுடன் மட்டும் துணிந்து வியாபாரம் செய்யலாம். ஆரம்பத்தில் கசறுவார்கள். ஆனால் ஒரு முடிவெடுத்துவிட்டால் அதிலிருந்து பின்வாங்க மாட்டார்கள். ஆனால், நம்மூர் ஆட்களிடம் ஒரு வேலையைக் கொடுத்துவிட்டு, உங்களுக்கு ஏதாவது செய்யணுமா என்று கேட்டால், ‘அட உங்களுக்குப் போயி இதெல்லாம் ஒரு பிரச்சினை’ என்பார்கள். ஆனால், வேலையை முடிக்காமல் இழுத்தடித்துக் கடைசியில் நாம் கொடுக்க நினைத்ததைவிட, அதிகப் பணம் கொடுக்க வேண்டி யிருக்கும். இதை முதலிலேயே கேட்டுத் தொலைத்திருக்கலாமே என்று கேட்டு முகத்தில் அறைய வேண்டும்போல தோன்றும். ஆனால், மார்வாடிகளிடம் அந்தப் பிரச்சினையில்லை. பேசிய கமிஷனைச் சரியாக கவரில் போட்டுக் கொடுத்துவிடுவார்கள்.

அந்த மார்வாடி என்னை இன்னொரு உயரத்தில் கொண்டுபோய் அமர வைத்தார். கையில் பணப் புழக்கம் அதிகரித்தது. துவரம் பருப்பை வைத்து நான் துருவ நட்சத்திரமாக ஆனேன். ஆமாம் ஆனேன். இதைக் கடற்கரைக்குப் போய் தனியாக நின்று கத்திச் சொல்ல வேண்டும்போல இருந்தது. நான் வெற்றி பெற்றுவிட்டேன். நான் என்னுடைய கஷ்ட

காலத்தை வென்றுவிட்டேன். எனக்கு இனி எந்தக் கவலையுமில்லை. இவ்வளவு நாள் நான் பட்ட கஷ்டங்களெல்லாம் வீணாகவில்லை. இதைக் கெடுத்துக் கொள்ளக்கூடாது என எனக்கு உடனடியாகத் தோன்றியது. சுந்தர் அண்ணா சொல்லிதான் கண்டம் என்பதெல்லாம் தெரிய வேண்டுமா என்ன? எனக்கே அது தெரியாதா? பணம் வந்துவிட்டது. இனி இந்தக் கண்டம் மட்டுமல்ல, கண்டம் விட்டுக் கண்டம் கூட தாண்டுவேன்.

விக்னேஷைப் போய்ப் பார்க்கவேண்டும் என உடனடியாகத் திட்டமிட்டேன். எனக்கு சினிமா தயாரிப்பது என்பது இரண்டாம் கட்டம்தான். என்னுடைய திட்டம் இதுதான். சில திரைப்படங்கள் வந்த காலகட்டத்தில் சரியாக ஓடியிருக்காது. ஆனால், நல்ல படங்களாக அவை இருக்கும். விமர்சனங்கள் கூட நல்லபடியாக வந்திருக்கும். மக்கள் அந்தப் படத்திற்குப் போக வேண்டும் என்று நினைக்கும்போது, அதை வேறு சில காரணங்களுக்காக தியேட்டரில் இருந்து நீக்கியிருப் பார்கள். அது மாதிரியான படங்களைத் தேடித் தேடி குறைவான விலைக்கு வாங்கி, கொஞ்சம் விளம்பரத்திற்குச் செலவழித்து அதை மறு ரிலீஸ் செய்வதுதான் என்னுடைய திட்டம். இந்தத் திட்டத்தைச் செயல்படுத்துவதற்கு முன்னர் நான் திரைத் துறையில் குதிக்க வேண்டும். அதற்கான வாய்ப்பை விக்னேஷ் வழியாக ஏற்படுத்திக் கொள்ள வேண்டும் என்பதற்காகவே அவன் பின்னால் வால் பிடித்துச் சுற்றிக் கொண்டிருக்கிறேன். நான் அவனுக்குத் தோதானவனாகத் தயாராகிவிட்டேன்.

எனக்குப் பணம் இரண்டாம் பட்சம்தான். கௌரவம்தான் முதல் பட்சம். பார்ட்டிகளுக்கு இனி நான் ஒளிந்து ஒளிந்து செல்ல வேண்டியதில்லை. என்னோடு கை கோர்த்து வர இனி பெண்கள் தயாராக இருப்பார்கள். யார் கண்டது? யாரோ ஒருத்தி பார்ட்டிகளைப் பங்கு போட்டதுபோல என்னுடைய வாழ்க்கையைக் கூட பங்கு போட்டுக்கொள்ளலாம். எனக்கு நீண்ட நாள் ஆசை ஒன்று இருந்தது. பாரில் அமர்ந்துகொண்டு அந்த நாளில் அங்கிருக்கும் எல்லாருக்குமான ட்ரிங்கை நான் ஆஃபர் செய்ய வேண்டும். நான் இனி எல்லோருக்குமான ட்ரிங்கை என்னுடைய செலவிலேயே வாங்கித் தருவேன் என்றெல்லாம் நினைத்திருந்தேன். அதை நான் ஒரு சந்தர்ப்பத்தில் செய்தபோது என்னுடைய நண்பர்கள் என்னுடைய வளர்ச்சியைச் சிரித்தபடி சியர்ஸ் சொல்லி ஏற்றுக் கொண்டார்கள். முதல் வேலையாக அந்த மாருதி ஸ்விஃப்ட் காரை விற்றுவிட்டு நான் கனவு கண்ட அந்தக் காரை புக் செய்தேன். ஆமாம், அந்தப் பழைய மாருதி ஸ்விஃப்ட் கார் என்னுடைய பெயரில்தான் இருந்தது. எனக்குச் சமீப காலமாக அந்தக் காரின் துருத்திக் கொண்டிருக்கும் அந்தப் பின்புறம் பிடிக்கவில்லை.

26

நான் இதுவரை ஒரு சில சந்தர்ப்பங்களைத் தவிர தனியாக இருந்தது கிடையாது. தனியாக ஒரு ஹோட்டலில் போய்ச் சாப்பிட்டதே கிடையாது. ஏன் தனியாக என் வீட்டில் கூட சாப்பிட்டதில்லை. என்னுடைய வீட்டில், ஊரிலிருந்த இரண்டு மூன்று தம்பிகளை அழைத்து வந்து தங்க வைத்திருக்கிறேன். அவர்களும் நான் படித்த பிற்படுத்தப்பட்டோர் நல விடுதியில் தங்கிப் படித்தவர்கள்தான். அதற்கு மேல் படிப்பிற்குப் போகாமல் ஊரில் கிடைத்த வேலையைச் செய்து கொண்டிருந்தனர். ஒரு முறை ஊருக்குப் போனபோது இரண்டு பேருடைய பெற்றோர்களும் வந்து நின்று கண்ணைக் கசக்கினார்கள். வேறு வழியில்லாமல் என்னோடு அழைத்து வந்தேன். என்னுடைய வீட்டில் விதம் விதமாகச் சாப்பாடு தயாராகும் அவன்களுக்காகவே. இதில் எனக்கு எந்தப் பிரச்சினையும் இருந்ததில்லை. அவர்கள் சாப்பாட்டிற் காகச் செலவு செய்யும்போது நான் கணக்குக் கேட்ப தில்லை. ஏனெனில், வாயிலேயே வைக்க முடியாத, மூத்திர நாற்றம் அடிக்கும் அந்த விடுதிச் சோற்றைத் தின்றவர்கள் என்பதால் இந்த விஷயத்தில் அவர்கள் இஷ்டத்திற்கு விட்டுவிட்டேன்.

ஒரு முறை அந்தச் சோற்றுக் கொடுமை தாங்காதபோது, அம்மாவிற்கு லெட்டர் போட்டு, அது அவள் கைக்குக்

கிடைத்த அன்றே தேடி ஓடி வந்துவிட்டாள். எங்கேயாவது புரோட்டா வாங்கித் தின்று கொள்ளும்படி சொல்லி காசைக் கையில் திணித்து விட்டு அடுத்த பஸ்ஸில் ஊருக்குக் கிளம்பிப் போனாள். நான் என்னுடைய நண்பர்களுடன் அந்தக் காசை எடுத்துக்கொண்டு போய் அந்தத் தரமான புரோட்டா கடையில் போய்ச் சாப்பிட்டேன். எனக்குத் தெரிந்து ஓலைக் குடிசையாக அந்தப் புரோட்டா கடையை அதன் உரிமையாளர் ஆரம்பித்தார். இப்போதோ வெளியூரில் இருந்தெல்லாம் ஆட்கள் அங்கு புரோட்டா சாப்பிடுவதற்கென்றே வந்து போகிறார்கள். அந்த அண்ணன் எப்போதும் எல்லோருக்கும் ஒரே மாதிரிதான் பரிமாறுவார். வேலைக்கு ஆட்கள் வந்த பிறகும்கூட சால்னா பாத்திரத்தைத் தூக்கிக்கொண்டு அங்குமிங்கும் அலைந்து கொண்டிருப்பார். அவர் கண்டுபிடித்த பஞ்சு புரோட்டா அந்தப் பகுதி முழுக்க பிரபலமாகிவிட்டது. அதைப் பார்த்த பிறகுதான் எல்லா ஊர்களிலும் அப்படியான புரோட்டாக்களைப் போட ஆரம்பித்தார்கள். எனக்குத் தெரிந்து தமிழ்நாட்டு ஆண்கள் வருடம் தவறாமல் சபரி மலை அய்யப்பனுக்கு மாலை போடுவார்கள். வாரம் தவறாமல் புரோட்டா கடைகளுக்குச் சாப்பிடப் போவார்கள். என்னுடைய சிறு வயதில் நண்பர்கள் புரோட்டா சாப்பிடுவதற்காகவே வாரம் முழுக்க உழைப்பதைக் கண்டிருக்கிறேன். எனக்குத் தெரிந்து உழைக்கும் மக்களின் தோழன் புரோட்டாதான். அதைத் தடை செய்யவேண்டும் என முகநூலில் அவ்வப்போது பதிவுகள் வருவதைப் படிக்கும்போது வெறுப்பாக இருக்கும். தமிழ்நாட்டில் தடை செய்வதற்கு ஆயிரக்கணக்கான விஷயங்கள் இருக்கும்போது உழைக்கும் மக்களின் உணவான புரோட்டாவின் மீது இவன்களின் கண்கள் ஏன்தான் படுகிறதோ? நான்கு புரோட்டாவைப் பிய்த்துப் போட்டால் சாயந்திரம் வரை பசிக்காது. அப்படி ஒரு உணவை முதல்ல சுட்டிக் காட்டுங்கள். அப்பறம் புரோட்டா மீதான தடைக்கு வரலாம். என்னுடைய விடுதி சாப்பாட்டிலிருந்து இப்படியான பஞ்சு புரோட்டாக்கள்தான் என்னை ஆசுவாசப்படுத்திக் கொண்டிருந்தன என்பதில் கொஞ்சம் ஆவேசப்பட்டுவிட்டேன். மன்னித்துக் கொள்ளுங்கள். நாற்றமெடுத்த சாப்பாடாக இருந்தாலும் சரி, பஞ்சு புரோட்டாவாக இருந்தாலும் சரி நான் தனியாகச் சாப்பிட்டதே இல்லை. அப்போதிருந்து கிட்டதட்ட பதினைந்து வருடங்கள் நான் ஆட்களோடு மட்டுமே இருந்து கொண்டிருக்கிறேன் என்பதால் அந்த முறை தாய்லாந்திற்கு நான் மட்டும் தனியாகப் போகலாம் என திட்டமிட்டேன். எனக்கும் தனியாக சில நாட்கள் இருக்க வேண்டும் என்று ஆழமாகத் தோன்றியது.

தம்பிகளை அழைத்து நான் வருகிற வரைக்குமான சாப்பாட்டுப் பணத்தைக் கொடுத்தேன். எனக்குப் பல்வேறு வகைகளில் வந்திருந்த

பல ஹோட்டல்களுக்கான உணவுக் கூப்பன்களைக் கொடுத்தேன். கூப்பன்களைப் பார்த்ததும் மகிழ்ந்துவிட்டான்கள். நான் யாரிடமும் சொல்லிக் கொள்ளாமல், தாய்லாந்திற்குப் புறப்பட்டேன். ஒரு வார காலம் தலைமறைவாக இருப்பது என்பதெல்லாம் எங்கள் நண்பர்கள் குழாமைப் பொறுத்தவரை சகஜமானது. அதிலும் நான் காணாமல் போனால் வேட்டைக்குப் போயிருக்கிறேன் என்று அர்த்தம் என்பதால் கண்டுகொள்ள மாட்டார்கள்.

பட்டயா கடற்கரை ஓரத்தில் 1000 டாலர் வாடகையில் ஒரு வார காலத்திற்கு ஒரு அறையை மொத்தமாகப் பதிவு செய்தேன். பகல் முழுவதும் கடற்கரையைப் பார்த்தபடி அந்த அறை ஜன்னலைத் திறந்துவிட்டுக் குடித்துக் கொண்டிருப்பேன். எனக்கான உணவுப் பொருட்களைக் கொடுக்க வரும்போது மட்டும், டவலை எடுத்துக் கட்டிக்கொள்வேன். தனிமை தனிமை தனிமை. மாலை வேளைகளில் கடற்கரையோடு சாலை வழியாக நடை போடுவேன். இந்தக் கேளிக்கை நகரத்தில் இந்திய முகச் சாயல் உடைய பெண்களைத் தேடி அலைவேன். தமிழர்கள் கடல் கடந்திருக்கலாம். ஆனால், தமிழ் பேசும் ஒரு பெண்ணைக்கூட அங்கு என்னால் காண இயலவில்லை. அந்த வகையில் எனக்குத் தமிழ்ப் பெண்களின் மீது அபரிமிதமான மரியாதை. அந்த ஒரு வாரத்தின் முதல் நான்கு நாட்கள் முழுவதும் திவ்யாவின் முகச் சாயல்கொண்ட பெண்களைத் தேடி அலைந்தேன். நான் கிளம்புவதற்கு முதல் நாள் அப்படியான ஒரு பெண் கிடைத்தாள். அவள் இந்தோனேசியாவைச் சேர்ந்தவள். தொழில் நிமித்தம் மாதம் ஒரு முறை வந்து போகிறாள். பாலியில் அவளுக்குக் குடும்பம் இருக்கிறது. பாதுகாப்பிற்காக இங்கேயும் ஒரு குடும்பத்தை வைத்துக் கொண்டிருக் கிறாள். கேட்டால், பிரதர் என்றாள். நான் அதற்கடுத்து அதிகம் விசாரணையைப் போடவில்லை. மசாஜும் தெரியும் என்றாள். அந்த நாள் மாலையிலிருந்து அடுத்த நாள் மாலை வரை அவளைப் பேசி அமர்த்தினேன். ஹோட்டல்களே 12 மணி நேர செக் அவுட் டைமைப் பின்பற்றும்போது நான் மட்டும் 24 மணி நேரம் பதிவு செய்தேன்.

அன்றைய இரவை மகத்தானதாக மாற்றத் திட்டமிட்டேன். தாய்லாந்தில் கிடைக்கும் தாமரைப் பூக்களை வாங்கினேன். இனிப்பு களை வாங்கினேன். நானும் அவளும் அறைக்கு முதலில் போனோம். பாத் டப்பில் சேர்ந்து குளித்தோம். மாறி மாறி எங்களைக் குளிப்பாட்டிக் கொண்டோம். ஆரம்பத்தில் கொஞ்சம் முரண்டு பிடித்தவள் பின்னர் செட்டிலாகிவிட்டாள். அவளுடைய ஒரே பிரச்சினை சிகரெட் நாற்றம். அவளுக்காக நான் அவளுடன் இருந்தபோது சிகரெட் பிடிக்கவில்லை. அவள் கண்ணெதிரிலேயே போய் அவளுக்காகப் பல் துலக்கியது அவளுக்குப் பிடித்திருந்தது. பாராட்டிக்கொண்டே இருந்தாள்.

நாங்கள் உணவருந்தப் போனபோது அவள் உரிமை எடுத்துக்கொண்டு, 'ஃபிஷ் பவுல்'லை எனக்காக ஆர்டர் செய்தாள். லெமன் கிராஸ் உள்ளிட்ட மூலிகைகள் கலந்த அந்தச் சூப்பைக் குடித்து முடிப்பதற்குள்ளாகவே உடல் சூடானது. பட்டயாவில் பிரபலமான மாறுவேடம் போடும் இடத்திற்குப் போகலாம் என்றாள். உரிய ஆவணங்களைக் கொடுத்தால், பல்வேறு கதாபாத்திரங்களுக்கான உடைகளை வாடகைக்குக் கொடுப்பார்கள். அந்தக் கதாபாத்திரம் மாதிரியே ஒப்பனையும் போட்டுவிடுவார்கள். நான் அலெக்ஸாண்டர் மன்னனைப்போல மேக்கப் போட்டேன். அவள் அரசி மாதிரி மேக்கப் போட்டபோது, உண்மையிலேயே அரசி மாதிரி இருந்தாள். மற்ற நாட்டினர் எங்களைக் கை தட்டி ரசித்தார்கள். அந்தக் கேளிக்கை நகரத்தின் வழியாக இரண்டு பேரும் கை கோர்த்துக்கொண்டு நடந்தோம். வழியில் வருபவர்கள் எங்களை ஆசீர்வதித்தார்கள். நாங்கள் தலை வணங்கி அவர்களது வாழ்த்துகளைப் பெற்றுக் கொண்டோம். எல்லோரும் எங்களைக் காதலர்களாக நினைத்துக் கொண்டிருக்கிறார்கள் என்பது புரிந்தது. கிட்டதட்ட ஒரு கட்டத்தில் அவளே என்னை அவளுடைய காதலன்போல நினைத்துதான் கைகளைக் கோர்த்து நடந்து வந்தாள். அந்த நாடகம் கிட்டதட்ட இரண்டு மணி நேரங்களுக்கும் மேல் நிகழ்ந்தது. எனக்கு மனசு லேசானது.

நாங்கள் அறைக்குப் போன பிறகு உறவு வைத்துக் கொள்ளவில்லை. கொள்ளவில்லை என்பதெல்லாம் கிடையாது. முடியவில்லை என்பதுதான் உண்மை. இருவரும் சேர்ந்து குடித்துக்கொண்டு ஒருவருக் கொருவர் சீண்டி விளையாடிக்கொண்டு மட்டும் இருந்தோம். அவள் அப்படியே என்னைக் கட்டிப் பிடித்துக்கொண்டு தூங்கிவிட்டாள். அதிகாலையில் எனக்கு விழிப்பு வந்தபோது, அவளை மல்லாக்கக் கிடத்தி அவளுடன் காதல் கொள்ள முயற்சித்தபோது, அவளும் சம்மதித்தாள். இவள் திவ்யா மாதிரியே ஒரு சாயலில் இருக்கிறாள். இவளிடம் என்ன இருக்கிறதோ, அதுதான் திவ்யாவிடமும் இருக்கிறது. வேறென்ன சிறப்பாகச் சொல்லிவிட முடியும் என்று தோன்றியது. அதற்கடுத்து எனக்குத் தூக்கம் வரவில்லை. யோசனைகளிலேயே மூழ்கியிருந்தேன். அவள் நன்றாகப் படுத்துத் தூங்கிக் கொண்டிருந்தாள். அவள் கிளம்பும் வரை நான் விழித்திருப்பது என தீர்மானித்தேன். ஊர் தெரியாத இடத்தில் பெயர் தெரியாத ஒரு பெண்ணுடன் இப்படிப் படுத்திருப்பதை அம்மா பார்த்தால் காறித் துப்பிவிடும். ஊரைக் கூட்டி ஒப்பாரி வைத்து அவமானப்படுத்தியும் விடும் என்கிற விஷயம் உறைத்தபோது பயமாக இருந்தது.

எதற்காக இதெல்லாம்? நான் யாரைத் திருப்திப்படுத்த நினைக்கிறேன். நான் செய்வதெல்லாம் வீம்பிற்காகதான் என்பது நன்றாகப் புரிந்தது. யாருக்குச் சவால் விட விரும்புகிறேன், எனக்கே சவால் விட விரும்புகிறேனா, யாருடைய முகத்தில் சாணியை அள்ளி வீச விரும்புகிறேன், அது என் மீதே திரும்ப விழாதா என்றெல்லாம் யோசித்துக் கொண்டிருந்தேன். இந்த மாதிரி யோசிப்பது எனக்குப் புதிது. போய்க் கொண்டேதான் இருந்திருக்கிறேனே தவிர, இந்த மாதிரி நின்று நிதானமாக யோசித்ததில்லை. பணம் வந்துவிட்டால் யோசனையும் வந்துவிடுமோ என்று தோன்றியது. அடுத்த கணமே சிந்தனையாளர்களை அசிங்கப்படுத்துகிறேன் என்று தோன்றியதால் அப்படி யோசிப்பதை நிறுத்திக்கொண்டேன். என்னை மாதிரியான ஆட்களெல்லாம் யோசிக்கவே கூடாது. செயல்பட்டுக்கொண்டே இருக்கவேண்டும். ஓடிக்கொண்டே இருக்கவேண்டும். ஓய்வு என்கிற வார்த்தையைக் கூட உச்சரிக்கவே கூடாது என்று பட்டது. இன்னமும் சம்பாதிக்க வேண்டும் என்றும் தோன்றியது. இப்போது சம்பாதித் திருக்கிற பணம் ஏதாவது ஒரு வாயில் வராத பெயர்கொண்ட நோய் வந்தால் மருத்துவத்திற்கே அது சரியாகப் போய்விடும் என்கிற உண்மை நெஞ்சை நெருக்கியது. ஆயிரம் கோடி ரூபாய் சம்பாதித்தவனெல்லாம் அமைதியாகச் சுற்றிக் கொண்டிருப்பதை நான் பார்த்திருக்கிறேன். இருந்தாலும் நான் கொஞ்சம் ஆட்டம்தான் போடுகிறேன். எனக்கே அது கூச்சத்தைக் கொண்டுவந்தது. என் யோசனைகள் என்னைப் பின்னோக்கி இழுப்பதைப்போல தோன்றியதால் உடனடியாக யோசிப்பதை நிறுத்திக்கொண்டேன்.

வெளிச்சம் நன்றாக வந்தவுடன் அவளுக்கான பணத்தைப் படுத்துக் கொண்டே எடுத்துக் கொடுத்துக் கிளம்பச் சொன்னேன். அவள் அப்போதுதான் குளித்துவிட்டு வந்து நின்று கொண்டிருந்தாள். பணத்தை வாங்கிக்கொண்டு அதை ஒரு ஓரத்தில் வைத்துவிட்டு, என்னை மல்லாக்கக் கிடத்தி மசாஜ் செய்ய ஆரம்பித்தாள். என் தலையை அவள் மசாஜ் செய்ய ஆரம்பித்தபோது நான் அப்படியே சாப்பிடாமலேயே தூங்கிப் போனேன். எழுந்து பார்த்தபோது, மாலையாகி இருந்தது. அறையில் வைத்த பொருட்கள் வைத்த இடத்திலேயே இருந்தன. எழுந்து ஒரு சாண்ட்விச் ஆர்டர் செய்து சாப்பிட்டுவிட்டு இந்தியா கிளம்ப விமான நிலையத்திற்கு ஓடினேன். இனி இது போன்ற ஆட்டங்களை தயவு தாட்சண்யம் பார்க்காமல் நிறுத்திக்கொள்ள வேண்டுமென எனக்குள் சபதம் போட்டேன். எனக்கும் எல்லா விஷயங்களும் கொஞ்சம் அலுத்துவிட்டது. போதும் போதும், எல்லாம் போதும்.

27

இடையில் கோயம்புத்தூருக்கு ஒரு வேலை விஷயமாகப் போயிருந்தபோது தற்செயலாக கணபதி சாரைச் சந்தித்தேன். அவரை எங்கு சந்தித்தேன் என்பதையும் அவர் எப்படியாக இருந்தார் என்பதையும் சொன்னால் நீங்கள் அசந்து போய்விடுவீர்கள் அல்லது அதிர்ச்சியாகி விடுவீர்கள். வாழ்க்கை ஒரு வட்டம்டா என இந்த சினிமாப் பயல்கள் அடிக்கடி சொல்கிற விஷயத்தின் ஆழம் உங்களுக்குப் புரிய வரும். திரும்பி வருவதற்காக தட்கல் டிக்கெட் பதிவு செய்வதற்காக கோவை ரயில் நிலையத்திற்கு நண்பன் ஒருவனுடைய காரை இரவல் வாங்கிச் சென்றிருந்தபோது அங்கிருந்த சுவரொன்றில் சாய்ந்து தூங்கிக் கொண்டிருந்தார் கணபதி சார். நான் தட்டியெழுப்பியதும் விழித்துக் கொண்டவர் எழுந்து நின்று என்னைக் கட்டியணைத்துக் கொண்டார். நான் அவரது தோற்றத்தைப் பார்த்ததும் புரிந்து கொண்டேன். வேறு எதுவும் அவரிடம் நான் கேட்க வில்லை. என்னை அவருடைய நண்பர்களுக்கு அறிமுகம் செய்து வைத்தார். அதில் ஒருத்தர் வாட்ச்மேனாக இருக்கிறார். இன்னொருத்தர் கேரளாவில் சினிமா தயாரிப்பாளராக இருந்தார். இன்னொருத்தர் தேனியில் வயல் வெளிகளில் புரண்டு வாழ்ந்தவர். அத்தனை பேரும் என்னுடைய ரூம் மேட்ஸ் என்றார். ''சரி, உங்கள் அறைக்குப் போகலாம்'' என்று

அழைத்தபோது, ''என் ரூமில் நின்று கொண்டுதான் நீ பேசிக் கொண்டிருக்கிறாய் மேன்'' என்றார் கணபதி சார்.

இரண்டு நிமிட இடைவெளியில் நான் அவர் சொன்னதைப் புரிந்து கொண்டேன். எப்படி ஆனது? யார் தவறு என்றெல்லாம் நான் கேட்கவில்லை. எனக்குத் தெரியும். கொஞ்ச நேரம் அமைதியாக விட்டால் கணபதி சாரே அவருடைய கதைளைக் கொட்டிவிடுவார். அவர் பிறப்பால் அந்தச் சாதியைச் சேர்ந்தவர் என்றாலும், மற்ற சாதிகளையும் மரியாதையாக நடத்துவார். நான் சென்னையில் ஒரு அதிகார வட்டத்தைச் சேர்ந்த ஒருவரைச் சந்திக்கும்போது அவரை அங்கே பார்த்தேன். எனக்கு உடனடியாக நட்பானார். எனக்குக் கூட சின்னச் சின்ன வேலைகளைச் செய்து தந்தார். அவற்றில் ஒரு சிலவற்றிற்குப் பணம் வாங்கக்கூட மறுத்துவிட்டார். ஒரு முறை அவர் என்னை பி.எம்.டபிள்யூ ஷோ ரூமிற்கு அழைத்துச் சென்றார். அங்கிருந்த மேலாளரிடம் அவர் கேட்ட கேள்விகள் அத்தனையும் குறித்து வைத்துக்கொள்ளும் ரகம். இனி அந்த மாதிரி காரை வாங்கப் போகிறவர்களுக்கான கையேடு ஒன்று தயாரித்தால் அதில் அந்தக் கேள்விகளை இடம் பெறச் செய்யலாம். அந்த மேலாளர் திக்கித் திணறிப் போய்விட்டார். அடிக்கடி உள்ளே ஓடிப் போய் தகவல்களோடு திரும்ப ஓடி வந்தார். அவர் ஓடி ஓடி விளையாடுவதை கணபதி சார் ரசித்துக் கொண்டிருந்தார்.

''சார், நிஜமாகவே வாங்கப் போகிறீர்களா?'' என்று கேட்டதும் ஆமாம் என்று தலையாட்டிவிட்டு, ''வாழ்க்கையில் ரெண்டு வகை இருக்கு. ஒண்ணு, கிடைக்கறத வச்சு வாழ்றது. இன்னொண்ணு, கிடைக்கப் போறதுக்காக வாழ்றது; போராடுறது, உழைக்கிறது. நான் இதுல ரெண்டாம் வகை. சீக்கிரம் வாங்கிருவேன். வாங்கறதுக்காக உழைப்பேன். கனவு காண்பேன். கனவுல சார்ஜ் குறைகிற மாதிரி வந்தால் டெஸ்ட் ட்ரைவ் பண்ணி மறுபடி சார்ஜ் ஏத்திக்கொள்வேன்'' என்றார். எனக்கு உண்மையிலேயே புல்லரித்தது. அவர் நிச்சயம் வாங்கிவிடுவார். அதை அவரிடம் சொல்லவும் செய்தேன். காரில் ஏறி அமர்ந்ததும் எனக்குச் சில வெளிநாட்டு சாக்லேட்டுகளைப் பரிசளித்தார். அவரைப் பொறுத்தவரை அப்போதே நன்றாகச் சம்பாதித்துக் கொண்டிருந்தார். அவருக்கு ஒரு விநோதமான பழக்கம் இருந்தது. கார்டியர், ஸ்வாட்ச், ஜெனித், டிஸாட், ரேடோ, பாஃஸில் போன்ற வெளிநாட்டு வாட்ச்களின் டூப்ளிகேட்டுகளை பாங்காக், துபாய் போன்ற இடங்களில் இருந்து வாங்கி வந்து அதிகாரத்தில் உள்ளவர்களுக்குப் பரிசளிப்பார். ஒரு முறை அப்படி இவர் வாங்கி வந்து பரிசளித்த டிஸாட் வாட்ச் ஒன்றை இங்குள்ள ஷோ ரூமில் ரிப்பேருக்குக் கொடுத்தபோது அவர்களால் அதை டூப்ளிகேட் என்று

கண்டுபிடிக்கவே முடியவில்லை. அப்படியே ஒரிஜினல் போலவே டூப்ளிகேட்டுகள் இருக்கும். ஒரிஜினல்களின் விலை லட்சம் ரூபாய்க்கு மேல் இருக்கிற நிலையில் இவை இருபதாயிரம் ரூபாய்க்குக் கூட கிடைக்கும். கணபதி சாரிடம் இப்படிப் பரிசாகக் கிடைத்த டூப்ளி கேட்டுகளைக் கட்டிக்கொண்டு பலர் பார்ட்டிகளில் பந்தாவாக வலைய வந்து கொண்டிருக்கிறார்கள். எனக்குக் கூட ஒரு முறை இப்படி ஒரு பிராண்ட் வாட்ச் ஒன்றைப் பரிசளித்தார். ஆனால், நான் வாங்கிக் கொள்ள மறுத்துவிட்டேன்.

''எனக்கு ரோலக்ஸ் மாடல் டூப்ளிகேட் இருந்தால் கொடுங்கள்'' என்று கேட்டேன். அவர் சிரித்துக்கொண்டே ''அதன் டூப்ளிகேட் கிடைப்பது கஷ்டம்'' என்றார். அப்புறம் விசாரித்த பிறகுதான் இந்த டூப்ளிகேட் தொழில் சாம்ராஜ்யத்தில் உள்ள ஒரு தொழில் தர்மம் பற்றித் தெரிய வந்தது. ரோலக்ஸ் வாட்சைத் தயாரிக்கும் நிறுவனம் இலாப நோக்கில்லாமல் செயல்படும் ஒரு நிறுவனம். இந்த வாட்சை விற்று வருகிற இலாபத்தில் தான தரும காரியங்கள் பலவற்றைச் செய்து வருகிறது அந்த நிறுவனம். உகாண்டாவின் வறுமையைப் போக்குவதற்குக் கூட அந்நிறுவனம் நிறையப் பணத்தைச் செலவழித்துக் கொண்டிருக்கிறது என்பதால், இந்த டூப்ளிகேட் சக்ரவர்த்திகள் அந்த வாட்சை மட்டுமே டூப்ளிகேட்டாகத் தயாரிக்க மாட்டார்கள். தப்பித் தவறி எங்காவது ஒரு மூலையில் யாராவது தயாரிக்கக் கூட செய்யலாம். ஆனால், பாங்காக் மற்றும் துபாயில் உள்ளவர்கள் தயாரிக்க மாட்டார்கள். ஆனால், டூப்ளிகேட் இல்லாமலும் இல்லை என்று விளக்கிச் சொன்னார் கணபதி சார். ''சார், டூப்ளிகேட் இருக்கிறதா இல்லையா?'' என நேரடியாகக் கேட்டபோது, ''இருக்கலாம்'' என்றார் அவர்.

அவரைப் பொறுத்தவரை கொள்கைகள்தான் அவரை வழிநடத்து கின்றன. சிகரெட் புகைக்க மாட்டார். வெளி நாடுகளுக்குப் போகும் போது பெண்களைத் தொட்டுத் தடவுவார். சீண்டி விளையாடுவார். ஆனால், மற்ற விஷயங்களில் இறங்க மாட்டார். கேட்டால், மனைவிக்கு நேர்மையாக இருக்க வேண்டும் என்பார். சரக்கு வாங்கித் தந்து வேலையை முடிப்பார். ஆனால், பெண்களை அனுப்பி வைக்கச் சொன்னால், கோடி ரூபாய் கொடுத்தால்கூட அந்த வேலையைக் கையால்கூட தொட மாட்டார். அவர் இப்போது தங்கியிருந்த ரயில்வே ஸ்டேஷனிலும் நிறைய கொள்கைகளை வைத்திருக்கிறேன் என்று அவர் சொன்னபோது எனக்குக் கண்ணீர் எட்டிப் பார்த்தது. ''என்ன ஆனது கணபதி சார்?'' நான்தான் மெதுவாகக் கதையை ஆரம்பித்தேன். இவர் சம்பாதித்த பணம் முழுவதையும் அவருடைய மனைவியிடம்

கொடுத்து வைத்திருந்திருக்கிறார். கணக்கு வழக்கெல்லாம் வைத்துக் கொள்ளவில்லை. அந்த அக்கா மத்திய அரசு வங்கியில் கணக்காளராகப் பணியாற்றி வந்தது. வங்கியில் நிரந்தர வைப்புத் தொகை போட வரும் தெரிந்த வாடிக்கையாளர்களிடமிருந்து பணத்தை வாங்கிக்கொண்டு இரண்டொரு நாளில் சர்டிஃபிகேட் தந்து விடுகிறேன் என்று சொல்லி அனுப்பிவிடுவாராம் அந்த அக்கா. அவர்களும் நம்பிக்கையில் சென்று விடுவார்களாம். இரண்டொரு நாளில் போலியாக டூப்ளிகேட் சர்டிஃபிகேட் அடித்து அந்தப் பணத்தை அந்த அக்கா கையாடல் செய்திருக்கிறது. எப்படியோ கண்டுபிடித்துவிட்டார்கள். கணபதி சார் சம்பாதித்ததை அந்த அக்கா அதனுடைய பெயரில் சொத்துக்களாக வாங்கிப் போட்டிருக்கிறது. அத்தனை சொத்துக்களையும் வங்கி முடக்கிவைத்து வழக்குப் போட்டுவிட்டது. உறுதியாய் பதினைந்து நாட்களாவது ஜெயிலில் இருந்தே ஆகவேண்டும் என்ற நிலை வந்தபோது அந்த அக்கா யாருடனோ ஓடிப் போய்விட்டது. யார் என்ன விவரம் என்றெல்லாம் அவருக்குத் தெரியவில்லை. உடன் இருந்த ஒரே பெண் குழந்தையையும் தன்னோடு சேர்த்து அழைத்துக்கொண்டு போய்விட்டது அந்த அக்கா. விஷயம் இதோடு கூட முடியவில்லை. நிறையக் கடன்கள். கடன்காரர்கள். தொடர்ந்து கழுத்தை நெரித்திருக்கிறார்கள். விஷயம் பேப்பரில் எல்லாம் வந்துவிட்டதால் யார் முகத்திலும் விழிக்க முடியாமல் ட்ரெயின் ஏறி கோயம்புத்தூர் வந்துவிட்டார். வந்தவர் எப்படியோ இந்த இடம், இந்த வாழ்க்கை எல்லாம் பழக்கமாகி கடந்த ஏழெட்டு மாதங்களாக இங்கேயே தங்கிவிட்டார்.

பார்ப்பதற்கு அந்தச் சாதியைச் சேர்ந்தவர் என வெளிப்படையாகத் தெரிந்ததால் எல்லோரும் இவரை உடனடியாக ஏற்றுக் கொண்டு விட்டனர். அவர் ரயில்வே ஸ்டேஷனில் மின் விசிறிக்கு அடியில் தூங்குவதில் ஒரு ஒழுங்கைக் கொண்டுவந்திருக்கிறார். அவருடைய சட்ட திட்டங்களுக்குப் பிறகு தினந்தோறும் ஒருத்தர் என மாறி மாறி மின் விசிறிக்கடியில் தூங்கிக் கொண்டிருந்தனர். அங்கிருந்த காவலர்களிடம் ஆங்கிலத்தில் அளவளாவுவதால் அவர்கள் இவரையும் தொந்தரவு செய்வதில்லை. அவருடன் இருப்பவர்களையும் தொந்தரவு செய்வதில்லை. வந்த இருபது நாட்களில் இவரது தலைக்கடியில் இருந்த ஒரு பையில் பல லட்சக்கணக்கில் பணம் இருந்திருக்கிறது. அதை அப்படியே கொண்டுபோய் காவல் நிலையத்தில் ஒப்படைத்து விட்டார். அதிலிருந்து அந்தப் பகுதியில் அவர் மதிப்பிற்குரிய நபராக மாறிவிட்டார். ''எப்படி சார் மனசு வந்தது?'' என நான் கேட்டேன். ''நான் எதைத் தேடித் தேடி அலைந்தேனோ அது என்னை இந்த இடத்தில் கொண்டுவந்து நிறுத்தியது. அதுவே என் தலைக்கடியில்

கொட்டிக் கிடந்தபோது யோசித்தேன். ஏற்கெனவே இந்த இடத்தில் இருக்கிறோம். இன்னொரு தவறு என்னை ஒரு வேளை இதற்கும் கீழான வாழ்க்கை முறைக்கு அனுப்பிவிடலாம் என்பதால் அதைக் கொண்டுபோய் கொடுத்துவிட்டேன்'' என்றார் தெளிவான ஆங்கிலத்தில். கொஞ்ச நேரம் அமைதியாக இருந்துவிட்டு, என் பதிலுக்குக் காத்திராமல், ''என்னோடு இரண்டு நாட்கள் தங்கியிருந்து போக முடியுமா?'' என்று கேட்டார். நான் உடனடியாக அவருடன் தங்கியிருப்பதற்கு ஒத்துக் கொண்டேன். ''இரவு மட்டும் ஹோட்டல் அறைக்குப் போய்விடு'' என்று சொன்னார். நான் இரவும் இருப்பதாகச் சொன்னேன். என்னிடம் ஒரு கெட்ட பழக்கம் இருக்கிறது. என்னால் தூங்காமல் கூட மூன்று நாட்கள் வரை தாக்குப் பிடிக்க முடியும். அதனால் நண்பர்கள் காரோட்டுவதற்கு என்னைதான் அழைத்துப் போவார்கள். அதனாலேயே இந்தக் குழுவில் நான் பசைபோல ஒட்டிக்கொண்டேன். காரோட்டிகள் பெரும்பாலும் அதிகாரம் மிக்கவர்களின் மனசாட்சிகளாக இருப்பார்கள். நான் மனசாட்சியாக வெல்லாம் அவர்களுக்கு இருந்ததில்லை. ஆனால், எப்போதும் அவர்களுக்குத் தேவைப்படுகிறவனாக இருந்திருக்கிறேன். அது இந்தக் காரோட்டும் விஷயத்தில் கூட.

நான் அந்தச் சந்திப்பின்போது நீண்ட நாட்களாகக் கேட்க நினைத்திருந்த அந்தக் கேள்வியை கணபதி சாரிடம் கேட்டேன். ''ஏதாவது தொழில் செய்யலாமே சார்...'' அவர் அலட்டிக் கொள்ளாமல் சொன்னார்: ''என்ன தொழிலெல்லாம் பார்க்க முடியுமோ அதையெல்லாம் செஞ்சு பாத்துட்டுதான் தம்பி இங்க வந்தேன். ஊர்ப் பக்கம் கல்யாணமெல்லாம் நடக்கும்போது வெத்தலைய வந்து வாங்கிக்க மாட்டாங்க. ஒரு தட்டுல எடுத்துட்டு அவங்க நிக்கிற இடத்துல கொண்டுபோய் பவ்யமா கொடுக்கணும். நான் வெத்தலை தர்ற பையனாக் கூட வேலை பார்த்திருக்கிறேன்'' என்றார். அதற்கடுத்து அவர் ஈடுபட்ட தொழில்கள் பற்றியெல்லாம் விரிவாகச் சொன்னார். அவருக்குச் சொல்வதற்கும் காரணங்கள் ஆயிரம் என்பதால் நான் அமைதியாக இருந்தேன். அவர் அங்குசத்தைத் தொலைத்துவிட்டார் என்பது தெளிவாகத் தெரிந்தது.

அந்த ரயில்வே ஸ்டேஷனில் அவர் செல்வாக்காக வாழ்ந்து கொண்டிருப்பதை என்னால் கண்டுகொள்ள முடிந்தது. எல்லோரும் அவரிடம் அறிவுரைகள் கேட்டார்கள். சில பிச்சைக்காரத் தாத்தாக்கள் அவரிடம் ஊருக்கு அனுப்பவேண்டும் என்று சொல்லிக் காசு கொடுத்து வைத்தார்கள். அறியாத சிறு வயதுப் பெண்களை அவரை நம்பி ஒப்படைத்துவிட்டு அவர்களது பெற்றோர் வேலை தேடிச் சென்றார் கள். ஒரு உலகம் ஒரு மனிதன் மாதிரி அங்கு கணபதி சார். அவரைப் பற்றியான வேறொரு தோற்றத்தை உருவாக்கியிருந்தார். அவர்

ஒட்டுமொத்தத்தில் மகிழ்ச்சியாக இருந்தார். அந்த மகிழ்ச்சியை நான் கெடுத்து விடக் கூடாதென முடிவெடுத்தேன். அவருடன் இருந்த அந்த 38 மணி நேரங்களில் நான் பழைய கதை எதைப் பற்றியும் பேசவில்லை. அவர் ரயில் பற்றிய கதைகளைச் சொன்னார். ரயிலில் வரும் மனிதர்களைப் பற்றிய கதைகளைச் சொன்னார். ஒரு நாள் அவரும் இதுபோல ஒரு கதையாகிப் போவார் என்பதை நினைக்கையில் எனக்கு வியப்பாக இருந்தது.

அங்குள்ளவர்களிடம் என்னுடைய பணக்காரத்தனத்தை துளிகூட நான் காண்பிக்கவில்லை. நான் அங்கிருக்கும் ஒருவனாக மாறிப் போனேன். அவர்கள் கொடுத்ததை நான் வாங்கிச் சாப்பிட்டேன். அந்த உணவு எங்கிருந்து வந்தது, எப்படி வந்தது என்கிற கேள்விகளையெல்லாம் நான் கேட்கவில்லை. என்னை முழுக்க அந்த வாழ்க்கைக்கு ஒப்புக் கொடுத்திருந்தேன். என்னை மறுநாள் காலை விருந்தொன்றிற்கு அழைத்துப் போவதாகச் சொல்லியிருந்தார்கள். என் பர்ஸைத் திறக்கக்கூட கூடாது என தடை போட்டதை நான் சந்தோஷமாக ஒப்புக் கொண்டேன். கொசுக் கடிக்குள் உட்கார்ந்தபடி தூங்கிக் கொண்டிருந்த என்னை கணபதி சார் தட்டி எழுப்பினார். அங்கிருந்து மேட்டுப் பாளையத்திற்கு டிக்கெட் எடுத்தார்கள். ஒரு சிலர் அதையும் எடுக்கவில்லை. ஆனால், எனக்கு மறக்காமல் எடுத்து டிக்கெட்டை என்னுடைய கைகளில் திணித்தார்கள். மேட்டுப் பாளையத்தில் இறங்கி பத்ரகாளியம்மன் கோயிலுக்கு மேலும் ஐந்து ரூபாய் கொடுத்து டிக்கெட் எடுத்து பேருந்தில் அழைத்துச் சென்றார்கள். நான் அவர்கள் இழுத்த இழுப்புக்கெல்லாம் வளைந்து கொடுத்தேன். அவர்களுடைய வழக்கம் இது போல. வாரம் இரண்டு நாட்கள். இப்படி ஒரு பதினைந்து ரூபாய் தேற்றிக்கொண்டு பத்ரகாளியம்மன் கோயிலுக்கு வந்து விடுகிறார்கள். சாதாரண நாட்களில் காலை பதினொன்றரை மணிக்குத் தரமான சைவச் சாப்பாட்டை கோயிலில் அன்னதானமாகப் போடுகிறார்கள். அரிசி தும்பைப் பூ கலரில் இருப்பதாகச் சொன்னார்கள். காலையில் கிளம்பி வரும் இவர்கள் ஆற்றில் துணிமணிகளைத் துவைத்துவிட்டு, அன்னதான சாப்பாடு சாப்பிட்டுவிட்டு ஒரு குட்டித் தூக்கம் போடு கிறார்கள். அங்கு கிடைக்கும் காணிக்கையைப் பொறுக்கிக்கொண்டு மீண்டும் கோவை ரயில் நிலையத்திற்கு வந்துவிடுகிறார்கள். சில சிறப்பு நாட்களில் கெடா வெட்டு அமர்க்களமாக நடக்கிறது. கணபதி சாருக்குக் கெடாக் கறி என்பது புதிதல்ல. அவர் எங்களோடு சேர்ந்து பல முறை மட்டன் மட்டும் சாப்பிட்டிருக்கிறார்.

என்னை கணபதி சாரும் அவருடைய தோழர்களும் அழைத்துப் போனபோது கெடா வெட்டு வைபவம் அரங்கேறிக் கொண்டிருந்தது.

எங்களைப் போன்ற பிச்சைக்காரர்களைச் சாப்பிட அழைத்தார்கள். என்னை மட்டும் கொஞ்சம் ஆரம்பத்தில் வித்தியாசமாகப் பார்த்தார்கள். அப்புறம் சகஜமாகி விட்டார்கள். ஒரு அம்மா எனக்கு விழுந்து விழுந்து பரிமாறியது. ''நல்லா சாப்பிடு சாமி. வயிறயும் விட்டுடக் கூடாது. அத மாதிரி வாழ்க்கையையும் விட்டுடக் கூடாது'' என்றது, மேலும் என்னுடைய இலையில் கறித் துண்டுகளைத் தள்ளியபடி. நான் ஒரு நிமிடம் நிமிர்ந்து அந்த வயதான அம்மாவைப் பார்த்தேன். நான் அவனல்ல என்று சொல்ல நினைத்தேன். ஆனால், எனக்குச் சொல்ல விருப்பம் இல்லை. ஒரு வேளை வாழ்க்கை முடிவெடுத்துவிட்டால் ஏற்கெனவே தெரிந்த இந்த இடத்திற்கு வேறொரு நாள் வேறொரு நபராக நான் இங்கு வரக் கூடும் என்பது எனக்கு உறைத்தது. நான் தலையைத் தொங்கப்போட்டுச் சாப்பிட ஆரம்பித்தேன்.

ரயில்வே ஸ்டேஷனில் இருந்து கிளம்பும்போது ஆளாளுக்கு ஸ்வீட்டெல்லாம் வாங்கிக்கொண்டு வந்து கொடுத்தார்கள். எல்லா வற்றையும் கணபதி சார் தூரத்தில் நின்று அமைதியாக வேடிக்கை பார்த்துக் கொண்டிருந்தார். எனக்கு அவர் எதையோ சொல்ல விரும்பியிருக்கிறார். எதையோ என்ன? ரொம்ப ஆடாதடா என்பதைப் பொட்டில் அடித்துச் சொல்லிவிட்டார். நான் கிளம்பும்போது அவர் பைக்குள் கை விட்டு அந்தப் பொருளை எடுத்து என்னுடைய கையில் கொடுத்தார். என்னை வழியனுப்பி வைத்தார். நான் ரயில்வே ஸ்டேஷனில் இருந்து வெளியேறி அங்கு பார்க்கிங்கில் நிறுத்தி வைத்திருந்த என் நண்பனுடைய காரில் ஏறி அமர்ந்து அந்தப் பொட்டலத்தை எடுத்துப் பிரித்தேன். இப்போதுகூட என்னுடைய கைகளை அலங்கரித்துக் கொண்டிருக்கும் 'ரோலக்ஸ் வாட்ச்' அது. அது டூப்ளிகேட்டா? ஒரிஜினலா? இது வரைக்கும் தெரியவில்லை. தெரிந்துகொள்ள முயற்சி செய்யவும் இல்லை. கணபதி சார் சொன்ன மாதிரி, 'ஒரு வேளை இருக்கலாம்.' ஆனால், இந்த விலை மதிக்க முடியாத ரோலக்ஸ் வாட்சை மட்டும் தக்க வைத்துக்கொள்ள வேண்டும் என்று தோன்றியது.

28

இடையில் ஒரு பிறந்த நாள் பார்ட்டியில் நானும் சந்திரனும் சந்தித்துக்கொண்டோம் என்றாலும், ஒரு வார்த்தை கூட பேசிக் கொள்ளவில்லை. நான் அந்தப் பார்ட்டிக்கு வேற ஒரு ஆளாகப் போயிருந்தேன். நான் அடைந்த அந்த வளர்ச்சி உங்களுக்கெல்லாம் நன்றாகத் தெரியுமே. இடையில் எனக்கு இன்னொரு தொழில் வாய்ப்பும் வந்தது. தமிழகம் முழுக்க இருக்கும் டாஸ்மாக் கடைகளைப் பற்றி நன்றாக உங்களுக்கே தெரியும். அதில் கண்ணுக்குத் தெரியாமல் ஒரு தொழில் வாய்ப்பு இருந்தது. அதை நானும் என்னுடைய இன்னொரு நண்பனும் சேர்ந்து கண்டுபிடித்தோம். தமிழகம் முழுக்கவுள்ள ஆறாயிரம் கடைகளில் தினந்தோறும் பெட்டிகளில் அடுக்கி சரக்குகளைக் கொண்டுவருவார்கள். அந்த அட்டைப் பெட்டி நல்ல விலை போகும் என்பதைக் கண்டுபிடித்தோம். ஒரு முறை பெங்களூரு சென்றிருந்தபோது அந்த வியாபாரத்தைப் பற்றிக் கேள்விப்பட்டோம். அத்தனை அட்டைப் பெட்டிகளையும் ஒட்டுமொத்தமாக அந்தந்த ஊர்களில் இருந்து சேகரித்துக்கொண்டு வர ஆட்களை நியமித்தாலே போதுமானது. அதற்கான ஆட்களும் எங்களிடையே இருந்தார்கள். நாங்கள் துணிந்து அந்த அதிகாரம் பொருந்தியவரைப் போய்ப் பார்த்து அவருக்கான கமிஷனையும் தருவதாகச் சொன்னோம். அவர் வியந்து போய்விட்டார். விட்டால், தமிழ்

நாட்டையே நீங்கள் கூறு போட்டு விற்றுவிடுவீர்கள் என சிரித்துக் கொண்டே சொன்னார். எங்களுக்கு இன்னொரு தொழில் வாய்ப்பையும் சொன்னார். நண்பன் சரியென்றான் உடனடியாக. ஆனால், நான் முடியாதென மறுத்துவிட்டேன். அவர் முக்கியமான இடங்களில் உள்ள பார்களை எடுத்து நடத்திக்கொள்ளச் சொன்னார்.

எனக்கு அந்தத் தொழிலில் மாற்றுக் கருத்து இருந்தது. தவிர, அந்தத் தொழிலின் மீது வெறுப்பும் இருந்தது. பல்லாயிரக்கணக்கான ரூபாயை வருவாயாக ஈட்டும் அந்தத் துறை தன்னுடைய குடிமக்களை மோசமாக நடத்துவது எனக்கு உவப்பாக இருக்கவில்லை. பன்றிக் குடில்கூட அவ்வளவு சுத்தமாக இருக்கும். ஆனால், டாஸ்மாக் பார்கள் அதைவிட மோசமான தரத்தில் இருப்பதைப் பார்த்து நான் பல சமயங்களில் வெந்து போய் இருந்திருக்கிறேன். ஒருமுறை பெங்களூர் சென்றிருந்த போது, இந்தத் துறையில் இருக்கும் நண்பன் ஒருவனைப் பார்த்தபோது அவன் சொன்ன விஷயம் அதிர்ச்சியாக இருந்தது. உங்களது அரசு உங்களது மக்களின் கல்லீரலைத் தெரிந்தே அழித்துக் கொண்டிருக் கிறது. ஒரு சரக்கு தயாரிக்கப்பட்டவுடன் குறைந்தது பதினைந்து நாட்களாவது குளிர்விக்கப்பட வேண்டுமாம். அப்போதுதான் அதிலுள்ள நச்சுக்கள் கொஞ்சமாவது மட்டுப்படுமாம். ஆனால், தமிழகத்தில் நேற்று இரவு தயாரிக்கிற சரக்கு மறுநாளே சந்தைக்குச் சுடச் சுட வந்துவிடுகிறதாம். இதை மிகப் பெரிய ஆபத்தாகச் சொன்னான் அந்த நண்பன். சரக்கை விடுங்கள், எனக்கே தனிப்பட்ட முறையில் ஒரு சிக்கல் ஆரம்பத்தில் இருந்தது.

நான் நட்சத்திர ஹோட்டல்களில் குடிப்பேன். அதற்கு வழியில்லாதபோது மீண்டும் இந்த மாதிரி பன்றிக் குடிலில்தான் குடிக்க வேண்டியிருக்கிறது. தனியார் வசம் இருந்தபோது சுத்தமான பார்களும் இருந்தன. பன்றிக் குடில்களும் இருந்தன. எதைத் தேர்ந்தெடுத்துக் கொள்வது என்கிற உரிமை எங்களிடம் இருந்தது. ஆனால் நிலைமை இப்போது அப்படியா இருக்கிறது? நட்சத்திர ஹோட்டல்களை விட்டால் வேறு வழியில்லை. எல்லாச் சமயங்களிலும் நட்சத்திர ஹோட்டல்களில் போய்க் குடித்துக் கொண்டிருக்க முடியுமா? இதையெல்லாம் நான் அந்த அதிகாரம் பொருந்தியவரிடம் சொன்ன போது தவறுதான் இது என்று ஒத்துக் கொண்டார். தெரிந்தே அந்தத் தவறை ஏன் செய்கிறீர்கள் என்று கேட்டபோது, ''நடத்துறது எல்லாரும் கட்சிக்காரங்க. தவிர எல்லாரும் எக்கச்சக்க பணம் கொடுத்து லைசென்ஸ் எடுத்துருக்காங்க. மாமூல் வேற கொடுக்கணும். 25 பைசா வர்ற வாட்டர் கிளாஸ் ஆறு ரூபாய்க்கு வித்தாதான் கட்டுப்படியாகும். நீ வேணா நடத்திப் பாரேன்'' என்றார். ''நான் என்ன ஒரு நாள் முதல்வர் சவாலா விட்டேன். சுத்தமாக நடத்துங்கள். குடிக்க வருகிறவனை

மரியாதையாக நடத்துங்கள் என்றுதானே கேட்டேன்'' என்றபோது மையமாக சிரித்துக்கொண்டார்.

என்னுடைய கொள்கைகளையும் மீறி நண்பன் மூன்று முக்கிய இடங்களில் உள்ள பார்களை எடுத்து நடத்த அவரிடம் சத்தியம் வாங்கிக்கொண்டான். சுத்தமாக நடத்துவதாக என்னிடமும் சத்தியம் செய்தான். தாராளமான பணப் புழக்கத்தில், நான் என் நண்பர்களால் கொண்டாடப்படுபவனாக சமீப காலங்களில் மாறிப் போயிருந்தேன். விடாப்பிடியாக நானே வலியப் போய் எல்லோருக்கும் செலவு செய்து கொண்டிருந்தேன். அவர்களைப் பொறுத்தவரை இது ஒரு தூசுக்குச் சமானம் என்றாலும் என்னுடைய வெற்றியை ரசித்துக்கொண்டிருந் தனர். அந்தக் கூட்டத்தில் எனக்கான முக்கியத்துவத்தை தக்க வைத்துக் கொண்டேன். ஆனால், அந்தப் பார்ட்டி எனக்கு அதிர்ச்சியாய் அமைந்தது. வரமாட்டான் என்று நினைத்திருந்த சந்திரன் வந்திருந் தான். சனியன், நான் எதிர்பார்க்காமலேயே வந்து நின்றது. கழுத்தைப் பிடித்து வெளியேவா தள்ள முடியும் அல்லது தள்ளுவதற்கான அதிகாரம் எனக்கு வந்துவிட்டதா என்ன? என்னுடைய இருப்பை இனி அவன் தூக்கி எறிந்துவிடுவான் என்பது ஆரம்பத்திலேயே அவன் வந்த வேகத்திலேயே தெரிந்துவிட்டது.

நானே தேடிப் போய் வாங்கிய பிளேஷரைப் போட்டிருந்த என்னை, வெகு சாதாரணமான சட்டை போட்டிருந்த சந்திரன் எளிதாகத் தாண்டிப் போனான். நான் அவனது கவனத்தைக் கவர முயற்சி செய்துகொண்டே இருந்தேன். அவன் இயல்பாகவே இருந்தான். அதே சமயம் இயல்பாகவே என்னைக் கண்டுகொள்ளவில்லை. எல்லோரும் சந்திரனைதான் வட்டமிட்டுக் கொண்டிருந்தனர். திவ்யா மட்டும் கண்களால் என்னைத் தின்று கொண்டிருந்தாள். சந்திரன் அதைக் கவனிக்க வேண்டும் என்று விரும்பினேன். சந்திரனும் திவ்யாவும் தனியாக ஒதுங்கிப் போய் எதைப் பற்றியோ தீவிரமாக விவாதித்துக் கொண்டிருந்தனர். அந்தக் காட்சி எனக்குள் வெறுப்பை மூட்டியது. திடீரென எழுந்து, பி.எம்.டபிள்யூ. எக்ஸ் ஒன் காரை நாளை வாங்கப் போவதாக அறிவித்தேன். எல்லோரும் பதவிசாக கை தட்டுவதைப் போல அவனும் தட்டினான். ஆனால், என்னுடைய முகத்தை அவன் ஏறெடுத்தும் பார்க்கவில்லை என்பது எனக்கு உறுத்தியது.

அந்த முழு பார்ட்டியிலும் நான் ஒரு விஷயத்தைக் கவனித்தேன். சந்திரன் வந்ததிலிருந்து என்னை, என் இருப்பை வேறொரு அடுக்கிற்கு நகர்த்திவிட்டனர். எனக்கும் மரியாதை இருந்தது. ஆனால் சந்திரனுக்கு இருந்த மரியாதையாக அது இல்லை. என்னை நிரூபிக்க முயன்று அன்றைய பார்ட்டி முழுவதிலும் தோற்றுக்கொண்டே இருந்தேன். ஒரு கட்டத்தில் என்னை நிரூபிக்கும் முயற்சியைக் கைவிட்டேன். அதுதான்

உண்மையான நான் என்று தோன்றியது. சந்திரனுக்கும் என்னுடைய இருப்பு உறுத்திக்கொண்டேதான் இருந்தது என்பதை உணர முடிந்தது. ஆனால், அதை அவன் பக்குவமாகக் கையாண்ட விதத்தைப் பார்த்து வெட்கினேன்.

இவனை என்னால் வெல்லவே முடியாது என்று தோன்றியது. இவனுடன் போட்டி சாத்தியமில்லை என்கிற தோல்வி மனப்பான்மை வந்ததை என்னால் தாங்கிக்கொள்ள முடியவில்லை. நான் அந்த பார்ட்டியை விட்டு வெளியேற மனதார விரும்பினேன். அவனிடம் சொல்லிக்கொண்டு போகலாமா என்று யோசித்தேன். அந்த யோசனை அபத்தமாக இருந்தது. சொன்னாலும் ஒரு சிரிப்பை உதிர்ப்பான். அது என்னை மேலும் கேவலப்படுத்துகிற மாதிரி இருக்கும் என்பதால் சொல்லிக் கொள்ளவில்லை. ஆனால், ஒன்று மட்டும் நிச்சயம். என்றாவது ஒரு நாள் அவன் என் கையில் சிக்கினால் பொறுத்து எடுத்துவிட வேண்டும் என்று நினைத்துக் கொண்டேன். யாரிடமும் சொல்லிக்கொள்ளாமல், அந்தப் பங்களாவை விட்டு வெளியேறினேன். என்னைத் தேடி நான் இல்லாமல் போனதை உணர்ந்து என்னை அழைப்பார்கள் என்று எதிர்பார்த்தேன்.

தெரு முனையில் காரை நிறுத்தி, எனக்கான தொலைபேசி அழைப்பிற் காகக் காத்திருந்தேன். இரண்டு முழு சிகரெட்டுகளை நிதானமாக ஊதித் தள்ளினேன். என்னை யாரும் அழைக்கவில்லை. திவ்யா கூட அழைக்கவில்லை. அவள் வழக்கமாக என்னைத் தேடி நான் இல்லா விட்டால் கண்டிப்பாக அழைப்பாள் என்பதால் மேலும் கொஞ்ச நேரம் காத்திருந்தேன். ஆனாலும், அவளும் அழைக்கவில்லை. இத்தனைக்கும் அவளுடைய கணவன் அந்த பார்ட்டியில் இல்லை. நான் அவளை அழைக்கலாமா என்று நினைத்தேன். எனக்கு அவமானமாக இருந்தது. உண்மை புரிந்தது. இந்த உண்மையை யெல்லாம் தாண்டி இன்னொரு உண்மையும் எனக்கு உறைத்தது. நான் வந்த பிறகும்கூட என்னைப் பற்றி ஒரு வார்த்தை கூட அவன் பேச மாட்டான். இப்படி ஒருத்தன் இருந்தான் என்ற சிந்தனையைக் கூட யாரிடமும் வெளிப்படுத்த மாட்டான். நான் காரை வேகமாக ஓட்டிக் கொண்டிருந்தபோது என்னையும் அறியாமல் அந்த வார்த்தை வந்து விழுந்தது. ''யார்றா நீ...''

எனக்குள் சினம் மூண்டது. நான் காரைத் திருப்பி மறுபடியும் பார்ட்டி நடந்த இடத்திற்குச் சென்றேன். வரும் வழியில் திவ்யாவுடன் அவன் என்ன பேசியிருப்பான் என்பது யோசனையில் வந்து போனது. இந்த முறையும் யாரும் என்னைக் கண்டு கொள்ளவில்லை. சந்திரனுக்கு அருகில் இருந்த நாற்காலியை இழுத்துப் போட்டேன். எல்லோரும்

வெவ்வேறு வேலைகளில் மும்முரமாக இருந்தார்கள் என்பதால் எங்களைக் கவனிக்கவில்லை. நான் அவனிடம் பேசலாமா என்று யோசித்துக் கொண்டிருந்தபோது, அவன் எழுந்து போய் இன்னொரு இடத்தில் அமர்ந்தான். நான் எழுந்து போய் மறுபடியும் அவனுக்கு அருகில் இருந்த நாற்காலியை இழுத்துப் போட்டு அமர்ந்தேன். அவன் சட்டையைப் பிடித்து இழுத்து வம்பிழுத்தேன். அவன் பொறுமையாகத் திரும்பிப் பார்த்து, ''உனக்கு என்ன வேண்டும்?'' என்றான். நான் கைகளைச் சட்டையிலிருந்து விடுவித்துவிட்டு பரிதாபமாகப் பார்த்தேன். திவ்யா தூரத்தில் இருந்து இதையெல்லாம் கவனித்துக் கொண்டிருந்தாள். நான் திவ்யா இந்தக் காட்சியைப் பார்த்துக் கொண்டிருப்பதைக் கவனித்து விட்டு, அவளை அருகில் வருமாறு சைகை காட்டினேன். நான் ஏன் அன்று அப்படி நடந்துகொண்டேன்? மிதமிஞ்சிய போதை ஒரு மனிதனைத் தரம் தாழ்த்தும் என்பதை அன்றுதான் உணர்ந்தேன். அவள் அங்கிருந்தபடியே வர முடியாது என்று மறுத்து, கை காட்டினாள். நான் சீண்டப்பட்டவனாக எழுந்து அவளை நோக்கிப் போனதை சந்திரன் கவனித்தான். என்னுடைய கைகளைப் பிடித்து அமர வைக்க முயன்றான். நான் மீறிப் போய் அவளுடைய கைகளைப் பிடித்து இழுத்தேன்.

எங்கிருந்துதான் அந்தக் கோபம் அவனுக்கு வந்ததோ... எழுந்து வந்து என்னுடைய முதுகில் ஓங்கி ஒரு அறை விட்டான். நல்ல வேளை, யாரும் அதைக் கவனிக்கவில்லை. ஆனால், தூரத்திலிருந்து என்னைப் பார்த்ததை நான் நூறு சதவிகிதம் உணர்ந்தேன். அவள் என்னைப் பார்த்து முகத்தைச் சுளித்தது கூட அந்தப் போதையிலும் என்னுடைய ஞாபகத்தில் இருந்தது. என்னை வலுக்கட்டாயமாக வெளியே இழுத்து வருவதை நண்பர்கள் சிலர் பார்த்தபோது, ''மட்டையாகிவிட்டான் அதான்'' என சிரித்தான் சந்திரன். எல்லோரும் சிரித்தார்களே தவிர, அந்தச் சம்பவத்தை சீரியஸாக எடுத்துக் கொள்ளவில்லை. அவரவர் வேலையில் மூழ்கிப் போனார்கள். என்னை வெளியே இழுத்து வந்த சந்திரன், தயவுசெய்து தேவையில்லாத குழப்பத்தை உருவாக்கி, உன்னுடைய இடத்தை இழந்து விடாதே என்றான். நான் நிதானத்திற்கு வந்தேன். என்னுடைய தவறு உறைத்தது. திவ்யாவின் கையைப் பிடித்து இழுத்ததை யாராவது பார்த்திருந்தால், மொத்தக் கோபுரமும் இடிந்து விழுந்திருக்கும். நான் சந்திரனிடம் ஒரு வார்த்தை கூட அதற்கடுத்துப் பேசவில்லை. நான் என்னுடைய காரைக் கிளப்பினேன். வழக்கமாகக் குடித்துவிட்டு என்னை வண்டி ஓட்ட அனுமதிக்காத சந்திரனும் அன்று அந்த விஷயத்தில் ஒன்றும் சொல்லவில்லை. நான் அமைதியாக காரை ஓட்டும்போது நினைத்துக் கொண்டேன். சந்திரன் மறுபடியும் எனக்குப் பிச்சை போட்டிருக்கிறான்.

29

மேரியட்டில் அறையெடுத்து திவ்யாவை வரச் சொல்லி இருந்தேன். அறைக்குள் நுழைந்த அவள், ஹீல்ஸைக் கழற்றிக் கொண்டிருக்கும்போதே, பின்னால் போய் அவளைக் கட்டிப் பிடித்தேன். அவள் திமிறினாள். கைகளைப் பின்புறமாக நீட்டி எனக்கு வலிக்குமளவிற்கு என் கால்களுக்கிடையில் கிள்ளினாள். அப்படியே அவளைச் சாய்த்துக்கொண்டு போய் கட்டிலில் தள்ளினேன். நெருக்கமாய் அவளை அமர்ந்தவாறே மார்போடு சேர்த்துக் கட்டியணைத்து அவள் காது மடல் களை எனது உதடுகளால் வருடிக் கொண்டிருந்தபோது, என்னை விலக்கி எழுந்து போய், ஃப்ரிஜ்ஜிலிருந்த பியர்களை எடுத்து வந்து ஆளுக்கொன்றாய் உடைத்துக் கொடுத்தாள். மறுபடியும் பழைய நிலையிலேயே என்னோடு வந்து ஒட்டிக் கொண்டாள். நான் எனக்கான பியரைக் குடித்தபடி, கைகளால் எனக்கான சுதந்திரத்தை அனுபவித்துக் கொண்டிருந்தேன்.

அவள் கண்களை மூடி லயித்திருந்தாள். அவளைத் தொட்டு உலுக்கி, அவளுடைய முகத்தை என்னுடைய முகத்தினருகே கொண்டுவந்து மெல்ல அவளது உதடுகளில் முத்தமிட்டேன். அவள் இன்னமும் நெருங்கி வந்து, என்னைக் கட்டியிறுக்கிப் படுத்துக் கொண்டாள். என்னுடைய சட்டையின் மேல் பொத்தான்களை விடுவித்து என் திறந்த மார்பில் தலையை இயந்திரத்தனமாகச் சாய்த்து வைத்து படுத்துக்

கொண்டாள். நாங்கள் கொஞ்ச நேரம் அப்படியே மெய்மறந்து இழந்தோம். நான்தான் மெல்ல அவளைத் தட்டி எழுப்பினேன். அவள் சின்ன முனகலுடன் கண்ணைத் திறந்து பார்த்தாள்.

''வாழ்க்கையைப் பத்தி என்ன நெனைக்கற?'' என்றேன் மெல்லிய சிரிப்புடன். நான் நீண்ட தயக்கங்களுக்குப் பிறகுதான் இந்தக் கேள்வியைக் கேட்டேன். இதற்கு முன்னர் இது போன்ற கேள்வியை என்னிடம் இருந்து அவள் எதிர்கொண்டதில்லை என்பதால் உடனடியாக ஸ்தம்பித்துப் போனாள். ஆனாலும், சுதாரித்துக் கொண்டவள் மெல்லிய சிரிப்பை உதிர்த்தாள்.

''கேட்க வந்தத நேரடியா கேளு'' என்றாள். நான் கேட்க வந்ததை விட்டு, அவளைக் கொத்திக்கொண்டு போவதுபோல கட்டியணைத்தேன். அவளது உதடுகளை, மார்பகங்களை வெறிகொண்டு கடித்தேன். அவளும் நானும் பாம்புகள்போல கட்டிப் புரண்டோம். படுக்கையில் அவள் என்னை மல்லாக்கக் கிடத்தி, என் உதடுகளைக் கிள்ளிப் பிடித்தாள். திடீரென உதடுகளை விடுவித்து, ''என்னமோ சொல்ல வந்தியே...'' என்றாள். அவள் தீவிர சிந்தனைக்குள் சென்றுவிட்டதை என்னால் உணர முடிந்தது. எப்போதும் அவளோ நானோ இது மாதிரி இருந்ததே கிடையாது என்பதால் அந்த அறையில் ஒரு அந்நியத் தன்மை நிலவியது. அவள் எதற்காகவோ காத்துக் கொண்டிருக்கிறாள் என்று பட்டது.

நான் கொஞ்ச நேரம் அவளைக் கட்டிப் பிடித்தபடி அமைதியாக இருந்தேன். அவள் முற்றிலுமாக என்னிடமிருந்து விடுவித்துக் கொண்டு, எதிரே இருந்த நாற்காலியில் போய் அமர்ந்துகொண்டாள். அவளது கைகள் அனிச்சையாக அவளது உடைகளைச் சரி செய்தன. நான் இன்னமும் அமைதியாக இருப்பதைப் பார்த்துவிட்டு, பதற்ற மடைவதை என்னால் உணர முடிந்தது.

''என்ன சொல்ல வர்ற... சொல்லித் தொலையேன்'' என்றாள் உச்சகட்ட எரிச்சலுடன். முதல் முறையாக அவள் என்னிடம் எரிச்சலாகப் பேசிய வார்த்தை இது என்பதை நினைக்கையில் கோபம் வந்தது. திரும்பத் திட்டலாமா என்றுகூட யோசித்தேன். ஆனால், பெருஞ்சண்டையில் நான் நினைத்த விஷயம் நடக்காமல் போய்விடக் கூடாது என்பதால் நிதானம் காத்தேன். எனக்குக் கண்டம் முக்கியமல்லவா?

''நாம பிரிஞ்சுரலாமா?'' என்றேன். இந்த வார்த்தை எனக்குள் உருவாகி, அது வெளியே வந்து விழுந்த கணம் வரையிலான துல்லியமான அந்த நேர இடைவெளியை நான் உணர்ந்தேன். சொல்லிவிட்டு அவளது முகத்தையே உற்றுப் பார்த்தேன். நான் சொன்னதால் அவள் அவமான உணர்வை அடைந்துவிட்டதை அவளது முகம் காட்டிக் கொடுத்தது.

அவள் முகத்தைச் சுளித்தாள். தலையை அப்படியும் இப்படியும் ஆட்டினாள். அமைதியாகக் கொஞ்ச நேரம் இருந்தவள்,

''சரி'' என்றாள்.

''என்ன...'' என்றேன் நான் மறுபடியும்.

''சரி'' என்று இந்த முறை அவள் சொன்னபோது, அதில் அழுத்தம் தெரிந்தது. அழுது ஆர்ப்பாட்டம் செய்து, மிகப் பெரிய நாடகம் ஒன்று அரங்கேறும் என எதிர்பார்த்த எனக்கு அவள் சொன்ன ஒற்றை வரி பதில் சப்பென்று இருந்தது. இந்த வார்த்தையை சொல்லிவிட்டு, அவள் என் முகத்தை ஏறிட்டுக் கூட பார்க்காமல் எழுந்து அவளது கைப்பையை எடுத்துக்கொண்டு புறப்பட்டுப் போய், தன்னுடைய காலணிகளை மாட்டிக் கொண்டிருந்தாள். நான் படுக்கையில் சாய்ந்து படுத்திருந்த தால், அவள் கிளம்பிக் கொண்டிருந்த தோற்றத்தை என்னால் கணிக்க இயலவில்லை. கதவைக் கோபத்துடன் சாத்திவிட்டுப் போகும் ஓசைக் காகவே காத்திருந்தேன். நீண்ட நேரமாக ஓசை ஏதும் கேட்காததால், எழுந்து போய் அவசரமாகப் போய்ப் பார்த்தேன். கதவு சாத்தியிருந்தது. கதவிற்கு வெளியே 'தொந்தரவு செய்யவேண்டாம்' என்கிற அட்டையைக் கதவில் மாட்டிவிட்டுச் சென்றிருந்தாள்.

அவளுக்கும் எனக்கு வந்த மாதிரியே குற்ற உணர்வு இருந்திருக்கும் போல. பனிக் கட்டியை யார் உடைப்பது என்பதற்கான சூழல். இத்தனை நாட்கள் காத்திருந்ததுபோல, எங்களது உறவு எப்படித் தற்செயலாக ஆரம்பித்ததோ, அதுபோல் பிரிவும் தற்செயலாக அமைந்தது. இப்படி என்னை நானே சமாதானம் செய்வது எனக்குப் பிடித்திருந்தது. ஒரு ஆசுவாசமான மன நிலைக்கு நான் வந்தேன். இனி திவ்யாவுடன் உறவு இல்லை என்பதை நினைக்கையில் எனக்குள் மெல்லிய மகிழ்ச்சி பரவியதை உணர முடிந்தது. ஆனால், இரண்டு பேருக்கும் அது நல்லது என்பதால் அந்தப் பிரிவை நாம் சாதாரணமாக எடுத்துக்கொள்ள வேண்டும் என்றெல்லாம் அவளிடம் சொல்ல வேண்டுமென நினைத்து வைத்திருந்தேன். ஆனால், அவள் எதற்கும் இடம் கொடுக்கவில்லை என்பதை நினைக்கையில் வெறுப்பாக இருந்தது. அவ்வளவுதானா? அவ்வளவுதானா... என்று மனம் கேள்வி களைக் கேட்டுக் கொண்டிருந்தது. அவ்வளவுதான் என உள் மனம் உறுதியாகச் சொன்னது.

நான் அறைக்குள் திரும்பி வந்தேன். ஃப்ரிஜ்ஜிலிருந்த பியர்களை ஒவ்வொன்றாய் உடைத்துக் குடித்தேன். மேலும் நான்கு பியர்களை ஆர்டர் செய்து வாங்கிக் குடித்தேன். கடைசியாய் அவள் மிச்சம் வைத்த பியரையும் எடுத்துக் குடித்தேன். நான் எப்போது தூங்கினேன் என்று எனக்கே தெரியவில்லை.

30

நான் கொஞ்ச காலத்திற்கு யாரையும் அழைக்காமல் இருந்தேன். யாரும் என்னைத் தேடவில்லை என்பது உறுத்தியது. நான் மாதங்கியை அழைத்தபோது அவளும் என்னுடைய அழைப்பை எடுக்கவில்லை. துணிந்து சந்திரனுக்கும் அழைத்தேன். அவனும் எடுக்கவில்லை. என் மனதில் உள்ளதையெல்லாம் கொட்டி மாதங்கிக்கு ஒரு குறுஞ்செய்தி அல்ல, நெடுஞ்செய்தி அனுப்பினேன். அவளிடமிருந்து இன்னும் கொஞ்ச நேரத்தில் அழைப்பதாகச் செய்தி வந்தது. அவள் அழைத்துச் சொன்ன விஷயத்தை நான் கேட்டதும் ஆடிப் போய் விட்டேன். கடவுளே... நல்லவர்களை மட்டும் ஏன் இந்தச் சோதனை செய்கிறாய்? கடவுள் கண்டிப்பாக ஒரு சேடிஸ்ட். ஆமாம். சந்திரனுக்கு பெல்ஸ் பால்ஸி வந்திருக்கிறது. மாதங்கி அந்த வார்த்தையைச் சொல்லச் சொல்ல நான் கூகுள் செய்து பார்த்தேன். பெல்ஸ் பால்ஸி என்பது முகத்தில் ஒரு பக்கம் மட்டும் இழுத்துக் கொள்வது. கிட்டதட்ட சிறிது காலத்திற்கு முகத்தில் வரும் ஒரு பக்கவாதம். பேச்சு ஒழுங்காக வராது. இந்த நோய் ஒவ்வொரு வருடமும் குறைந்தது ஐம்பதாயிரம் அமெரிக்கர்களுக்கு வருகிறது. ஏன் வருகிறது என்று யாரும் இன்னமும் கண்டுபிடிக்கவில்லை. இந்த நோய்க்கு மருந்து கிடையாது. அதுவாகவே சரியாகிற வரை காத்திருக்க வேண்டும். முகத்தைப் பயிற்சிகள் செய்துதான் சரிப்படுத்த முடியும். அமெரிக்கர்களுக்குச்

சரி. சந்திரனுக்கு ஏன் வந்தது? கடவுளே, என்ன சோதனை இது? எனக்கு வந்திருக்கலாம். சந்திரன் அதனால் யாரையும் பார்க்காமல் தவிர்த்துக் கொண்டிருப்பதாகச் சொன்னாள் மாதங்கி. நான் அவனிடம் பேசியே ஆகவேண்டும் என்று அடம் பிடித்தேன். மாதங்கி தயங்கித் தயங்கி அந்த விஷயத்தை அவனிடம் சொன்னபோது அவனும் ஒத்துக்கொண்டு ஃபோனை வாங்கினான். அவன் என்னமோ சொன்னான். நிச்சயமாக மனசுக்கு நெருக்கமாக அவன் என்னமோ சொன்னான். ஆனால், அவன் உச்சரித்த விதம் எனக்குப் புரியவில்லை. அவனுக்கு அந்த நோயின் தாக்கத்தால் வார்த்தைகளை உச்சரிக்க முடியவில்லை. மாதங்கியிடம் ஃபோனைக் கொடுத்துவிட்டான். நான் மாதங்கியிடம் அவன் என்ன சொன்னான் என்று கேட்டேன். 'வாடா மச்சான்' என்று சொன்னானாம். எனக்கு அதைக் கேட்டவுடன் அழுகை பொங்கி வந்தது. என்னை நானே ஆசுவாசப்படுத்திக் கொண்டேன். அப்போது வெற்றி டீவியில் பால கணபதி என்கிற குழந்தைகளுக்கான பக்தித் தொடர் ஒன்று ஒளிபரப் பாகிக் கொண்டிருந்தது. அதில் யாருக்கும் தெரியாமல் பிள்ளையார் ஒரு சிறுவனுடன் அலைவார். அந்தப் பிள்ளையார் வேறு யார் கண்ணுக்கும் தெரிய மாட்டார். ஒரு முறை அவனது சைக்கிள் ஒன்றைப் பழுது நீக்கித் தந்தார் என்று அந்தப் பையன் இன்னொரு பெண்ணிடம் சொல்லும் போது அவள் நம்பவே மாட்டாள். அப்போது அந்தப் பையன் ஒரு டயலாக் பேசுவான். ''பிள்ளையார்தான் இந்த வானத்தைப் படைத்தார். பூமியைப் படைத்தார். நம்மைப் படைத்தார். சைக்கிளை ரிப்பேர் பண்ணித் தர அவருக்குத் தெரியாதா?'' இந்த வசனத்தை நான் கூர்ந்து கவனித்தேன்.

அவர்கள் இருவரைப் பற்றி யோசித்தேன். என்னைப் போலவே அவர்களும் நாயாய்க் கல்லடி படுகிறார்கள். எனக்குக் கல்லடி என்பது தற்செயலானது. தலை விதியும் கூட. அவர்களுக்குக் கல்லடி என்பது நிலவைத் தூக்குவதுபோல. ஏதோ புரிந்த மாதிரி இருந்தது. அதற்கு நேர் எதிராகவும் எண்ணங்கள் அணி வகுத்தன. நேர்மையாக வாழ்கிறேன் என்கிற தன்னகங்காரத்தைத் திருப்திப்படுத்துவதற்காக உடன் இருப்பவர்கள் எல்லோரும் சேர்ந்து செங்கல் சுமக்க வேண்டுமா என்ன? சந்திரனிடம் இதை எடுத்துச் சொன்னால் கேட்பானா? சந்திரன் விரைவில் குணமடைந்து, அவனது தொழிலில் வெற்றி பெறவேண்டும் என்று வேண்டினேன். எந்தச் சாமிக்கு வேண்டுவது என ஒரு கணம் எனக்குள் குழப்பம் வந்து போனது. இது மாதிரி என் வாழ்நாளில் யாருக்காகவும் மனமுருகி, ஆழமாக வேண்டிக் கொண்ட தில்லை. என் அம்மாவிற்காகக் கூட நான் இப்படி வேண்டிக் கொண்ட தில்லை. அவனுக்காக வேண்டினேன். இதோ இந்தக் கதையை உங்களிடம் சொல்லிக் கொண்டிருக்கும்போது வேண்டுகிறேன். என்

நண்பனுக்காக, என் அண்ணனுக்காக, என் தந்தைக்காக வேண்டுகிறேன். இறைவா! எனக்குத் தெரியும். அவன் சீக்கிரம் குணமடைந்து விடுவான். திவ்யாவிற்கும் எனக்குமான உறவு துண்டித்துப் போன விஷயத்தைச் சொல்லவேண்டும். சந்திரன் உண்மையிலேயே சந்தோஷப்படுவான். எனக்கு என் மீதே இப்போதுதான் மரியாதை வருகிறது. சுந்தர் அண்ணாவைப் போய்ப் பார்த்து நான் தற்செயலானவன் என்று சொல்லலாம் என்று தோன்றுகிறது...

●

www.ingramcontent.com/pod-product-compliance
Lightning Source LLC
LaVergne TN
LVHW060455051026
849518LV00002B/775